சிவகங்கை சீமை

சரித்திரக் கதைகள்

ஜெகாதா

சத்யா

Title:
Sivagangaiseemai sarithira kathaigal
Jakatha

ISBN: 978-93-92474-74-3
Title Code : Sathyaa - 075

நூல் தலைப்பு
சிவகங்கைசீமை சரித்திரக் கதைகள்

நூல் ஆசிரியர்
ஜெகாதா

முதற்பதிப்பு
ஜூன் 2024

விலை : ₹ 210

பக்கம் : 158

Printed in India

Published by

Sathyaa Enterprises
No.137, First Floor,
Choolaimedu,
Chennai - 600 094.
044 - 4507 4203

Email
sathyaabooks@gmail.com

உள்ளே...

1.	சிவகங்கைச் சீமையில் மருது பாண்டியர்	5
2.	சிவகங்கைச் சரித்திர அம்மானை சொன்ன கதை	8
3.	மருது பாண்டியர் வரலாறு கூறும் மயூரகிரிக் கோவை	12
4.	சரித்திரம் உரைத்த 'சிவகங்கைச் சரித்திரக்கும்மி'	16
5.	சாமியாரும் புலியை வென்ற சசிவர்ணத் தேவரும்	20
6.	சாத்தப்ப முனிவரும் சசிவர்ணத் தேவர் திருமணமும்	23
7.	சிவகங்கைச் சீமை உருவாகிய கதை	29
8.	தாண்டவராயப் பிள்ளைக்கு தாமிரப்பட்டயம்	35
9.	சிறந்தோங்கிய சிவகங்கை அரண்மனைகளும் கோயில்களும்	41
10.	காலத்தை வென்ற காளையார் கோயில்	46
11.	முத்து வடுகநாத பெரிய உடையத்தேவர்	49
12.	வேலுநாச்சியாரைக் காப்பாற்றிய உடையாள்	55
13.	உடையாள் பெண்கள் படை	58
14.	பழிக்குப் பழி	61
15.	அடைக்கலம் தந்த விருபாட்சிக் கோட்டை	64
16.	முக்கிய பிரதானி தாண்டவராயப்ப பிள்ளை	69
17.	சிவகங்கை மீட்பும் குயிலியின் தியாகமும்	71
18.	வெள்ளச்சி நாச்சியார் திருமணத்திற்கு எதிர்ப்பு	79
19.	வேலுநாச்சியார் மரணம்	83

20.	மருது சகோதரர் கிளர்ச்சிக் கூட்டணிக்கு எதிர்ப்பு	86
21.	தொண்டைமான் துரோகம்	94
22.	கவர்னர் ராபர்ட் கிளைவிடம் புதுக்கோட்டை தொண்டைமான் புலம்பல்	96
23.	சின்ன மருதுவைப் பற்றி ஜெனரல் வெல்ஷ்	98
24.	வெள்ளை மருதுவின் இளமைக்காலம் பற்றி ஜெனரல் வெல்ஷ் எழுதியது	100
25.	கர்னல் அக்கினியூ சென்னை கவர்னருக்கு எழுதிய கடிதம்	102
26.	மயிலப்பனை பிடித்துத் தரும்படி மருது சகோதரருக்கு லூசிங்டன் கடிதம்	104
27.	கலெக்டர் லூசிங்டன் கடிதத்துக்கு பெரிய மருது பதில் கடிதம்	106
28.	மேஜர் பிளாக்பர்ன் சென்னைப் பேராயத்துக்கு எழுதிய கடிதம்	108
29.	பெங்கோலன் தீவு சிறைச்சாலை	110
30.	ஜமீன்தார் நியமன அறிவிப்பு	116
31.	அடைக்கலம் தந்த பாதிரியாருக்கு நன்றி	118
32.	போராளிகள் பிடிப்பட்டனர்	121
33.	ஊமைத்துரைக்கு அடைக்கலம் தந்த சிவகங்கைச் சீமை	125
34.	மருது சகோதரர்கள் தூக்கிலிடப்பட்டனர்	127
35.	கும்பினியரை எதிர்கொண்ட ஆயுதக் குவியல்	136
36.	லூசிங்டன் குசும்பு	138
37.	கூழூர் கிழவி	140
38.	முள்ளால் எழுதிய ஓலை	142
39.	திருடன் படைவீரனாகிய கதை	145
40.	தாலிக்கு வேலி	147
41.	மருதுவை எதிர்கொண்ட கோயில் அர்ச்சகர்	149
42.	கள்ளன் பறித்ததை வள்ளல் கொடுப்பார்	151
43.	வலையனுக்கு ஒரு சிலை	153
44.	கற்பை நிரூபித்த காரிகை	155
45.	மருது வந்தாலும் தேர் ஓடாது	157

1. சிவகங்கைச் சீமையில் மருதுபாண்டியர்

சிவகங்கைச் சீமையின் பெருமைமிக்க வரலாறு மாவீரர் மருது பாண்டியரின் யுத்த கள வாழ்க்கையை மையப்படுத்தியே சுழன்று வருவதால் வரலாற்றை நேசிப்பவர்களுக்கு மிகவும் சுவாரஸ்யமிக்க களமாக இது அமைந்திருப்பது ஆச்சரியமில்லை!

சிவகங்கை பாளையத்தின் அச்சாணி வீரமாக மருது சகோதரர்களின் தியாக வாழ்வு வரலாற்றில் பேசப்படுகிறது.

துவக்க காலத்தில் சிவகங்கை மன்னரது படையைச் சார்ந்த போர் வீரர்களாகவே பெரிய மருதுவும், சின்ன மருதுவும் காட்சியளித்த போதிலும் தங்கள் நெஞ்சுரத்தாலும், நேர்மைப் பண்பாலும், நுட்ப மதியாலும், நன்றி உணர்ச்சியாலும் இணையற்ற அரசியல் செல்வாக்கை நாளடைவில் பெற்று உயர்ந்ததை வரலாறு கூறுகிறது.

பெரிய மருது, சின்ன மருது என்று அழைக்கப்பட்டு வந்த போதிலும் இவர்களின் இயற்பெயர் வெள்ளை மருது, மருது பாண்டியன் என்பதுவே ஆகும்.

ஆங்கிலேய கிழக்கிந்தியக் கம்பெனியர் பெரும்பாலும் தங்கள்

ஆவணங்களில் இவர்களை சிவகங்கைச் சேர்வைக்காரர்கள் என்று குறிப்பிடுவது வழக்கம்.

அகமுடையார் அல்லது அகம்படியார் என்ற வகுப்பில் பிறந்த வர்களுக்கு சேர்வை அல்லது சேர்வைக்காரர் என்ற பட்டப்பெயர் இருப்பதால் ஆங்கிலேயர் அவ்வாறு அழைத்து வந்தனர்.

பெரிய மருது என்றும் பெயருண்டு. அதற்கு சில காரணங்களைக் கூறுகின்றனர். இராமநாதபுரத்தை ஆண்ட சேதுபதியின் தளபதியான வெள்ளையன் சேர்வையின் நினைவாக பெரிய மருதுக்கு அவரது தந்தை அப்பெயரை வைத்தாராம்.

மருது சகோதரர்களின் தந்தை உடையார் சேர்வை என்னும் மொக்க பழனியப்பன் சேர்வை ஆவார். தாயார் ஆனந்தாயி ஆத்தாள் எனும் பொன்னாத்தாள்.

மருதுவின் தந்தை நரிக்குடிக்கு அருகில் உள்ள முக்குளம் என்ற ஊரைச் சேர்ந்தவர். தாயார் புதுப்பட்டி எனும் ஊரைச் சேர்ந்தவர்.

சேதுபதி தளபதி வெள்ளையன் சேர்வையின் படைப்பிரிவில் பெரிய மருதுவின் தந்தை படைத்தலைவராக இருந்த போது தம்முடைய மகனுக்கு வெள்ளை மருது என்று பெயரிட்டதாகக் கூறப்படும் கருத்து ஏற்புடையதல்ல என்ற செய்தியும் உள்ளது.

பெரிய மருதுவின் தந்தை பெயர் மொக்க பழனியப்பன் சேர்வை அல்ல 'வெள்ளைக்கானுடையர்' என்பதே உண்மை என்ற புதிய தகவலும் உள்ளது. தந்தை பெயர் வழியில் தான் வெள்ளை மருது என்று பெயர் ஏற்பட்டது என்று விளக்கக் கூறப்பட்டுள்ளது.

மருது சகோதரர்கள் சிவகங்கை மன்னர் முத்துவடுநாதரிடம் தொடக்கத்தில் மிகச்சாதாரண பணியில் சேர்ந்துள்ளனர்.

முத்துவடுக நாதர் சேதுபதி மன்னரின் உறவினராதலால் அவருடைய தளபதியாக இருந்த வெள்ளையன் சேர்வை மிகுந்த செல்வாக்கு உடையவராக விளங்கியதாலும், மொக்க பழனியப்பன் சேர்வை யின் பிள்ளைகள் மருதிருவர் சிவகங்கை மன்னரிடம் பணியில் சேர்ந்தது எளிதான நிகழ்வாக இருக்கலாம்.

சிவகங்கை மன்னர் முத்துவடுக நாதர் ஒரு சிறந்த வேட்டைப் பிரியராய் இருந்ததால் அவரிடம் பல வேட்டை நாய்கள் இருந்தன. சிவகங்கை மன்னரிடம் அறிமுகமான பெரிய மருது மன்னருடன் வேட்டைக்குத் துணையாகவும் வேட்டைக்கான முன்னேற்பாடுகளை செய்பவராகவும் இருந்து மன்னரின் அபிமானத்தைப் பெற்றார்.

இயல்பிலேயே மருதிருவர் மிகுந்த ஆற்றல் மிக்கவர்களாக இருந்ததால் அவர்களுக்கு சிவகங்கை மன்னரின் தளபதியாக இருந்த தாண்டவராயப் பிள்ளை பிரஞ்சு தளபதி தூப்ரே என்பவரைக் கொண்டு முறையான போர்ப் பயிற்சிகளைப் பயிற்றுவித்தார்.

மிகவும் எளிமையாக சிவகங்கைச் சீமையில் அறிமுகமாகிய மருது சகோதரர்கள் பின்னாளில் தங்கள் தோள்வலிமையினால் வரலாற்றுத் தலைவர்களாக தங்கள் இடத்தை நிலை நிறுத்திக் கொண்டனர். படிப்படியாக மன்னரின் அந்தரங்கப் பணியாளர்களாக பதவி உயர்வு பெற்ற மருதிருவர் மன்னரின் மறைவுக்கு பின்னர் வேலு நாச்சியாரின் ஆட்சியில் முறையே தளபதியாகவும் அமைச்சராகவும் உயர்ந்தார்கள்.

■

2. ‘சிவகங்கைச் சரித்திர அம்மானை’ சொன்ன கதை

மருது சகோதரர்களின் ஆட்சிக்கால வரலாற்றை விரிவாக வெளிப்படுத்தும் வட்டார இலக்கியமாக ‘சிவகங்கைச் சரித்திர அம்மானை’ விளங்குகிறது. மருது சகோதரர்களின் வரலாற்றைக் கூறுவதுடன் வெள்ளையர்களின் பெருமையையும் இவ்வம்மானை வெளிப்படுத்தியுள்ளது.

சிவகங்கைச் சரித்திர அம்மானையின் ஆசிரியர் முருகய்யன் என்பவராவார். சார்வரி ஆண்டில் (1840) இந்த அம்மானை பாடப்பட்டதாக இந்நூலின் 119வது பாடலில் இவ்வாசிரியர் குறிப்பிட்டுள்ளார்.

நாட்டுப்பாடல்களின் தன்மைக்கேற்ப இது கதைப்பாடலாக அமைந்துள்ளது. நூலின் இடையே அடிக்கடி அம்மானை என்ற சொல் வருவதால் இந்நூல் இப்பெயர் பெற்றிருக்கலாம்.

ஏனெனில் இந்நூல் அம்மானை எனும் பெயர் பூண்டிருந்தாலும் இஃது அம்மானை என்ற சிற்றிலக்கிய வகையைச் சார்ந்ததன்று என்றே கூறலாம்.

சிலப்பதிகாரம் அம்மானை வரி முற்றிலும் கலித்தாழிசையில்

அமைந்தது. திருவாசகம் திருவம்மானை தரவுக் கொச்சகக் கலிப்பா வாக அமைந்தது. பிள்ளைத் தமிழில் அம்மானைப் பருவம் ஆசிரிய விருத்தங்களாக அமைந்தவை. இத்தகைய யாப்பு வரன்முறை களுக்குட்பட்டு சிவகங்கைச் சரித்திர அம்மானை அமைந்ததல்ல.

சிவகங்கைச் சரித்திரக்கும் அம்மானைக்கும் இடையே கதை நிலையில் வேறுபாடு எதுவும் இல்லை. மேலும் இரண்டு இலக்கிய நூல்களிலும் கதை ஒரே பாங்கிலேயே சொல்லப்பட்டுள்ளது.

சிவகங்கைச் சரித்திர அம்மானை சார்வர் ஆண்டு (1840) வைகாசித் திங்கள் 30ஆம் நாள் எழுதி முடிக்கப்பட்டதாகவும் சித்திரபானு ஆண்டு 1881 ஆவணித் திங்கள் 31 ஆம் நாள் வியாழக்கிழமை இந் நூலைப் பாஞ்சாலங்குறிச்சி முத்துவீரப்பன் மகன் முத்துசாமி பிரதி எடுத்து முடித்ததாகவும் பாடல் குறிப்பு சொல்கிறது.

சிவகங்கைப் பற்றியும் மருது சகோதரர்களுடன் போர் செய்தது பற்றியும் ஆங்கிலேயர் எழுதி வைத்த குறிப்புகளுடன் இவ்வம் மானைச் செய்திகள் ஒத்துச் செல்கின்றன.

இந்த சரித்திர அம்மானையில் சிவகங்கைச் சீமை பற்றியும் போர் நிகழ்வுகள் குறித்தும் தெளிவான புள்ளி விபரங்களுடன் கூறும் தன்மை அமைந்துள்ளது.

பாஞ்சாலங்குறிச்சி அமைச்சர் சிவசுப்பிரமணியப் பிள்ளை ஆங்கி லேயரிடம் கொள்ளையடித்த ஆண்டு இரவுத் திரி ஆண்டு ஆனித் திங்கள் என்றும், கும்பினியாருடன் ஊமைத்துறை நடத்திய போர் துன்மதி ஆண்டு (1801) சித்திரைத் திங்கள் முதல் ஆனித்திங்கள் வரை என்றும் கூறுகின்றார்.

சிவகங்கைப் பாளையத்தின் வரலாற்றில் பங்கேற்றவர்கள் ஏறக் குறைய எழுபது பேர் இதில் குறிப்பிட்டுள்ளனர். அதுபோன்று சிவகங்கைப் பாளையத்தின் முக்கியமான 120 ஊர்கள் பற்றிய குறிப்பும் உள்ளது.

இவ்வாறாக ஊர்ப்பெயர்கள், படைத்தலைவர்களின் பெயர்கள் நிகழ்ச்சிகள் நடைபெற்ற காலம் போன்ற வரலாற்றுப் பின்புலங் களை ஆசிரியர் தெளிவாகக் கூறுகிறார்.

குறிப்பாக ஆனந்தூர் போரில் கலந்து கொண்ட வீரர்களைப் பற்றி அம்மானை இவ்வாறு கூறுகிறது.

'வெள்ளிக் காளஞ்சி வேந்தன் படை ஆயிரமும்
துள்ளு குட்டி மன்னன் சொந்தசனம் ஆயிரமும்
குடைக்காரக் குப்பணன குறித்த தளம் ஐந்நூறும்
வடக்கூர் வெரி மருது வகைசனம் அப்படியே'

எனத் தொடர்ந்து ஏறக்குறைய நூறு அடிகள் 27000 வீரர்கள் போரில் கலந்து கொண்டதைக் கூறுகிறது.

இந்த ஆனந்தூர் போரானது 'ஆனந்த ஆண்டு ஆனி மிதுனமதில் தானந்த மாதம் தமிழ் ஆறாந் தேதியிலே' நடைபெற்றதாக ஆசிரியர் குறிப்பிடுகிறார்.

இதுபோன்றே மருது சகோதரர்கள் படை நடத்திய மார்ட்டின்ஸ் துரையுடன் போரானது 'மிக்க புகழ் விளங்கும் விருச்சிகத்தின் மாத மதில்கள் கடகச் சந்திரன் யோகந்தனிலெங்கும்' என்று நடைபெற்ற காலத்தை குறிப்பிட்டுள்ளார் ஆசிரியர்.

மருது சகோதரர்கள் தொடர்பான வரலாற்றுக் குறிப்புகளை ஆங்கி லேயரை குறித்து வைத்திருக்காவிட்டாலும் கூட இந்த அம்மானை கதைப் பாடல்களில் உள்ள செய்திகளைக் கொண்டு அவர்களின் வரலாற்றை நெறிப்படுத்தி விடலாம் என்பது மறுக்க இயலா உண்மை! சிவகங்கை சரித்திரக்கும்மி மருது சகோதரர்களின் வாழ்வியலை மிகவும் உணர்வுபூர்வமாகச் சொல்லும் இலக்கியமாக அமைந்துள்ளது.

சிறையில் அடைபட்டுக் கிடக்கும் பெரிய மருது உயிர் மீதுள்ள வேட்கையால் அடிபணிவார் என நினைத்து கௌரி வல்லாப உடையத் தேவர் தூது அனுப்புகிறார். ஆனால் பெரிய மருது தூது வனிடம் கூறிய வீரமொழிகள் ஓர் ஒப்பற்ற பெருவீரராக அவரை உயர்த்திக் காட்டுகின்றன. உயிரை விட மானத்தைப் பெரிதாக மதித்த வீரப்பண்பை பெரிய மருதுவின் வாய்மொழியாகவே ஆசிரியர் கூறுமிடத்தில் இவரது கதாபாத்திரம் மிளர்கிறது என்பது புரிகிறது.

'தம்பி மனை மக்கள் சகலரையும் நானிழந்து
வெம்பி உலகாள விரும்புமோ சொல்லுமடா
வாழும் சிவகங்கை மாநகரிலேயிருந்து
ஆளுஞ்சு காயுனது ஆதரவு வேண்டேன்
எத்து வகையாக எங்களையும் காண் தாஏனாடுக்கி
வைத்ததொரு கும்பினியார் மின்னனையும் அப்படியே
ஒடுக்க வகை பார்ப்பார் உள்ளவிதம் நா முரைத்தோம்
எடுப்பாய் நடவாதபடி இருக்கவே வேணுமென
சொன்னோ மெனலேதான் சொல்லடா தூதுவனே'

என்று கூறும்போது பெரிய மருதுவின் தன்மானமும் பாசமும் வீரமும் போட்டி போட்டுக் கொண்டு அணிவகுத்து நிற்பதைக் காண முடிகிறது.

அதுபோன்றே காட்டில் தனியாய் இருந்த போது உற்றார் உறவினரைக் காண்பதற்காக ஏங்கி அவர் புலம்பிய மொழிகள் உள்ளத்தை உருக்குவனவாகும்.

பெரிய மருது தம்முடைய மரண வாக்குமூலத்தில் ஊமைத்துரைக்கு சின்ன மருது ஆதரவு தந்ததை தவிர தாம் எந்த உதவியும் செய்ய வில்லை என்று கூறுகிறார்.

ஆனால் அம்மானை நூலில் ஊமைத்துரைக்கு இவ்விருவரும் மிகுந்த ஆதரவு தந்ததாகவும் பரிவுடன் அவரை நடத்தியதாகவும் குறிப் பிட்டுள்ளது.

ஊமைத்துரைக்கு மருது சகோதரர்கள் ஆதரவளித்ததை வரலாற்றுச் சான்றுகள் உறுதிபடுத்துகின்றன.

■

3. மருது பாண்டியர் வரலாறு கூறும் மயூரகிரிக் கோவை

இராமநாதபுரம் அவையின் அவைக்கள புலவராக இருந்த சர்க்கரைப் புலவரின் மகனான சாந்துப் புலவர் மருது பாண்டியர் வரலாற்றுப் புகழ்பாடும் ஆவலில் எழுதப்பட்ட நூல்தான் மயூரகிரிக் கோவையாகும்.

இந்தக் கோவை மொத்தம் 536 கட்டளை கலித்துறைப் பாடல்களை கொண்டதாகும். இதில் 14 பாடல்கள் பெரிய மருதுவின் புகழ்பாடு பவையாகும்.

மயூரகிரிக் கோவை இயற்றிய சாந்துப் புலவருக்கு பெரிய மருது காளையார் கோயில் அருகிலுள்ள 'புலவன் மருதன்குடி' என்னும் சிற்றூரை முற்றூட்டாக வழங்கியதாக ஒரு பாடல் கூறுகிறது.

'ஒருதன் குடியென்று உரையாமல் தானும் உயர்வு பெற
மருதன் குடிதனைத் தந்தான் மருது மகி பதியே'

என்று இப்பாடல் பெரிய மருதுவை புகழ்கிறது.

சாந்துப் புலவர் பெரிய மருதுவின் மீது அளவுகடந்த அன்பு பூண்டிருந்தார். பெரிய மருது தூக்கிலிடப்பட்ட ஒரு வாரத்திற்குள்

இவரும் இறந்து விட்டார். ஆங்கிலேயரை எதிர்த்து நடைபெற்ற போரில் இவரும் கலந்து கொண்டதாக சிவகங்கைச்சரித்திர அம்மானை கூறுகிறது.

மயூர கிரிக்கோவையின பாட்டுடைத் தலைவனாக குன்றக்குடி யில் கோயில் கொண்டுள்ள முருகப் பெருமானையே வைத்துப் பாடியுள்ளார் சாந்துப்புலவர்.

பெரிய மருது ஒருமுறை பிளவை நோயால் அல்லலுற்றார். மருத்துவர்களின் உதவியாலும் நோய் வலி தீரவில்லை. இதனை யறிந்த பெரியர் ஒருவர் முருகப் பெருமானின் அருள் பெற்றவர்கள் திருநீறு இட்டால் இந்நோய் தீருமென்றார்.

தனவைசியச் செட்டியார்கள் முருகப்பெருமானைக் குல தெய்வ மாக வழிபடுகின்றவர்களாகையால் அவர்களில் ஒருவரிடமிருந்து திருநீறு இட்டால் இந்நோய்த் தீருமென்றார்.

அப்பெரியவர் கூறியபடியே பக்தியில் சிறந்த தனவைசியச் செட்டியார் ஒருவரை அழைத்து வர பெரிய மருது பணித்தார்.

காடன் செட்டியார் என்னும் உப்பு வணிகரை ஏவலாளர்கள் அழைத்து வந்தனர். பெரிய மருதுவின் நோய் தீரும் பொருட்டு அவருக்கு திருநீறு அளிக்க வேண்டினர். காடன் செட்டியாரும் முருகனை வேண்டினார்.

நோயில் கடுமையால் நெடுநாட்களாகத் தூக்கமில்லாமல் இருந்த மருது அன்றிரவு அயர்ந்து தூங்கினார்.

தூக்கத்தின்போது இளம் துறவி ஒருவர் கையில் மயிலிறகுடன் தோன்றி திருநீற்றைப் பிளவையில் வைத்து மறைவதைப் போல் ஒரு கனவு கண்டார். கனவும் தூக்கமும் கலைந்து எழுந்தபோது பிளவை யின் கடுமை அறவே தணிந்ததைப் போல உணர்ந்தார்.

காடன் செட்டியாரன் வேண்டுதலால் தான் தம் நோய் தீர்ந்தது என நினைந்து அவருக்கு பல சிறப்புகளைச் செய்தார். அவரது குல தெய்வம் குன்றக்குடியில் உறைவதை அறிந்து அவருடன் குன்றக்குடி சென்று முருகனை வழிபட்டார்.

கோயில் கோபுரம் பொலிவிழந்து இருப்பதைக் கண்டதும் புதிய கோபுரம், மண்டபம், மதிற்சுவர் ஆகியவற்றைப் புதிதாக அமைக்க ஏற்பாடு செய்தார்.

செம்பொன்மாரி முதலிய சிற்றுவர்களை அக்கோயிலுக்கு முற்றூட்டாக அளித்தார். மருதாபுரி என்னும் பொய்கையையும் தென்னந்தோப்பையும் ஏற்படுத்தி அழகு பொழியச் செய்தார்.

இறைவனுக்கு வெள்ளிமயில் வாகனமும் பொற்கவசமும் திருத் தேரும் அளித்தார் பெரிய மருது. அவ்விறைவனை சிறப்பித்து ஒரு சிற்றிலக்கியம் இயற்றச் செய்தார்.

அவ்வாறு பெரிய மருதுவின் வேண்டுகோளுக்கிணங்க இயற்றப் பட்ட இலக்கியமே சாந்துப் புலவரின் மயூரகிரிக் கோவையாகும்.

பெரிய மருதுவுக்கும் சாந்துப் புலவருக்கும் இடையேயான நட்பும் தொடர்பும் பற்றி சாந்துப் புலவரின் வழித்தோன்றலான சர்க்கரை இராமசாமிப் புலவர் இந்நூலில் கூறியுள்ளார்.

சாந்துப்புலவர் பாண்டிய நாட்டில் தேவாரம் பாடப்பெற்ற தலங் களுள் ஒன்றான திருப்புன வாசலுக்கு மூன்று கடிகை வேளாள குலத்தைச் சேர்ந்தவரும், இராமநாதபுரம் சமஸ்தான புலவராகவும் விளங்கிய சீனிச்சர்க்கரைப் புலவருடைய குமாரராவார்.

இவர் தம்முடைய தந்தையாரிடம் இலக்கண இலக்கியங்களை ஐயந்திரிபறக் கற்றுத் தேர்ந்தார்.

கி.பி 1780 ஆம் வருஷம் முதல் 1801 ஆம் வருஷம் வரையில் சிவகங்கையை ஆண்டு வந்த பெருங்கொடையாளரும், இம்மைப் பயன்கருதாது மறுமைப் பயனையே கருதிய வள்ளலும், அநேக தேவாலய பிரமாலய அன்ன சத்திரங்கட்குப் பல கிராமங்களை முற்றூட்டாக அளித்த தர்மப் பிரபுவும், ஐதர் அலியின் உதவியைக் கொண்டு நவாபுவின் படைகளை முறியடித்து வெற்றி மாலை கொண்ட இரணசூரருமாகிய மருது பாண்டியர், சேதுமார்க்கத்தி லுள்ள கலிய நகரியில் அன்னசத்திரம் கட்டுவதற்கு வந்திருப்பதைக் கேள்வியுற்று சர்க்கரைப் புலவர் அவரை காண ஆவல் கொண்டார்.

சித்திரக்கவி எழுதுவதில் வல்லவரான இவர் 'அட்ட நாகபந்தம்' ஒன்று எழுதிக் கொண்டு பெரிய மருதுவைக் காணச் சென்றார்.

புலவரைக் கண்ட பெரிய மருது மகிழ்ச்சியுடன் அவரை வரவேற்றார். தாம் கொண்டு வந்த சித்திரக் கவியை மருதுவிடம் கொடுத்தார்.

அவர் கொடுத்த அட்ட நாக பந்தத்தில் இன்னோர் அட்ட நாக பந்தமும் இருப்பதை அறிந்த பெரிய மருது, 'புலவரே! தங்கள் அட்ட நாக பந்தம் குட்டி போட்டிருக்கிறது போலும்' என்று கூறி எடுத்துக் கொண்டிருந்தார்.

அதைப் பார்த்த சர்க்கரைப் புலவர் தம்முடைய மகன் சாந்துப்புலவர் அதை எழுதியிருக்கக் கூடும் என்றும் அதைக் கவனியாது அரசரிடம் கொடுத்து விட்டதாகவும் கூறினார்.

அவருடைய மகனைக் காண விரும்பிய பெரிய மருது தம் சேவகர்கள் மூலம் அவரை வரவழைத்தார்.

சாந்துப் புலவரின் தமிழ்ப்புலமை கண்டு அவைக்களத்திலேயே பெரிய மருது வைத்துக் கொண்டார்.

இந்த மயூரகிரிக் கோவையில் 14 பாடல்களில் பெரிய மருதுவின் சிறப்பு பாடப்படுகிறது. பெரிய மருதுவின் பிளவை நோய் தீர்தற் பொருட்டு முருகப் பெருமானிடம் வேண்டியதாகக் கருதப்படும் காடன் செட்டியாரை இந்த மயூரகிரிக் கோவையின் 402ம் பாடலில் புகழ்ந்து பாடியுள்ளார் ஆசிரியர்.

சிவகங்கைச் சரித்திரக்கும், சிவகங்கை சரித்திர அம்மானை போன்றே இந்தக் கோவை நூலும் செய்யுள் வடிவில் எழுதப் பட்டிருக்கும்.

■

4. சரித்திரம் உரைத்த 'சிவகங்கைச் சரித்திரக் கும்மி'

சிவகங்கைச் சரித்திரக்கும் கும்மியானது ஒரு பாளையத்தின் வரலாற்றைக் கூறுவதால் பாட்டுடைத் தலைவர்களைப் பற்றி மட்டும் கூறாமல் வரலாற்றின் முன்பின் நிகழ்வுகளையும் விளக்கமாகக் கூறி அதனை முழுமைப்படுத்தியுள்ளது.

முத்துசாமிப் புலவரால் இந்த சிவகங்கைச் சரித்திரக்கும்மி பாடப்பட்டுள்ளது. இந்தக் கும்மியில் மருது சகோதரர்கள் சிவகங்கை ஆட்சிக்கு வருமுன் நிகழ்ந்த வரலாறு. மருது சகோதரர்களின் ஆட்சிக்கலை வரலாறு ஆகியவற்றை ஆசிரியர் விரிவாக கூறியுள்ளார்.

4341 அடிகளால் இயன்ற இக்கும்மிப்பாடல் எளிய நடையுடன் கூடியது. முதல் 124 அடிகள் முடிய அறிமுகப்பகுதியாகவும், 125 முதல் 4322 முடிய உள்ள அடிகள் கதைப் பகுதியாகவும், 4323 முதல் 4341 முடிய உள்ள அடிகள் வாழ்த்துப் பகுதிகளாகவும் அமைந்துள்ளது.

இக்கும்மியில் சிவகங்கை நகர்ச் சிறப்பு அதனைத் தலைநகராய்க் கொண்டு ஆண்டோர் வரலாறு சிவகங்கை மீது நவாபு படை யெடுப்பு, ஆங்கிலேயர் தலையீடு, மருது சகோதரர்களுக்கும் ஆங்கிலேயர்க்கும் நடைபெற்ற போர், கவுரிவல்லபராசனுக்கு சிவகங்கையை ஆளும் உரிமையை ஆங்கிலேயர் அளித்தது ஆகியவை பேசப்படுகின்றன.

மாண்புமிக்க மருது சகோதரர்கள், துரோகிகளால் காட்டிக் கொடுக்கப்படுவதும் கவுரிவல்லப உடையாத்தேவர் மருது சகோதரர்களுடன் சமாதானம் பேச முற்பட்டதும் அதற்கு அவர்கள் உடன் பட மறுத்ததும் இப்பாடல்களில் கூடுதல் இடத்தைப் பெற்றுள்ளன.

1084 ஆம் அடி தொடங்கி 4322 அடி முடிய 3238 அடிகளில் மருது சகோதரர்களின் ஆட்சிக்கால வரலாறு இலக்கிய நயத்துடன் கூறப் பட்டுள்ளது. இறுதிப் பகுதி வாழ்த்துப் பகுதியாக அமைந்துள்ளது.

சிவகங்கைச் சரித்திரக் கும்மியின் அறிமுகப் பாடல்களில் கடவுள் வாழ்த்து, அவையடக்கம் முதலியன கூறப்பட்டுள்ளது.

கதைப்பகுதியில் மருது சகோதரர்கள் சிவகங்கை ஆட்சிக்கு முன் நிகழ்ந்த முக்கிய வரலாற்று நிகழ்ச்சிகள், மருது சகோதரர்களின் ஆட்சிக்கால வரலாறு ஆகியவற்றை கூறுகிறார்.

பிரிக்கப்படாத மறவர்சீமையும் அதனை வழிவழியே ஆண்டு வந்த சேதுபதிகள் வரலாறு பவானிசங்கரன் போராடி ஆட்சியைக் காப்பாற்றியது, சசிவர்ணத் தேவர் கட்டையத் தேவருடன் தஞ்சை அரண்மனையில் அரசரின் ஆதரவுடன் தங்கியிருந்தது, புலி கையைக் கொன்று மன்னரின் பேரன்பைப் பெற்றது, பவானி சங்கரனைத் தோற்கடித்தது. மறவர் சீமையிலிருந்து சிவகங்கை பிரிந்து தோன்றியது பற்றியெல்லாம் கும்மி விரிவாகப் பேசுகிறது.

மேலும் சசிவர்ணத் தேவருக்குப பின் முத்து வடுகநாதர் ஆட்சி அமைத்தது, மருது சகோதரர்களின் பிறப்பு, அவர்கள் முத்து வடுக நாதரின் அரசியல் படைத்தலைவர்களாகச் சேர்ந்தது, உணர்வு பூர்வமாக விரிவாக்கப்பட்டுள்ளது.

ஆங்கிலேயர் படை உதவியுடன் ஆர்க்காட்டு நவாபு படையெடுத்தது, போரில் முத்து வடுகநாதர் இறந்தது, வேலுநாச்சியாரும் மருது சகோதரர்களும் ஹைதர் அலி ஆதரவு பெற்று சிவகங்கையை மீட்டது, மருது சகோதரர் ஆட்சி பொறுப்பு ஏற்றுகையால் இதில் அடங்கியது.

சிவகங்கைச் சீமையில் மருது சகோதரர்களின் நல்லாட்சி சிறப்பை ஆசிரியர் இக்கும்மியில் முழுமையாக பாடியுள்ளார்.

ஆண்டுக்கு ஒரு லட்சம் பொன்னைப் பெற்றுக் கொண்டு ஆட்சி அதிகாரத்தை ஆங்கிலேயருக்கு ஆர்க்காட்டு நவாபு தந்தது, அதிகாரம் பெற்ற ஆங்கிலேயர் நாட்டினை முறையாகப் பகுத்து நிர்வாகத்துக்கு ஏற்ப அமைத்தது, கும்பினியாருககு ஏற்ற பிள்ளை யாக நடந்து கொள்ள ஒப்புக் கொண்டதால் பெரிய மருது திறை செலுத்துவதிலிருந்து விலக்கு பெற்ற வரலாறும் ஒளிவு மறைவு இன்றி கூறப்பட்டுள்ளது இக்கும்மியில்.

மேலும் ஊமைத்துரை ஆங்கிலேயரை எதிர்த்துப் போர் செய்தது, ஊமைத்துரை சிவகங்கையில் தஞ்சம் புகுந்தது, கும்பினியர் அவரைத் தங்களிடம் ஒப்படைக்கும் படி வேண்டியது, மருது சகோதரர்கள் அதற்கு மறுத்தது, சிவகங்கையை அவர்கள் ஆளுவதற் குரிய உரிமை பற்றி கேட்டது, கவுரிவல்லப உடையாத் தேவருக்கு ஆட்சி உரிமை அளித்துப் பட்டம் கட்டியது, அதன் பின் மருது சகோதரர்கள் மீது போர் தொடுத்தது என சிவகங்கைச் சீமையின் அன்றைய வரலாற்றுச் செய்திகளை ஆற்றொழுக்காக சிவகங்கைச் சரித்திரக் கும்மி வர்ணிக்கிறது.

இக்கும்மியில் ஆசிரியரே கதையைக் கூறுவதைப் போல் கதைப் போக்கு அமைந்துள்ளது. கதையின் ஒவ்வொரு பகுதியையும் கூறி முடித்த பின் அடுத்த பகுதியை ஆசிரியர் தம் கூற்றாக கூறித் தொடங்குகிறார்.

பெரிய மருதுவை இக்கும்மியின் ஆசிரியர் ‘மருது மன்னன், துரை மால் மருது, தீரன் வெள்ளை மருதேந்திரன், திருமருது தீரன், சூரன் மருதேந்திரன், மருதேந்திர துரை, வெள்ளை மருதேந்திர

வீரான்கேசரி, அத்தன் மருது, அம்புவியாள் மன்னன் மருது துரை' என ஒவ்வொரு இடத்திலும் அடைமொழியிட்டு பெரிதும் புகழ்ந்து பாடியுள்ளார்.

அதுபோலவே சின்ன மருதுவை 'ஆண்டவன் மருது பாண்டியன், தீரன் சின்ன மருது, வல்லமை சேர் சின்ன மருது, வாடா மதிமுகத்தான் மன்னன்' என்று அடைமொழியிட்டு புகழ் கிறார் ஆசிரியர்.

இக்கும்மியில் வரலாற்றுத் தரவுகள் மிகுதியாக இடம் பெற்றிருப்ப தால் இப்பாடல் இலக்கியச் செழுமையை விட வரலாற்று பான்மை மிகுதியும் பெறுகிறது.

ஆற்காட்டு நவாப், ஆங்கிலேயர், வேலுநாச்சியார், மருது சகோதரர்கள், கவுரி வல்லப உடையத் தேவர் ஆகியோரின் செயல் பாடுகளில் ஊடுருவி ஆசிரியர்பால் சார்ந்து நின்று பாடுகிறார் என்று முடிவு செய்ய முடியாத அளவிற்கு வரலாற்றுச் செய்தியை மட்டும் தந்து விட்டுச் செல்கிறார்.

சின்ன மருது தம்மைப் பற்றியும் பெரிய மருது பற்றியும் தம்வாய் மொழியாகக் கூறுவது போல் நூலாசிரியர் ஓரிடத்தில் பாடியுள்ளார். அதில் இருவரின் வீரமும் அதன் விளைவுகளும் இருவரும் ஆற்றிய இறைப்பணிகளும் செய்த அறக் கொடைகளும் வெளிப்படுகின்றன.

அதுபோன்றே கர்னல் அக்கினியூவின் வாய்மொழியாக மருது சகோதரர்களைப் புகழ்ந்து ஆசிரியர் பாடியுள்ளார்.

மருது சகோதரர்களின் வாழ்வு சேர, சோழ, பாண்டியரின் வாழ்வை விட மேலானது என்றும் விக்கிரமாதித்தன், பட்டி அரசாண்டது போல் அவர்கள் சிவகங்கையை ஆண்டிருந்தனர் என்றும் வீடணன் போல் கௌரிவல்லப உடைய தேவன் அவர்களுக்கு உன் எதிரியாக வந்தான் என்றும் அக்கினியூவின் கூற்றாக கும்மியின் ஆசிரியர் கூறுகிறார்.

■

5. சாமியாரும் புலியை வென்ற சசிவர்ணத் தேவரும்

வீர பராக்கிரமம் பொருந்திய ஒரு மாவீரத்தை பரிசோதனை செய்து அடையாளம் காண்பதற்காகவே அந்தக் கொடும் புலியை கூண்டிலே அடைத்து பாதுகாத்து வந்தார் தஞ்சை மன்னர்.

தஞ்சை மன்னர் புலிச்சண்டைக்கு ஒரு நாளை நிர்ணயம் செய்து ஏற்கனவே அறிவிப்பு செய்திருந்தார்.

அந்த நாளை எதிர்பார்த்து ஒரு மாவீரரும் காத்துக் கொண்டிருந்தார். வரலாறு அவரை சிவகங்கை என்ற புதிய சீமையின் முதல் மன்னராக அவரது வீரத்திற்கு வெற்றிப் பரிசாக சிம்மாசனத்தை அளிப்பதற்கு காத்துக் கொண்டிருப்பதை அப்போது அவர் அறிந்திருக்கவில்லை. அவர்தான் சசிவர்ணப் பெரிய உடையத்தேவர்.

தனக்கென இருந்த 'நாலுகோட்டை பாளையத்தை' யும் கைநழுவ விட்டு நடைபாதசாரியாக காடுகளில் அலைந்து திரிந்து கொண் டிருந்த தினவெடுத்த மாவீரன் மட்டுமே இப்போது அவர்.

சிவகங்கையும் அதனைச் சுற்றியுள்ள பகுதிகளும் இருநூறு வருடங் களுக்கு முன் அடர்ந்த காடுகளாகவே இருந்தது. சிவகங்கை என்ற

பெயர் அப்போது இல்லை. அந்தக் காட்டுப் பகுதிக்கு வடக்கே ஐந்து கல் தொலைவில் உள்ள பகுதி 'நாலு கோட்டை' என்று அழைக்கப் பட்டது.

இராமநாதபுரத்தை ஆட்சி செய்து வந்த ரெகுநாத சேதுபதி என்ற கிழவன் சேதுபதி காலத்தில் (1674 - 1710) அம்மன்னர் 'நாலுகோட்டையைச் சேர்ந்த பெரிய உடையத்தேவர் என்பவருக்கு 300 வீரர்களைப் பராமரிப்பதற்கு போதுமான நிலங்களை வழங்கி னார். அதனால் பெரிய உடையத்தேவர் 'நாலுகோட்டை பாளையக் காரர்' என்று அழைக்கப்பட்டார்.'

நாலுகோட்டை பாளையக்காரர் பெரிய உடையத்தேவரின் மகன் தான் சசிவர்ண பெரிய உடையாத்தேவர்.

இராமநாதபுரத்த ஆண்ட கிழவன் சேதுபதிக்கு ஏராளமான மனைவியர் உண்டு. இவரது காதற்கிழத்தியின் மகள் அகிலாண்டேஸ்வரி நாச்சியாரை சசிவர்ணத் தேவருக்கு திருமணம் செய்து கொடுத்து 1000 வீரர்களை பராமரிப்பதற்கு போதுமான நிலங்கள் அவருக்கு வழங்கப்பட்டன.

கிழவன் சேதுபதி மறைவுக்குப் பிந்தைய ஆட்சிக்காலங்களில் அச்சமயம் இராமநாதபுரம் சீமையை ஆண்டு வந்த பவானி சங்கர சேதுபதி (1726-29) தன் ஆட்சிக்குட்பட்ட பாளையக்காரர்களைச் சரியாக நடத்தவில்லை.

அவர் சசிவர்ணப் பெரிய உடையாத் தேவரை நாலுகோட்டைப் பாளையத்திலிருந்து அகற்றி விட்டார். அதன் பின்னர் சசிவர்ண பெரிய உடையத்தேவர் காளையர்கோவில் காட்டு வழியாக கடந்து சென்று கொண்டிருந்தார்.

அங்கே சிவகங்கை எனும் நீருற்றின் அருகில் நாவற்பழ மரத்தடியில் தவம் செய்து கொண்டிருந்த சாத்தப்பையா என்ற முனிவரை சசி வர்ணத்தேவர் சந்தித்தார்.

ஞானியின் கடுமையான ஆழ்ந்த தவமுறைகளால் மனம் கவரப்பட்ட சசிவர்ணர் அப்படியே அவரது பாதங்களில் வீழ்ந்து வணங்கினார்.

தன்னுடைய அரசியல் வாழ்வில் நடைபெற்ற கடந்த கால நிகழ்ச்சி களை முனிவரிடம் விளக்கிக் கூறினார் சசிவர்ணர்.

அதனைக் கேட்டு பரிவும் இரக்கமும் கொண்ட அந்த ஞானி அவரை நீருற்றில் குளித்து வரும்படி கூறினார்.

அவருடைய காதில் சில மந்திர உபதேசங்களைக் கூறி விபூதி கொடுத்து ஆசீர்வாதம் செய்தார். உடனடியாக தஞ்சை மராட்டிய மன்னரைப் போய்ச் சந்திக்கும்படி அறிவுறுத்தினார்.

சிறந்த வீரர்களின் பராக்கிரமத்தை பரிசோதனை செய்வதற்காக தஞ்சை மன்னர் ஒரு கொடிய புலியை அடைத்து வைத்திருக்கிறார். தான் உபதேசித்த மந்திரத்தின் மகிமையால் புலியைக் கொன்று மன்னரின், நன்மதிப்பையும் நம்பிக்கையையும் பெற்றுக் கொள்ளும் படி ஞானியார் சசிவர்ணத் தேவருக்கு உபதேசித்தார்.

சசிவர்ண பெரிய உடையத்தேவர் அந்த ஞானியின் உபதேசத்தைப் பெற்றுக் கொண்டு தஞ்சாவூர் சென்று மராட்டிய மன்னரைச் சந்தித்தார்.

பவானி சங்கரை இராமநாதபுரம் ஆட்சிக் கட்டிலிலிருந்து அகற்றுவ தற்கு படை உதவி கோரி, இராமநாதபுர ஆட்சிக்கட்டில் உரிமை யுடைய கட்டயத்தேவர் என்பவரும் தஞ்சை மன்னரிடம் ஏற்கனவே தஞ்சமடைந்திருந்தார்.

கட்டயத் தேவரைச் சந்தித்த சசிவர்ணத்தேவர் மிகுந்த மகிழ்ச்சியும் நம்பிக்கையும் அடைந்தார்.

இந்நிலையில்தான் தஞ்சை மன்னர் ஏற்பாடு செய்திருந்த புலிச் சண்டைக்குரிய நாளும் வந்தது. ஆனால் அந்த குறிப்பிட்ட நாளில் புலியுடன் போராட எந்த வீரனும் வரவில்லை.

சசிவர்ண தேவர் மட்டுமே துணிச்சலுடன் புலியுடன் சண்டையிடத் தயாரானார். அவர் தனி ஒருவராக அந்தக் கொடும்புலியுடன் சண்டையிட்டுப் போராடி அதைக் கொன்றார்.

சசிவர்ணத் தேவரிடம் பீறிட்ட மாவீரம் தஞ்சை மன்னரை அப்படியே சொக்க வைத்து விட்டது. மிகவும் மனம் புளகாங்கித மான நிலையில் தன்னுடைய மெய்க் காப்பாளராக இருக்கும படி வேண்டி அப்பதவியை சசிவர்ணத் தேவருக்கு அளித்தார்.

■

6. சாத்தப்ப முனிவரும் சசிவர்ணத் தேவர் திருமணமும்

ஆரம்பத்தில் சசிவர்ணத் தேவர் 'கன்று மேய்க்கி சசிவர்ணப் பெரிய உடையத்தேவர்' என்று அழைக்கப்பட்டு வந்ததற்கு காரணம் இருந்தது.

'நாலு கோட்டை' கிராமத்தின் மறவர் சமூகத்தைச் சேர்ந்த சசி வர்ணப் பெரிய உடையத் தேவர் ஆடுமாடுகளை மேய்த்து பல நேரங்களில் பொழுதைக் கழிக்கும் பழக்கமுடையவராகவும் இருந்துள்ளார்.

சாத்தப்பைய முனியவர் சசிவர்ண தேவரின் வாழ்வில் ஏற்பட்ட பல திருப்பு முனைகளுக்கு காரணமாக இருந்தவர்.

அவரை சந்திக்கும் பாக்கியம் ஒருநாள் முதன் முதலாக அப்படி கால் நடை மேய்ச்சலுக்கு சென்ற நேரத்தில் தான் சசிவர்ணத் தேவருக்கு வாய்ப்பு கிட்டியது.

சசிவர்ணத் தேவர் கால்நடைகளை மேய்ச்சலுக்கு விட்டு விட்டு கண்மாய்க்கரையில் ஒரு மரத்தடியில் படுத்து ஆழ்ந்த உறக்கத்தி லிருந்தார்.

அச்சமயம் அவ்வழியாக வந்த சாத்தப்பைய முனிவர் உறக்கத்தி லிருந்த சசிவர்ணத் தேவரைப் பார்த்தார்.

சசிவர்ணத் தேவருடைய உள்ளங்கையில் சங்கு சக்கர ரேகைகளும், காலில் பாத சக்கர ரேகைகளும் இருப்பதைப் பார்த்து விட்டு அவர் அரசராக ஆட்சி செய்வதற்கான அனைத்துத் தகுதிகளும் திறமை களும் நிறைந்தவர் என்பதை தன்னுடைய ஞான திருஷ்டியால் அறிந்து கொண்டார்.

அதன் பின்னர் சசிவர்ணத் தேவரை எழுப்பி அவரை குளித்து வரச் சொல்லி திருநீறு இட்டு அவரை ஆசீர்வதித்ததுடன் அந்த முனிவர் இராமநாதபுரம் மன்னர் முத்து விஜய ரெகுநாத சேதுபதியிடம் அழைத்துச் சென்றார்.

இராமநாதபுரம் சேதுபதி மன்னர் முனிவரை வணங்கி மரியாதை செய்து சிறப்புகள் அனைத்தும் செய்தார்.

அப்போது சசிவர்ணத் தேவரின் எதிர்காலம் பற்றிய தன்னுடைய தீர்க்க தரிசனத்தை கூறிய முனிவர், நாலுகோட்டைத் தேவர் சசி வர்ணருக்கு சேபதியின் மகள் அகிலாண்டேஸ்வரியை திருமணம் செய்து கொடுக்குமாறு கேட்டுக் கொண்டார்.

தவமுனிவரின் கட்டளையை ஏற்று சேதுபதி மன்னர் தனது மகள் அகிலாண்டேஸ்வரியை நாலுகோட்டை தேவர் சசிவர்ணருக்கு திருமணம் செய்து கொடுத்தார்.

அதன் பின் மணமக்கள் இருவரையும் வெகு விமர்சையாக சேதுபதி மன்னர் நாலுகோட்டைக்கு அனுப்பி வைத்தார்.

இராமநாதபுரம் சீமையில் விசாலமான அரண்மனையில் சீரும் சிறப்புமாக வாழ்ந்தவர் அகிலாண்டேஸ்வரி நாச்சியார். கூப்பிட்ட குரலுக்கு பணிவிடை செய்ய பணிப் பெண்கள் பலருண்டு அங்கே.

நீராடக் குளங்கள் உண்டு. உடை மாற்றிக் கொள்ளவும் உணவருந்த வும், இளைப்பாறவும் தனித்தனி மண்டபங்கள் உண்டு.

ஆடம்பரத்திலும், சுகபோகத்திலும் திளைத்த அரசிளங்குமரி அகிலாண்டேஸ்வரி திருமணத்துக்குப் பின் புகுந்த வீடாகிய நாலு

கோட்டைக்குள் வந்ததும் தலையெல்லாம் சுற்றியது.

எங்கு பார்த்தாலும் மண் குடிசைகள். அதற்கு மத்தியில் கணவருடன் எளிய குடித்தனம். எங்கு பார்த்தாலும் பசுக்களும் கன்றுகளும்.

வசதி குறைவான வாழ்க்கை ஏற்படுத்திய கோபம் அகிலாண்டேஸ்வரிக்குள் ஆத்திரத்தை ஏற்படுத்தியது. கணவருடன் அடிக்கடி வாக்குவாதம். மனம் ஒத்துப் போகவில்லை. நாளும் இருவருக்கிடையே சண்டைகளை விதைத்தது.

அதன் காரணமாக அகிலாண்டேஸ்வரி நாச்சியார் நாலு கோட்டைப் பாளையத்தை விட்டு அகன்று இராமநாதபுரம் திரும்பிச் சென்று விட்டார்.

அகிலாண்டேஸ்வரி நாச்சியார் தனது தந்தை முத்து விஜய ரகுநாத சேதுபதியிடம் நாலுகோட்டை பாளையத்தின் அவல நிலையை எடுத்துக் கூறினார்.

அருமை மகள் அங்கு அல்லலுற்ற நிலை கேட்டு அடங்காத கோபம் கொண்டார் சேதுபதி மன்னர்.

எனினும் தனது மகள் இராமநாதபுரம் அரண்மனையில் அனைத்து சுகங்களையும் முன் போலவே அனுபவித்து மகிழ எல்லா வசதிகளையும் செய்து கொடுத்தார்.

சசிவர்ணத் தேவர் நாலு கோட்டையிலும் அகிலாண்டேஸ்வரி இராமநாதபுரத்திலும் பிரிந்து வாழ்ந்து வந்தனர். இவ்வாறு மாதங்கள் பல கடந்தன.

சிவகங்கை மாவட்டத்தில் உள்ள வைணவ திருத்தலமான திருக்கோஷ்டியூருக்கு அருகில் அரளிக் கோட்டை எனும் கிராமம் இருந்தது.

அந்த ஊரில் கார்காத்த வேளாளர் இனத்தைச் சேர்ந்த காத்தவராய பிள்ளை என்பவர் கணக்குப் பிள்ளையாக இருந்தார்.

அவரது நான்கு பிள்ளைகளில் கடைக்குட்டியாக 1700 ஆம் ஆண்டு

பிறந்த தாண்டவராயன் என்பவர் சிறுவயதிலிருந்தே கல்வி கேள்விகளில் சிறந்து விளங்கினார்.

கணிதத்திலும் சோதிடத்திலும் தன்னை ஒரு அறிஞனாக வித்தகனாக மாற்றிக் கொண்டார்.

தான் எடுக்கும் எந்த ஒரு காரியத்தையும் விடாமுயற்சியுடன் மிகச் சிறப்பாக வெற்றிகரமாக முடிக்கும் ஆற்றலும் அறிவும் ஆர்வமும் கொண்டவராக தாண்டவராயன் விளங்கினார்.

நாலுகோட்டையில் சசிவர்ண பெரிய உடையத் தேவருடன் நெருங்கிய நட்பு கொண்டிருந்த தாண்டவராய பிள்ளைக்கு கணவனும் மனைவியும் பிரிந்த நிலையில் வாழ்ந்து வருவது மனதை மிகவும் வேதனைப்படுத்தியது.

சசிவர்ண பெரிய உடையத் தேவரையும் பிரிந்து வாழும் அகிலாண்டேஸ்வரி நாச்சியாரையும் ஒன்று சேர்த்து வைக்க விரும்பிய தாண்டவராயப் பிள்ளை அதற்கான செயல் திட்டம் ஒன்றை வகுத்து களத்தில் இறங்கினார்.

தாண்டவராயப் பிள்ளை தங்கத்தில் இரு காலணிகள் தயார் செய்தார். அவர் உருவாக்கிய அந்தத் தங்கக் காலணிகளை எடுத்துக் கொண்டு இராமநாதபுரம் சென்றார்.

சந்திக்க அனுமதி பெற்று மன்னர் விஜயரகுநாத சேதுபதியை அவரது அவையில் தாண்டவராயப் பிள்ளை சந்தித்தார்.

அப்பொழுது தாண்டவராயப் பிள்ளை தான் தயார் செய்து கொண்டு வந்திருந்த தங்கக் காலணிகளைத் தலையில் சுமந்து கொண்டு சேதுபதி மன்னரிடம் உரையாடிக் கொண்டிருந்தார்.

அதைக்கண்ட மன்னர் தாண்டவராயப் பிள்ளையை எள்ளி நகையாடி கேலியும் கிண்டலும் செய்தார்.

அதனைக் கண்ட தாண்டவராயப் பிள்ளை, 'அரசே நான் தலையில் சுமந்து கொண்டிருக்கும் காலணிகள் தங்கத்தால் செய்யப்பட்ட விலை மதிப்புமிக்கவை. எனவே தயவு செய்து என்னைக் கேலி செய்ய வேண்டாம்' என்று மன்னரிடம் பணிவாகக் கேட்டுக் கொண்டார்.

அதற்கு மன்னர் 'காலணிகள் தங்கத்தால் தயார் செய்யப்பட்டு விலை மதிப்புடையவையாக இருப்பினும் அவை கால்களுக்கு அணிய வேண்டியவைகளேயாகும். எனவே நீங்கள் அந்தக் காலணிகளைத் தலையில் சுமந்து கொண்டு அவையில் நிற்பது அரசரையும் அவையையும் அவமதிக்கும் செயலாகும் என்றார்.'

அதற்கு தாண்டவராய பிள்ளை 'அரசே! நான் அரசவையை நிந்திக்கும் நோக்கத்தில் இந்த அவையின் முன் நிற்கவில்லை. தங்களை அவமதிக்கும் எண்ணமும் என் மனதில் சிறிதளவும் இல்லை.

ஒரு பெண் உயிர்குடியிற் பிறந்து செல்வத்திலும் சிறப்பிலும் தந்தையின் வீட்டில் வாழ்ந்து வந்தாலும், அவளது திருமணத்திற்கு பின்னர் அவள் திருமணம் செய்த கணவருக்குத்தான் சொந்தம்.

கணவரைக் கரம்பிடித்த அப்பெண் கணவரை மதித்து அவரது இன்ப துன்பங்களை சரிசமமாக பங்கு கொண்டு இல்லறத்தை இனிதே நடத்த வேண்டும். கணவர் சொல்லுகிற வார்த்தைக்கு மதிப்பளித்து அவர் சொல்லுகிறபடி தான் மனைவி நடந்து கொள்ள வேண்டும். தங்கக் காலணிகள் என்பதற்காக தலையில் வைத்துக் கொள்ளக் கூடாது.

தங்கள் அருமைப் புதல்வி அரசகுமாரி சசிவர்ணப் பெரிய உடையத் தேவரின் மனைவியான பின்னர் அவரின் கட்டளைக்கு பணிந்து நடந்து கொள்ள வேண்டும். அவரின் வார்த்தைக்கு மதிப்பளித்து நடந்து கொள்ள வேண்டும்.

அரசே! மேலும் தாங்களும் தங்கள் மருமகன் ஏழ்மையை அகற்ற உங்கள் தகுதிக்கேற்ற வகையில் சசிவர்ணத் தேவரையும் உங்கள் அளவிற்கு சம அந்தஸ்தில் உயர்த்தி இருக்க வேண்டும். அரசே! இந்தக் கருத்தை தங்களிடம் எடுத்துச் சொல்லியதற்காக தயவுசெய்து என்னை மன்னித்து பிழை பொறுத்து அருள வேண்டும்' என்று அறிவு நிறைந்த சாதுர்யமான பேச்சால் சேதுபதி மன்னருக்கு பணிவாகத் தாண்டவராய பிள்ளை சுட்டிக் காட்டினார்.

தாண்டவராய பிள்ளையின் சாதுர்யமான பேச்சால் கவரப் பட்ட சேதுபதி மன்னர் அந்தக் கருத்தில் இருந்த அடிப்படையான உண்மையை உணர்ந்தார்.

தனக்கு இணையாக தனது மருமகன் சசிவர்ணத் தேவருக்கும் தனது நாட்டின் சில பகுதிகளை பிரித்துக் கொடுத்துக் கௌரவிக்கும் யோசனையினை தன் மனதில் ஆழமாக விதைத்துக் கொண்டார்.

■

7. சிவகங்கைச்சீமை உருவான கதை

தஞ்சை மன்னர் சசிவர்ணத் தேவருக்கு தனக்கு நிகராாக சம அந்தஸ்து வழங்கி மரியாதை செய்து சிறப்பித்தார். மேலும் அவர் மீது மாளாத அன்பு காட்டினார்.

இக்காலகட்டத்தில் தஞ்சை அரண்மனைக்குள் ஒரு சதித்திட்டம் அரங்கேற ஆலோசிக்கப்பட்டுக் கொண்டிருந்தது.

தஞ்சை மன்னரை வஞ்சகமாகக் கொன்றுவிட்டு ஆட்சியைக் கைப்பற்றும் பேராசையில் மன்னரின் உறவினர் சதித்திட்டம் தீட்டி யிருந்தார். மன்னரின் தலைமைத் தளபதியுடன் நெருக்கமான நட்பையும் நம்பிக்கையையும் பெற்றிருந்த அவர் அந்தச் சதியை நிறைவேற்ற ஒரு சந்தர்ப்பத்தை எதிர்பார்த்துக் கொண்டிருந் தார்கள்.

காளைச் சண்டை என்றால் கண்கொட்டாமல் ரசித்துப் பார்க்கும் ஆர்வம் கொண்டவர் தஞ்சை மன்னர்.

வீர விளையாட்டான காளைச் சண்டை விளையாட்டுக்கு ஒருநாள் தஞ்சை மன்னர் ஏற்பாடு செய்திருந்தார். சதிக்குழுவினர் இந்த

நிகழ்வை தங்களுக்கு சாதகமாகப் பயன்படுத்திக் கொள்ள விரும்பினர்.

அந்த விளையாட்டு தினத்தன்று காளைச் சண்டையைக் காணும் ஆவலில் தஞ்சை மன்னர் வேகமாக நடந்து வந்து கொண்டிருந்தார்.

அச்சமயத்தில் கொடூர எண்ணம் கொண்ட முரட்டுக்காளை யொன்று அரசரை நோக்கி வேகமாகப் பாய்ந்து ஓடி வந்தது.

அந்தக் காளை அரசரை முட்டிக் கொல்வதற்கான சதித்திட்டத் தினை எதிரிகள் வகுந்திருந்தனர்.

ஆனால் எதிர்பாராத விதமாக அரசரின் அருகிலிருந்த மெய்க் காப்பாளரான சசிவர்ணத் தேவர் ஓடிச்சென்று பாய்ந்து காளையின் கொம்புகளை ஒரு கையால் பிடித்து அதை அடக்கினார்.

மறுகையால் தன்னுடைய வாளால் காளையின் கொம்புகளை வெட்டியெறிந்து அதனைத் தனது காலால் எட்டி உதைத்தார். முரட்டுக்காளை நிலை குலைந்து தரையில் வீழ்ந்து மடிந்தது.

இந்தச் சம்பவம் தஞ்சை மன்னரை மெய்சிலிர்க்கச் செய்தது. சசி வர்ணத் தேவர் மீதான அன்பும் மதிப்பும் பன்மடங்கு பெருகியது.

தஞ்சாவூருக்கு சசிவர்ணத் தேவர் வந்ததின் நோக்கத்தை இப்போது மன்னர் விரிவாக கேட்டார்.

'அரசே! இராமநாதபுரம் இராஜ்யத்தில் நான் இழந்த பகுதியை மீண்டும் பெறுவதற்கு அரசர் படை உதவி செய்ய வேண்டும்.

சேதுநாட்டின் சேதுபதி உடையத் தேவர் என்ற விஜய ரகுநாத சேதுபதி தன்னுடைய மகள் அகிலாண்டேஸ்வரிய எனக்கு திருமணம் செய்து கொடுத்ததுடன் ஆயிரம் படைவீரர்களுக்கு தளபதியாக்கி வெள்ளிக் குறிச்சிக்கு என்னை ஆளுநராக்கி அழகு பார்த்தார்.

விஜயரகுநாத சேதுபதி மரணத்துக்குப் பின் 'தண்டத்தேவர்' என்று அழைக்கப்பட்டு வந்த சுந்தரேச சேதுபதி பட்டத்துக்கு வந்தார்.

சுந்தரேச சேதுபதி பட்டத்துக்கு வந்தது பலருக்கும் பிடிக்க வில்லை. குறிப்பாக கிழவன் சேதுபதியின் காமக் கிழத்தியின் மகனாகிய பவானி சங்கரத் தேவனுக்கு அறவே பிடிக்கவில்லை.

எப்படியும் தாம் ஆட்சியைப் பிடிக்க வேண்டும் என்ற எண்ணம் கொண்டவனாக இருந்த பவானி சங்கரத்தேவன் தஞ்சை மன்ன ராகிய உங்களிடம் தஞ்சம் புகுந்து தனக்கு ஆதரவு தர வேண்டு மென்று கேட்பது அனைவரும் அறிந்தது தானே' என்று சசிவர்ணத் தேவர் கூறியதைக் கேட்டு புருவத்தை உயர்த்தி சிரித்துக் கொண்டே தஞ்சை மன்னர் துல் ஹாஜி இடைமறித்துப் பேசினார்.

“அந்த நயவஞ்சகன் பவானி சங்கரத் தேவனைப் பற்றிய மிஞ்சிய கதையை நான் கூறுகிறேன் சசிவர்ணத் தேவரே! கேளுங்கள்.

இங்கு வந்து அவன் ஆதரவு கேட்டான். தஞ்சையே கதியென்று காலில் கிடந்தான். தான் ஆட்சிக்கு வந்தால் பாம்பன் ஆற்றுக்கு வடக்கேயுள்ள பகுதியை தஞ்சை மன்னனுக்கு நன்றிக் கடனாகத் தந்து விடுவதாக வாக்களித்தான்.

நானும் அவன் வார்த்தைகளை நம்பி சம்மதித்தேன். தஞ்சைப் படைகள் பவானி சங்கரத் தேவனுக்கு ஆதரவாகச் சென்று இராமநாதபுரத்தை முற்றுகையிட்டன.

சுந்தரேச சேதுபதி தூக்கியெறியப்பட்டான். சில தினங்களுக்குள் அவனை பவானி சங்கரத் தேவன் கொலையும் செய்து விட்டான்.

இப்படியாகத்தான் அவன் அரியணை ஏறினான். அக்கிரமங்களும் அநியாயங்களும் தொடர்ந்து செய்து வருகிறான்.

அரியனை ஏறிய பின்னர் தஞ்சை மன்னனை மதிக்கவும் இல்லை. கூறியபடி பாம்பன் ஆற்றிற்கு வடக்கேயுள்ள பெரும் பகுதியை எனக்கு கொடுக்கவும் இல்லை.

வாக்குறுதியை காற்றில் பறக்கவிட்ட பவானிசங்கரத் தேவனுக்கு முடிவு கட்டும் நாளுக்கு நானும் காத்துக் கொண்டு தானிருந்தேன்.

இதோ அமர்ந்திருக்கும் கட்டயத்தேவர் அந்த பவானிசங்கரத் தேவனின் தம்பி இவரையும் இராமநாதபுரத்தை விட்டே நாடு

கடத்தினான் அவன். அண்ணனுக்கு எதிராக போர்க்கொடி தூக்கி தஞ்சை மன்னனிடம் தஞ்சம் புகுந்துள்ளார்.

பவானி சங்கரத் தேவனுக்கு சங்கு ஊதும் நாள் வந்து விட்டது சசிவர்ணத் தேவரே....” என்றார் தஞ்சை மன்னர் துல்காஜி.

சசிவர்ணத் தேவரது வேண்டுகோளுக்கிணங்கி, சசிவர்ணரது இழந்த பகுதியை மீட்டுக் கொடுக்கும்படி தஞ்சை அரசர் தனது தளபதிக்கு கட்டளையிட்டார்.

மேலும் சசிவர்ணத் தேவர் மற்றும் கட்டயத்தேவர் ஆகிய இருவரின் வழிகாட்டுதல், கட்டளையின் படி நடந்து கொள்ளுமாறு தனது தளபதிக்கு மன்னர் உத்தரவு பிறப்பித்தார்.

தஞ்சைப் பெரும்படை இராமநாதபுரத்தை நோக்கிப் பாய்ந்தது. இராமநாதபுரம் அரசன் பவானி சங்கதரத் தேவன் 1729 இல் திருவாடானைக்கு அருகில் உள்ள ஓரியூர் என்னுமிடத்தில் தஞ்சைப் படைகளால் தோற்கடிக்கப்பட்டான்.

1730ல் இராமநாதபுரம் கைப்பற்றப்பட்டு பவானி சங்கரனிட மிருந்து மீட்கப்பட்டது. கட்டாயத் தேவர் கொடுத்த வாக்குறுதியின் படி பாம்பாருக்கு வடக்கேயுள்ள பகுதிகளை தஞ்சை மன்னருக்கு வழங்கினார். கட்டாயத் தேவர் இராமநாதபுரத்தின் 11வது அரச ரானார்.

வீரம் மிக்க சசிவர்ணத் தேவரும் கட்டயத் தேவரும் தஞ்சை மராட்டிய மன்னர் முன்னிலையில் வெற்றி பெற்ற சேது நாட்டை பங்கு போட்டுக் கொண்டனர்.

பெரிய சேது நாடு என்றும் சிறிய சேதுநாடு என்றும் பிரிக்கப்பட்டது.

சேது நாட்டின் மொத்தமுள்ள பரப்பளவில் ஐந்தில் மூன்று பங்கு ‘பெரிய சேது நாடு’ என்றும் ‘ஐந்தில் இரண்டு பங்கு’ சிறிய சேதுநாடு என்றும் பிரிக்கப்பட்டது.

பெரிய சேது நாடு ‘பெரிய மறவர் நாடு’ என்று அழைக்கப்பட்டது. இதனைத் தான் இராமநாதபுரம் சீனம் என்று பெருமையுடன் அழைத்து வந்தார்கள். இதற்கு கட்டயத்தேவர் என்று அழைக்கப்

பட்டு வந்த விஜய ரகுநாத சேதுபதி மன்னராக இருந்து ஆட்சி புரிந்து வந்தார்.

சிறிய சேதுநாட்டை 'சிறிய மறவர் நாடு' என்று அழைத்து வந்தார்கள். இதற்கு சசிவர்ணத் தேவர் அரசரானார்.

பவானி சங்கரத் தேவனின் சூழ்ச்சியால் 'வெள்ளிக்குறிச்சி என்ற பகுதியிலிருந்து அப்போது வெளியேறிய போது 'சேது நாட்டை வஞ்சகனிடமிருந்து எப்படியும் மீட்பேன் அல்லது அந்த முயற்சியில் போரில் மடிவேன்' என்று சூளுரைத்து வந்த சசிவர்ணத் தேவர் எண்ணியது போன்று இப்போது வெற்றி பெற்றார்.

சசிவர்ணத் தேவர் சிறிய மறவர் நாட்டிற்கு மன்னரானதும் தனக்கு ஒரு தலைநகரை அமைத்துக் கொள்ள வேண்டும் என்று எண்ணி னார்.

தனக்கு முன்னர் ஆசி வழங்கிய சாத்தப்பைய ஞானிதவம் செய்த இடம் நினைவுக்கு வந்தது.

அந்த இடத்தில் முனிவர் உருவத்தில் சிவபெருமானே ஆசி வழங்கிய தாக எண்ணி மகிழ்ந்த சசிவர்ண தேவர் அந்த இடத்தில் ஒரு திருக்குளத்தை அமைத்தார்.

அந்தக் குளத்திற்கு அருகிலேயே தமக்கு அருள் வழங்கிய முனிவருக்கு ஒரு சமாதி ஒன்றையும் அமைத்தார்.

அமைக்கப்பட்ட அந்தக் குளத்து நீர் குடிப்பதற்கு அத்தனை சுவை யாக இருந்தது. அந்தக் குளத்திற்கு 'சிவகங்கை' என்று பெயரிட்டார்.

அதன் பிறகு அந்தக் குளத்திற்கு அருகேயுள்ள காட்டை அழித்து அந்த இடத்தில் இராமநாதபுர அரண்மனையைப் போன்றே ஒரு அரண்மனையும் அமைத்தார். சதுர வடிவில் பின்னர் கோட்டைச் சுவர் அமைக்கப்பட்டது.

இராமநாதபுரம் அரண்மனையில் இருக்கும் இராஜராஜேஸ்வரி கோயிலைப் போலவே இங்கும் அமைத்திட எண்ணி அந்தக் கோயிலின் மண்ணிலிருந்து ஒரு கைப்பிடி மண் கொண்டு வந்து அதேபோன்று கோயில் ஒன்றையும் கட்டி முடித்தார்.

காட்டையழித்து அழகிய ஊராக்கி மகிழ்ந்த அந்த இடம் சிவகங்கை என்ற பெயரோடு திகழ்ந்தது.

சிவகங்கையை சிறப்புற அமைத்த பிறகு சசிவர்ணத் தேவர் தாம் வசித்து வந்த நாலு கோட்டையிலிருந்து அவர் அமைத்த அரண்மனைக்கு உற்றார் உறவினருடன் வந்து சேர்ந்தார்.

சசிவர்ண பெரிய உடையத் தேவரால் சீரும் சிறப்புமாக சிவகங்கை நகரம் சௌமிய வருடம் தை மாதம் 13 ஆம் தேதி (22.1.1730) உருவாக்கப்பட்டது.

சசிவர்ண பெரிய உடையத்தேவர் ஆட்சி செய்த காலத்தில் (1730 - 1750) தாண்டவராய பிள்ளை தளவாயாக (தளபதி) நியமிக்கப்பட்டு மிகச் சிறப்பாக பணியாற்றினார்.

பின்னர் தாண்டவராயப் பிள்ளை சிவகங்கை சமஸ்தானத்தின் தளவாயாகவும் (தளபதி) பிரதானியாகவும் (முதல் அமைச்சர்) நியமிக்கப்பட்டு சிவகங்கைச் சீமையை சிறப்பாக நிர்வாகம் செய்வதற்கு உறுதுணையாக இருந்தார் என்பது வரலாறு.

■

8. தாண்டவராயப் பிள்ளைக்கு தாமிரப் பட்டயம்

சிவகங்கைச் சீமையின் முதல் மன்னர் சசிவர்ணத் தேவர் 1750ஆம் ஆண்டு இயற்கை எய்திய பின்னர் 14.5.1750 அன்று சிவகங்கையின் இரண்டாவது மன்னராக முத்து வடுகநாத பெரிய உடையத்தேவர் பதவியேற்றார்.

சசிவர்ணத் தேவரது முதல் மனைவி அகிலாண்டேஸ்வரி மூலம் பிறந்த பட்டாமி இராமசாமி, சுவர்ண கிளைத்தேவர் என்ற இரு ஆண் மக்களும் மன்னர் மறைவதற்கு முன்னதாகவே காலமாகி விட்டனர்.

ஆதலால் சசிவர்ணத் தேவரின் இரண்டாவது மனைவி பூதக்காள் நாச்சியாரின் மைந்தரான முத்து வடுகநாதர் மன்னராகும் வாய்ப்பைப் பெற்றார்.

அச்சமயம் முத்து வடுகநாதருக்கு இருபத்து ஒன்று வயதுதான். நிர்வாகத்துக்கு மிகவும் புதியவராக இருந்ததால் அவரது தந்தையின் ஒன்றுவிட்ட சகோதரர் செல்வ ரகுநாத தேவர், அடுத்து வடுக நாததேவருக்கு நிர்வாகத்தில் துணைபுரிந்து வந்தார்.

இந்த இளைய அரசுக்கு பல சோதனைகள் காத்து இருந்தன. அவைகளில் ஒன்று தஞ்சை மராட்டிய மன்னரது படையெடுப் பாகும்.

இராமநாதபுரம், சிவகங்கை, புதுக்கோட்டை ஆகிய ஜமீன்களை கொண்ட மறவர் சீனவை கி.பி. 36 ஆண்டுகள் சீரும் சிறப்புமாக ஆண்டு வந்தவர் கிழவன் சேதுபதி.

சிவகங்கைப் பாளையத்தில் நாலுகோட்டை என்பது ஒரு சிற்றூர். கிழவன் சேதுபதி தமக்கிருந்த பகையை முறியடிப்பதற்காக இராமநாதபுரம் சீமையில் ஆங்காங்கே புதுப்புதுப் பாளையங்களை உருவாக்கி தலைவர்களை நியமித்தார்.

அவ்வாறு உருவாக்கப்பட்டது தான் நாலுகோட்டை. இதன் தளபதி யாக தனது உறவினரான கன்று மேய்க்கி பெரிய உடைய தேவரை கிழவன் சேதுபதி நியமித்தார். அது முதல் பெரிய உடையத்தேவர் நாலுகோட்டை பாளையக்காரர் ஆனார்.

கிழவன் சேதுபதி கி.பி. 1710 இல் இறந்து போன பின்னர் கிழவன் சேதுபதியின் சகோதரி மகனான விஜயரகுநாத சேதுபதி மன்னரான போது பெரிய உடையத் தேவருடன் உறவை மேலும் வலுவாக்கிக் கொண்டார்.

அவரது மகன் சசிவர்ணத் தேவருக்கு தமது மகள் அகிலாண்டேசுவரியை திருமணம் செய்து வைத்தார்.

மேலும் பல சிற்றூர்களை வரிவிலக்குடன் அகிலாண்டேசுவரிக்கு சீதனமாக கொடுத்ததோடு 3000 வீரர்கள் கொண்ட படையை வழிநடத்துவதற்கு தக்க வருவாயுள்ள நிலப்பரப்பையும் அளித்து 1000 படை வீரர்களுக்கு தளபதியாக்கினார்.

இராமநாதபுரம் சீமையின் எட்டு மாகாணங்களில் ஒன்றான வெள்ளிக் குறிச்சிக்கு ஆட்சித்தலைவராகவும் சசிவர்ணத் தேவர் அமர்த்தப் பெற்றார்.

விஜயரகுநாத சேதுபதியின் இறப்புக்கு பின் இராமநாதபுரம் மன்ன ராக அரியணையேறிய தண்டத்தேவன் என்னும் சுந்தரேச ரகுநாத

சேதுபதியை தஞ்சை மன்னன் உதவியோடு பவானி சங்கரன் கிழவன் சேதுபதியின் காதற்கிழத்தி மகனாவார்.

பவானிசங்கரன் சேதுபதியானதும் சசிவர்ணத் தேவரை ஆட்சிப் பொறுப்பிலேயிருந்து நீக்கினார். நாலுகோட்டைச் சீமையை பவானி சங்கரன் தன் வசப்படுத்திக் கொண்டார்.

சசிவர்ணத் தேவர் தஞ்சை சென்று மன்னரிடம் உதவி கோரினார். அதே சமயம் தண்டத்தேவனின் தம்பி கட்டையத் தேவரும் தஞ்சை மன்னரிடம் உதவி வேண்டி அங்கேயிருந்தார்.

பினனர் கட்டையத் தேவரும் சசிவர்ணத் தேவரும் இருவரும் ஒன்று சேர்ந்து ஒரு பெரும் படையைப் பெற்று பவானி சங்கரனை வென்று இராமநாதபுரத்தை மீட்டனர்.

ஐயாயிரம் கல் பரப்பளவுள்ள இராமநாதபுரம் சீமை என்னும் மறவர் சீமையை ஐந்து பகுதிகளாக கட்டையத் தேவர் பிரித்தார். தாம் மூன்று பகுதிகளை வைத்துக் கொண்டு இரண்டு பகுதிகளை தமக்கு போரில் மிகவும் உதவி செய்த சசிவர்ணத் தேவருக்கு கொடுத்த தோடு குமாரமுத்து விஜயரகுநாதர் என்ற பட்டப் பெயரையும் சூட்டினார்.

சசிவர்ணத் தேவருக்கு கொடுத்த பகுதி சிவகங்கைச் சீமை என்று பெயர் பெற்றது.

கட்டையத் தேவர் ஆண்ட மூன்று பகுதியும் இராமநாதபுரம் சீமை யாயிற்று. சிவகங்கைச் சீமையின் அதிகாரபூர்வமான முதல் மன்னராக சசிவர்ணத் தேவர் அரியணை ஏறினார்.

சசிவர்ணத் தேவருக்கு அளிக்கப்பட்ட இரண்டு பகுதியில் வைகை ஆற்றின் வளமிக்க பெரும் பரப்பை உள்ளடக்கிக் கட்டையத் தேவர் எல்லையை வரையறுத்தார்.

சிவகங்கைச் சீமைக்கும் இராமநாதபுரம் சீமைக்குமிடையே பின்னாளில் தீர்க்க முடியாத தகராறு உருவாவதற்கு இவ்வெல்லை பகுப்பும் ஒரு காரணமாயிற்று.

சிவகங்கைப் பாளையம் சுமார் 1551 சதுர மைல் நிலப்பரப்பு டையதாகவும் இதன் எல்லையானது கிழக்கே கடற்கரையிலிருந்து மேற்கே மேலூர், மதுரை வரையும் வடக்கே தொண்டை நாடு மற்றும் நத்தத்திலிருந்து தெற்கே பெரிய மறவர் நாடு வரையிலும் இருந்தன. இப்பாளையத்தின் நீளம் 50 கல் அகலம் 40 கல் சிறிய ஆறுகளும் செயற்கை நீர்த்தேக்கங்களும் இருந்த போதிலும் நாடெங்கும் முட்செடிகளும் புதர்களும் நிரம்பியிருந்தன.

சிவகங்கைப் பாளையத்தில் தெக்கூர், ஒக்கூர், சிறுவயல், பூங்குடி, திருப்பத்தூர், நரிக்குடி, திருமயம், முக்குளம், நாலு கோட்டை நாடு, நாட்டரசன் கோட்டை ஆகிய பகுதிகள் அடங்கியிருந்தன.

சிவகங்கைச் சீமையின் அதிகாரபூர்வ முதல் மன்னரான சசிவர்ணத் தேவர் 1730 ஆம் ஆண்டு முதல் 1750 ஆம் ஆண்டு வரை இருபது ஆண்டுகள் இச்சீமையை ஆண்டார்.

மிகச்சிறந்த நிர்வாகத் திறமையுடன் ஒரு தீரமிக்க தலைவனுக்குரிய தகுதிகளோடும் திட்டமிடும் மனப்பான்மையோடும் அரசியல் பிரிந்து வந்த சசிவர்ணத் தேவர் மீது சேதுபதி சீமையை ஆண்ட மன்னர்களுக்கு ஒருவித அச்சம் கடைசிவரை இருந்து வந்தது. மிகச் சிறப்பாக ஆட்சி புரிந்து வந்த சசிவர்ணத் தேவர் கி.பி. 1760 ஆம் ஆண்டு மரணமடைந்தார்.

சிவகங்கைச் சீமை இராமநாதபுரம் பகுதியிலிருந்து பிரிந்ததும், அதைச் சிறப்பான முறையில் ஆட்சி செய்து நிர்வாகம் நடைபெறுவ தற்கு சிவகங்கை பிரதானி தாண்டவராயப் பிள்ளை சசிவர்ணத் தேவருக்கு பெரிதும் உதவியாக இருந்தார்.

கி.பி.1733 இல் வெளியிடப்பட்ட சாசனம் ஒன்றில் சசிவர்ணத் தேவரை 'அரசு நிலையிட்டவன்' என்று அது குறிப்பிடுகின்றது.

"பெரிய உடையத் தேவன் மகனும் ஹிரணிய கர்ப்ப அரசுபதி ரெகுநாத சேதுபதியின் மருமகனுமான முத்து விஜய ரெகுநாத பெரிய உடையத் தேவன் வைகை கரையின் வளமான பகுதிகளை உடையவர். செம்பிய வளநாட்டுக்கு சொந்தக்காரர். தொண்டி துறைமுகத்தின் காவலர். ஒரு ஞானியின் ஆலோசனையின் பேரில்

தஞ்சாவூர் சென்று அங்கு ஒரு புலியைக் கொன்று பவானி சங்கரனை வெற்றி கொண்டார். அதன் பிறகு ஞானியைக் கண்டு அவர் ஆலோசனை பெற்று நீர் ஊற்றருகில் ஒரு குளம் வெட்டி அதற்குச் சிவகங்கை எனப் பெயரிட்டார்.''

இச்சாசனம் இராமநாதபுரம் ராஜ்ய் பகுதியிலிருந்து சிவகங்கை ராஜ்யம் பிரிந்து உருவான தேதியை அறிவதற்கு மிகவும் பயனுள்ள தாக உள்ளது.

"கங்கை குலம் வளர் சிவகெங்கை நகர்ச்சீமை
கர்த்தன் அச்சுவான் துரை
மங்கை அயிலாண்டவன் விவாகஞ் செய்து
வாங்கிய ஆராயிரம் பொன் பூமியுடன்
சிங்கமெனும் பவான் சிங்குவை
தீரன் சுவான் துரை செயித்து
அரசன் விசையன் சேதுபதிக்கு
மூன்று பங்கு அன்பாகத் தனக்கு இரண்டு பங்கும்
அரச நிலை இட்ட சுவான் துரையென்று"

சிவகங்கை சரித்திரக்கும்மி பாடல் சிவகங்கையின் தோற்றம் பற்றி விவரிக்கிறது.

சசிவர்ணத் தேவரும் பிரதானி தாண்டவராய பிள்ளையும் சிவ கங்கைச் சீமையில் அனைத்து சமயங்களைச் சார்ந்தவர்களையும் சமமாக நடத்தி அவர்கள் தங்கள் சமயக் கொள்கைகளை மக்களி டையே பிரச்சாரம் செய்வதற்கு அனுமதி அளித்தனர்.

இத்தகைய சர்வ மதக் கொள்கையை சசிவர்ணத் தேவர் கடைப் பிடிக்க காரணமாக இருந்தவர் அவரது பிரதானி தாண்டவராய பிள்ளையேயாகும்.

தாண்டவராயப் பிள்ளையின் ஆலோசனையின் பேரில் சசிவர்ணத் தேவர் அவரது சீமையில் கிறிஸ்தவ சமயப் பிரச்சாரத்திற்கும் தேவாலயங்கள் கட்டுவதற்கும் அவர் அனுமதி கொடுத்ததைச் சான்றாகக் குறிப்பிடலாம்.

கி.பி. 1750 ஆம் ஆண்டு சசிவர்ணத் தேவர் சிவகங்கையில் புதிய தலைநகரை உருவாக்கினார். அச்சமயத்தில் சிவகங்கைக்கு வருகை

புரிந்த அருட்தந்தை பெர்டோல்டி என்பவர் அரச மரியாதை களுடன் வரவேற்கப்பட்டார். அதன் பின்னர் கிறிஸ்தவத் தொண்டு நிறுனங்கள் அவரது சீமையில் போதனை செய்வதற்கும் தேவாலயங்கள் கட்டுவதற்கும் மன்னர் அனுமதி வழங்கினார்.

சிவகங்கைச் சீமையின் முதல் மன்னர் சசிவர்ணத் தேவரிடம் சமஸ்தானத்தின் முதலமைச்சராக தாண்டவராயப் பிள்ளை சிறப்பாக பணிபுரிந்தார்.

அவரது பணியை அவரது சிறந்த தொண்டைப் பாராட்டி அவருக்குச் சிறப்புச் செய்யும் வகையில் சசிவர்ணத் தேவர் பெயரில் அவரது மைந்தர் இரண்டாவது சிவகங்கை மன்னர் முத்து வடுகநாத தேவர் பிரதானி தாண்டவராய பிள்ளைக்கு தாமிரப் பட்டயம் வழங்கி கௌரவித்தார்.

∎

9. சிறந்தோங்கிய சிவகங்கை அரண்மனைகளும் கோயில்களும்

சிவகங்கைச் சீமை உருவான நாளிலிருந்து போர்க்களங்களும் ரத்த ஆறுமாக சிவகங்கை சிவந்த பூமியாக காணப்பட்ட போதிலும் இடையிடையே அமைதி ஏற்பட்ட சூழல்களில் மருது பாண்டியர்கள் தங்கள் ஆட்சிக்காலத்தில் தங்களது பாளையத்தில் ஆக்கப்ப பணிகள் பலவற்றை செய்து முடித்திருப்பது இன்று வரலாற்றில் எஞ்சிய நிரூபணங்களாக நிற்கின்றன.

சிறந்தோங்கிய சிறுவயல் அரண்மனை

மருது பாண்டியர்களைப் பொறுத்தமட்டில் இந்த சிறுவயல் அரண்மனையே தலைநகருக்குரிய அரண்மனையாக விளங்கியது.

கல்லால் காளையினர் கோயில் சாலையில் அமைந்துள்ள இந்த அரண்மனை எளிமையாகவும், அதே வேளையில் உறுதியாகவும் அமைந்துள்ளது.

கிழக்கு நோக்கிய இவ்வரண்மனை முகப்பு வெளியிலிருந்து எவர் பார்த்தாலும் தெரியாத நிலையில் போர்க்களப் பாணியில் அமைந்துள்ளது.

மருது பாண்டியர் இந்த அரண்மனையினை கட்டிய பிறகு சிறுவயல் ஊரானது அரண்மனைச் சிறுவயல் என்றே வழங்கப்படு கிறது.

இச்சிறுவயல் கிராமத்தில் முதலாம் இரரராச சோழன் பெயரால் அமைந்துள்ள மும்முடிநாதசாமி கோயில் பழம்பெருமைக்கு சான்றாக உள்ளது.

கி.பி. 13, முதல் 16 ஆம் நூற்றாண்டு வரையிலான கல்வெட்டுகள் இக்கோயிலில் காணப்படுகின்றன. ஊரின் தெருக்கள் அகலமாகவும், ஒழுங்காகவும் உள்ளது. நான் இந்தியாவில் கண்ட நகரங்களில் சிறுவயல் மிகச்சிறந்ததாக உள்ளது என்று கர்னல் ஜேம்ஸ் குறிப் பிட்டுள்ளார்.

சிவகங்கை அரண்மனை

சிவகங்கை அரண்மனை மிகப்பெரியது. மிகப் பழைமையானது மாகும். மருது பாண்டியர்கள் இந்த அரண்மனையை புதுப்பிக்கும் பணியில் ஈடுபட்டு புத்துயிர் பெறச் செய்துள்ளனர்.

பழைய மரபும் சிறப்பும் தொண்மையும் மாண்பும் மாறாமல் காத்து இவர்கள் இந்த அரண்மனையைப் பொலிவு பெறச் செய்துள்ளனர்.

சிவகங்கை அரண்மனையின் வடகிழக்குப் பகுதியில் மருது பாண்டியர் ஒரு பெரிய கோயில் கட்டியுள்ளனர். அதில் இராஜ ராஜேஸ்வரி அம்மன் சிலை வைக்கப்பட்டுள்ளது. அக்கோயிலின் கோபுரக்கலசம் தங்கத்தால் ஆனது.

அதற்கு தங்கக் கலசக் கோபுரம் என்னும் பெயரும் உண்டு. அக் கோபுரம் காவல் புரிவதற்கான அமைப்பில் உள்ளது.

அரண்மனையின் மேற்புறத்தில் ஒரு குறுகிய பாதை இருக்கிறது. அப்பாதையின் வழியாக ஒருவர் மட்டுமே செல்ல முடியும். இது அரண்மனையிலுள்ள மறைவு அறைக்கு செல்லும் வழியாகும். ஆபத்துக் காலங்களில் பயன்பாட்டுக்கென இவ்வழியும் அறையும் அமைந்துள்ளது.

சிவகங்கை அரண்மனையில் நீச்சல் குளம் ஒன்று மருது சகோதரர்களால் வெட்டப்பட்டது. அரண்மனைக்கெதிரில் ஒரு பெரிய தெப்பக்குளமும் வெட்டப்பட்டிருக்கிறது. அது சதுர வடிவில் நான்கு பக்கமும் தடுப்புச் சுவருடன் அமைந்துள்ளது.

முத்தூர் அரண்மனை

முத்தூர் அரண்மனை பெரிய மருது தம்முடைய இரண்டாம் மனைவி கருப்பாயி ஆத்தாளுக்காக அவ்வூரில் கட்டியதாகும். அவ்வூர் காளையர் கோயிலுக்கு வழியாக இருந்ததால் ஊருக்கு வெளியே ஒரு நிலையான படையும் நிறுத்தப்பட்டிருந்தது.

சுமார் அரை ஏக்கர் பரப்பளவில் முத்தூர் அரண்மனை அழகுடன் கட்டப்பட்டிருந்தது. இவ்வரண்மனை ஒரு ஓடைக்கரையில் அமைந்திருந்தது.

மருது சகோதரர்களைப் பற்றிய ஒரு செப்பேட்டில் முத்தூர் அரண்மனையில் அம்மனைப் பிரதிஷ்டை செய்ததாக ஒரு குறிப்பு உள்ளது.

சருகணி மாதா கோயில்

சருகணியில் உள்ள கிறிஸ்தவ ஆலயத்தை திறம்பட நடத்துவதற்காக அச்சிற்றூரை மருது சகோதரர்கள் முற்றூட்டாக அளித்துள்ளனர். அங்கு நடைபெறும் தேரோட்டத்துக்குரிய செலவுகள் அனைத்தை யும் அவர்கள் ஏற்றுக் கொண்டனர். கிறிஸ்துவின் கதையை நாடகமாக நடத்துவதற்கு வேண்டிய பொருளுதவியையும் மருது சகோதரர்கள் செய்துள்ளனர்.

திருக்கோஷ்டியூர் கோயில்

மருது பாண்டியர் திருக்கோஷ்டியூரில் உள்ள வைணவதளத்தையும் குளத்தையும் புதுப்பித்து இறைவனுக்கு தேர் ஒன்றினையும் செய்தளித்துள்ளனர்.

திருப்பத்தூர் கோயில்

திருப்பத்தூரில் உள்ள சிவன் கோயில் மருது சகோதரர்களால் கட்டப்பட்டதாகும். அக்கோயிலில் திருத்தலை நாதர், சிவகாமி யம்மன் திருவுருவங்கள் உள்ளன.

மேலும் அக்கோயிலின் இருபக்கங்களிலும் விஷ்ணுவின் சிலைகள் காணப்படுகின்றன. பாண்டிய மன்னர்களின் பதினான்கு பெரிய கோயில்களில் இதுவும் ஒன்றாகும்.

அக்கோயிலுக்குள்ளேயே பைரவசாமி கோயிலும் உண்டு. பைரவர் யோக நிலையில் உள்ளதாக அமைக்கப்பட்டுள்ள திருவுருவம் சிறப்பாக அமைந்துள்ளது. அக்கோயிலுக்கு முன் கட்டப்பட்டுள்ள மண்டபம் மருது சகோதரர்களல் கட்டப்பட்டதாகும். அக் கோயிலில் கல்வெட்டுகள் பல உள்ளன. அங்கு இரண்டு தேர்கள் இருக்கின்றன. அக்கோயிலுக்கு அருகில் ஸ்ரீதளி என்ற குளம் உள்ளது.

திருமோகூர் கோயில்

திருமோகூர் என்ற ஊரில் விஷ்ணுவுக்கும் கார்மேகப் பெரு மானுக்கும் இரண்டு கோயில்கள் இருக்கின்றன.

அக்கோயிலின் முன் உள்ள மண்டபம் மருது சகோதரர்களால் கட்டப்பட்டதாக கருதப்படுகிறது. அக்கோயிலின் முன்பு மருது சகோதரர்களின் சிலைகள் இருக்கின்றன. அக்கோயிலில் பூஜை செய்வதற்காக மாங்குடி, மானாகுடி ஆகிய சிற்றூர்களை முற்றூட்டாக மருது பாண்டியர் கொடுத்துள்ளனர்.

நரிக்குடி கோயில்

மருது சகோதரர்கள் தம் சொந்த ஊரான நரிக்குடியில் இரண்டு கோயில்களைக் கட்டினர். ஒன்று அன்னதான மருது விநாயகர் கோயில். மற்றொன்று அழகிய மீனாம்பிகை கோயில். பாண்டியன் கிணறு என்னும் பெயரில் ஒரு கிணறையும் வெட்டினர்.

சிவகங்கை கோயில்

சிவகங்கையில் உள்ள திருஞான சுப்பிரமணியர் கோயில் மருது சகோதர்களால் கட்டப்பட்டதாகும். அக்கோயில் கட்டப்பட்ட தற்கு ஒரு வரலாறு கூறப்படுகிறது.

சிவகங்கைப் பாளையத்தின் இரண்டாம் அரசர் முத்து வடுகநாதர் பட்டத்தரசி வேலு நாச்சியாருக்கு நீண்ட நாட்களாக மகப்பேறு இல்லாதிருந்து அரசரின் கடைசி நாளில் ஒரு பெண் குழந்தை

பிறந்தது. பிள்ளைப் பேறு உண்டானால் கோயில் ஒன்று கட்டுவ தாக முத்து வடுகநாதர் இறைவனை வேண்டியிருந்தார்.

ஆனால் எதிர்பாராமல் காளையர்கோயில் போரில் அவர் இறந்து விடவே கோயில் கட்ட இயலாமல் போய்விட்டது. அரசரின் வேண்டுகோளை அறிந்த மருது சகோதரர்கள் அக்கோயிலைக் கட்டி முடித்ததாகக் கூறப்படுகிறது. அக்கோயிலின் முன் மண்டபத்தில் இடப்புறம் உள்ள முதல் தூணில் இச்செய்தியை உறுதிப்படுத்து வதற்குரிய கல்வெட்டு ஒன்று செதுக்கப்பட்டுள்ளது.

திருப்பாச்சேத்தி கோயில்

திருப்பாச் சேத்தியிலுள்ள சுந்தரவல்லியம்மன் கோவிலுக்கு மரகதப் பச்சையில் சிவலிங்கம் ஒன்று மருது சகோதரர்களால் செய்தளித்த தாகக் கருதப்படுகிறது.

குன்றக்குடி கோயில்

குன்றக்குடி மலை மீது கோபுரமும் மண்டபமும் மருது பாண்டியர் கட்டியுள்ளனர். அங்குள்ள மருதாபுரி என்னும் குளமும் மருது சகோதரர்கள் வெட்டியதே ஆகும். அக்கோயிலில் அவர்களின் சிலைகள் இருக்கின்றன.

அக்கோயிலிலுள்ள முருகனுக்கு சார்த்தப்படும் பொற்கவசத்தில் ‘சின்ன மருது உபயம்’ என்னும் சொற்கள் காணப்படுகின்றன.

அழகன்குளம் கோயில்

இராமநாதபுரம் மாவட்டத்திலுள்ள அழகன் குளத்தில் பிள்ளையார் கோயில் ஒன்று உள்ளது. அது மருது சகோதரர்களால் கட்டப் பட்டது.

திருச்சுழி கோயில்

திருச்சுழியில் உள்ள கோயில் பூமிநாத சுவாமிக்கும் துணை யாலம்மனுக்குமாக இரண்டு மண்டபங்களை மருது சகோதரர்கள் கட்டியுள்ளனர்.

■

10. காலத்தை வென்ற காளையார் கோயில்

மருது பாண்டியர் கோயில் பணியில் மிகவும் குறிப்பிடத்தக்க தாக கருதப்படுவது காளையார்கோயில் பணியாகும். இக்கோயிலில் பழைய கோபுரத்தின் அருகில் 151 அடி உயரத்தில் புதிய கோபுரம் கட்டி சிறப்பித்துள்ளனர்.

காளையார் கோயில் காளேஸ்வரர் சாமிக்கு ஒரு கோயில் உள்ளது. அத்தெய்வம் எழுந்தருளியுள்ள கோயிலின் பெயர் காளையார் கோயில். அக்கோயிலின் பெயரே அவ்வூருக்கு உண்டாயிற்று.

காளையார் என்பது கானேஸ்வரன் என்பதன் மரூஉ ஆகும். தலக் கடவுளின் பெயரால் அவ்வூர் அப்பெயர் பெற்றாலும் அதன் பழைய பெயர் கானப் பேரெயில் என்பதாகும்.

உக்கிரப் பெருவழுதி என்னும் பாண்டிய மன்னன் வேங்கை மார்பனை வென்றதால் கானப் பேர் தந்த உக்கிரப் பெருவழுதி என விருதுப் பெயர் பெற்றான். அவ்வூர் கி.பி. 13 ஆம் நூற்றாண்டில் காளையார் கோயில் என வழங்கலாயிற்று.

ஜடாவர்மன் சுந்தர பாண்டியன், மாறவர்மன் குலசேகர பாண்டியன், வீரபாண்டியன், திருமாலிருஞ் சோலை நின்றான் மாவலி வாணதிராயன் ஆகிய அரசர்களின் கல்வெட்டுகள் காளையார் கோயிலில் உள்ளன.

இத்தலத்தை திருநாவுக்கரசர், ஞானசம்பந்தர் சுந்தரர் சேரமான் பெருமாள் நாராயணர், கல்லாடர் ஆகியோர் புகழ்ந்து பாடி யுள்ளனர்.

இத்தகைய புகழ்வாய்ந்த காளையார் கோயில் சிவகங்கை அரசர் களுக்குப் போர்க்காலங்களில் தக்க பாதுகாப்பிடமாக விளங்கியது.

காளையார் கோயில் நன்கு திட்டமிட்டு கட்டப்பட்ட கோயிலா கும். இக்கோயிலின் சுற்றுச்சுவர் 18 அடி உயரமுடையது. கோயிலின் வடபுறம் அமைந்த கோபுரம் பழையது. புதிய கோபுரம் மருது சகோதரர்களால் கட்டப்பட்டது. அக்கோபுரத்தின் உச்சியில் இருந்து பார்த்தால் மதுரைக் கோபுரம் தெரியும்.

மானா மதுரையில் கருமலை என்ற இடத்தில் செங்கற்கள் எடுத்து மருது சகோதரர்கள் அக்கோபுரம் கட்டியதன் சிறப்பையும், அருமை யையும் ஒரு நாட்டுப்புறப் பாடல் பின்வருமாறு கூறுகிறது.

'கருமலையிலே கல்லெடுத்து
காளையார் கோயில் உண்டு பண்ணி
மதுரைக் கோபுரம் தெரியக்கட்டிய
மருது வாரதைப் பாருங்கடி'

அக்கோயின் வெளிப்புறத்தில் கிழக்குப் பகுதியில் பழைய வாயிலுக்கு எதிரில் மருது சகோதரர்களின் சமாதிகள் உள்ளன.

கல்லால் வடிக்கப்பட்ட அவர்களின் திருவுருவங்கள் கோயிலில் வைக்கப்பட்டுள்ளன.

மருது சகோதரர்கள் ஆன்மீகப்பற்று மிக்கவர்களாக இருந்துள்ளதை அவர்கள் கட்டிய கோயில்களும், புதுப்பித்த கோயில்களும், அன்னச்சத்திரங்களும், தெப்பக்குளங்களும், அறக்கொடைகளும் பறைசாற்றுகின்றன.

நரிக்குடி காளையார் கோயில், குன்றக்குடி, சிவகங்கை, திருப்பத்தூர், திருக்கோஷ்டியூர், முத்தனேந்தல், மானாமதுரை, சூடியூர், அழகன் குளம், பாம்பன் முதலிய இடங்களில் மருது பாண்டியர் சத்திரங்கள் கட்டியுள்ளனர்.

நரிக்குடியில் இவர்கள் கட்டிய சத்திரத்துக்கு அருகில் பெரிய மருது மற்றும் அவர் மனைவியரின் சிலைகள் நிறுவப்பட்டுள்ளன. அங்குள்ள கல்வெட்டு மருது சகோதரர்கள் அளித்த அறக்கொடைகளைப் பற்றிக் கூறுகிறது.

திருப்புல்லணையிலுள்ள வைணவக் கோயிலில் விழா நடத்துவதற்காக அறக்கொடை நல்கியுள்ளனர் மருது பாண்டியர்.

மதுரையில் மீனாட்சியம்மன் கோயிலில் இரண்டு திருவாட்சி விளக்குகள் எரிவதற்கு ஆவியூர் என்னும் சிற்றூரை முற்றூட்டாக வழங்கியிருக்கின்றனர்.

சிவகங்கையின் கிழக்கே உள்ள இலட்சுமி தீர்த்தமும் அதனருகில் உள்ள பூங்காவும் மருது சகோதரர்களால் உருவாக்கப்பட்டன. அவ்வூரிலுள்ள திருஞான சுப்பிரமணியர் கோயிலுக்கு சுண்ணாம்பூர் என்னும் சிற்றூரை முற்றூட்டாக அளித்துள்ளனர்.

ஏரியூரிலுள்ள கழுகு ஐயனார் கோயிலுக்கு நன்செய் புன்செய் நிலங்களை முற்றூட்டாக வழங்கியுள்ளனர்.

∎

11. முத்து வடுகநாத பெரிய உடையத்தேவர்

சிவகங்கைச் சீமையின் ஆட்சிப் பொறுப்பை ஏற்ற நாளிலிருந்து வெள்ளையரை எதிர்த்து விடுதலைக்குரல் கொடுத்த பாளையக்காரர்கள் வரிசையில் முத்து வடுகநாத பெரிய உடையத்தேவர் குறிப்பிடத்தக்கவர்.

மதுரையை ஆண்ட விஜயகுமார நாயக்கர் மீது 1752ல் ஆங்கிலப் படைத் தளபதி கேப்டன் கோப் என்பவர் படையெடுத்து சென்று போரிட்டு மதுரையை கைப்பற்றினார்.

அதனையறிந்த சிவகங்கை மன்னர் முத்து வடுகநாத பெரிய உடையத்தேவர் மதுரை மீது போர் தொடுத்து ஆங்கிலேயரை விரட்டியடித்து மீண்டும் விஜயகுமார நாயக்கரை மதுரை மன்னராக பதவி அமர்த்தினார்.

இதன் காரணமாக ஆங்கிலேயர்களுக்கும் நவாபுகளுக்கும் சிவகங்கை மன்னர் மீது கடுங்கோபம் ஏற்பட்டது.

இச்சமயத்தில் ஆங்கில படைத்தளபதியாக லார்டு டீகார்ட் என்பவன் பதவியேற்றான்.

முதல் வேலையாக முத்து வடுகநாத பெரிய உடையத்தேவர் சிவகங்கைச் சீமைக்கான கப்பத்தொகை உடன் செலுத்த வேண்டும் என்று அவன் தூது அனுப்பினான்.

முத்து வடுகநாத பெரிய உடையத்தேவர் கப்பத்தொகை கட்ட முடியாது என்று மூர்க்கமாக மறுத்து விட்டார்.

ஆங்கிலேய படைத்தளபதியாக அப்போது இருந்த கான்சாகிபு என்ற மருது நாயகத்தை அனுப்பி சிவகங்கை மன்னரை மிரட்டினார்கள்.

அதற்கும் முத்து வடுகநாதர் பணிய மறுத்து விட்டார். அதன் காரணமாக வெகுண்டெழுந்த கான்சாகிபு சிவகங்கை மீது முத்து வடுகநாதர் இல்லாத சமயத்தில் போர் தொடுத்து சிவகங்கையைச் சூறையாடினான்.

இதனையறிந்த முத்து வடுகநாதர் கலவரத்தை தடுத்து கான்சாகிபையும் விரட்டினார்.

அச்சமயம் இராமநாதபுரம் சீமையில் ஆங்கிலேயத் தளபதியாக மார்ட்டின்ஸ் என்பவன் பொறுப்பேற்றிருந்தான். இவன் தலைமையிலான படையானது இராமநாதபுரத்தின் மீது போர் தொடுத்து கைப்பற்றியது. இதற்கு உதவியாக நின்றவன் இராமநாதபுர தளபதிகளில் ஒருவனான இராயப்பன் என்பவனே.

தனக்கு முத்து வடுகநாதர் மந்திரி பதவி அளிக்காததால் அவன் அந்தத் துரோக செயலில் ஈடுபட்டான்.

அதன் பிறகு சிவகங்கைக்கு கட்டாத வரியை திருப்பித் தருமாறும், இராமநாதபுரத்து குடக்கூலி தருமாறும் கேட்டு செய்தியனுப்பினான்.

அதற்கு மறுத்த முத்து வடுகநாதர் இராமநாதபுரத்தின் மீது படை யெடுக்க மறவர் சீமையைச் சேர்ந்தவர்களின் உதவியை நாடினார்.

மறவர் சீமைப்படைகளுடன் சேர்ந்து கும்பினியரின் துப்பாக்கி மற்றும் பீரங்கிப் படை மீது போர் தொடுத்து இராமநாதபுரத்தை மீண்டும் தன் ஆட்சியின் கீழ் கொண்டு வந்தார்.

பதினெட்டாம் நூற்றாண்டில் ஆங்கிலேய ஆட்சியிலிருந்த இந்தியாவின் விடுதலைக்கு ஆயுதம் ஏந்திப் போராடிய முதல் பெண் போராளி வீர மங்கை வேலு நாச்சியார் ஆவார்.

ஆங்கிலேயரின் மாபெரும் படைகளை எதிர்கொண்டு வீழ்த்திய வீரம் வேலுநாச்சியாரின் வீரமாகும்.

இராமநாதபுரம் மன்னர் செல்லமுத்து சேதுபதி தன் செல்ல மகள் வேலு நாச்சியாரை சிறு வயதிலேயே போர்க்களம் சென்று வாளெடுத்துப் போர் புரியும் பயிற்சி அளித்து அவரை ஒரு சிறந்த வீராங்கனையாகவே வளர்த்திருந்தார்.

வேல் கொண்டும் வீறு கொண்டும் வளர்ந்த வேங்கைப் புலி வேலு நாச்சியார் வாள் வீச்சு, அம்பு விடுதல், ஈட்டி எறிதல், குதிரை யேற்றம், யானையேற்றம் என்று எல்லா போர்க்கலைகளையும் இளம் பருவத்திலேயே கற்று சாதனை பெற்றிருந்தார்

வேலு நாச்சியார் கற்ற வீர விளையாட்டுகள் அனைத்தும், புகுந்த வீட்டில் பார் புகழும் போராளியா பெயர் சூட்டிட பெரிதும் உதவின.

இதிகாசம் புராணம் இலக்கியம் யாவும் நன்கு கற்றுத் தெளிந்ததுடன் எட்டு மொழிகளுக்கு மேல் பேசக் கூடிய பாண்டித்யம் பெற்றவராக வேலு நாச்சியார் இருந்தது பெரும் சிறப்பாக கருதப்பட்டது.

இராமநாதபுரம் சீமையின் மன்னரான செல்லமுத்து விஜய ரகுநாத சேதுபதி தனது செல்வதப் புதல்வி வேலு நாச்சியாரை 1746 ஆம் ஆண்டில் சிவகங்கைமன்னர் சசிவர்ணத் தேவருடைய மகனான முத்து வடுகநாத பெரிய உடைய தேவருக்கு பதினாறு வயதினி லேயே திருமணம் செய்து கொடுத்திருந்தார்.

சிவகங்கையின் முதல் மன்னரான சசிவர்ண தேவரின் மறைவிற்கு பிறகு அவருடைய மகன் முத்து வடுகநாதர் 1750 இல் சிவகங்கையின் இரண்டாவது மன்னராக முடி சூட்டப்பட்டார்.

வீரமங்கை ராணி வேலு நாச்சியார் கல்வியிலும், போர்த் திறமை களிலும் சிறந்து விளங்கியதால் கணவர் முத்து வடுகநாதருக்கு ஆட்சி

நிர்வாகத்திலும் அனைத்திலும் உறுதுணையாக இருந்து வந்தார்.

சிவகங்கையின் வளர்ச்சியிலும் எதிரிகள் மீதான படையெடுப்புகளிலும் வேலு நாச்சியார் முத்து வடுகநாதருக்கு பெரும் பங்களிப்பினை செய்து வந்தார்.

முத்து வடுகநாதர் ஆட்சி காலத்தில் கப்பம் கட்டுமாறு ஆங்கிலேயர்கள் நெருக்கடி செய்த போது ராணி வேலு நாச்சியாரின் மறுப்புக்குரல் ஓங்கி ஒலித்தது கண்டு ஆங்கிலேயர்கள் மிரண்டு போயினர்.

இனிமேல் முத்து வடுகநாதரை வெல்ல முடியாது என்றறிந்த ஆங்கிலேயர் அன்றிரவே சிவகங்கை மீது இனிபோர் தொடுப்பதில்லை என சமாதானம் பேசினர். அது உண்மையென சிவகங்கை மன்னரும் நம்பி விட்டார்.

சமாதானம் என்று கூறியதால் பாதுகாப்புகளைக் குறைத்து விட்டு இதுவரை இறந்த வீரர்களுக்கு அஞ்சலி செலுத்த காளையார் கோவிலுக்கு சென்று விட்டார் முத்து வடுகநாதர்.

இதையறிந்த ஆங்கிலேயர் படை தன்னை இரண்டாகப் பிரித்துக் கொண்டு ஒன்றை காளையார் கோவிலுக்கு முத்து வடுகநாதரை கொல்லும் திட்டத்துடன் பான்சோர் என்ற கம்பெனி படைத் தளபதி தலைமையின் கீழ் அனுப்பியது.

மற்றொரு பிரிவு மருது சகோதரர் படையை எதிர்த்து போர் செய்ய அனுப்பப்பட்டது. ஆற்காடு நவாபின் பெரும் படையானது இராமநாதபுரத்தை தாக்கி கைப்பற்றிய பின் அவர்களின் அடுத்த இலக்கு சிவகங்கையாக இருந்தது.

உரிய நேரத்திற்காக பார்த்துக் கொண்டிருந்த நவாபுக்கு ஓர் அரிய வாய்ப்பு கிடைத்தது. சிவகங்கையைத் தாக்க நவாபுக்கு ஆங்கிலேயப் படைகள் உதவ முன் வந்தன.

நவீன ரக பீரங்கி மற்றும் துப்பாக்கி போன்ற ஆயுதங்களை களமிறக்கி சிவகங்கையை தாக்கி தனது கட்டுப்பாட்டுக்குள் கொண்டு வர திட்டமிட்டான் நவாப்.

சிவகங்கை மன்னர் முத்து வடுகநாத பெரிய உடையத் தேவர் தன்னுடைய இளைய மனைவியுடன் காளையார் கோவில் ஆலயத்தில் வழிபாடு செய்யப் போயிருக்கும் தகவல் ஆங்கிலேயருக்கு கிடைத்தது.

நவாபின் படைகள் காளையார் கோயிலை சுற்றி வளைத்தனர். கொடூரமாய் தாக்கினர்.

முத்து வடுகநாதர் எந்த விதமான முன்னேற்பாடுகளும் இல்லாதிருந்த சூழ்நிலையிலும் வீரப்போர் புரிந்தார்.

ஆயினும் பெரும்படைக்கு முன் சமாளிக்க முடியாத நிலையில் முத்து வடுகநாத மன்னரும் அவரது மனைவியும் வாளால் வெட்டிக் கொல்லப்பட்டனர். காளையார் கோவில் நவாப் படைகள் வசமாகியது.

திடீர் தாக்குதலில் தனது கணவரும் சிவகங்கை மன்னருமான முத்து வடுகநாதம் இளைய மனைவியும் கொல்லப்பட்ட செய்தி வேலு நாச்சியாருக்கு கிட்டியது.

செய்தி அறிந்த வேலுநாச்சியார் கதறி அழுதார். தானிருந்த இடத்திலிருந்து காளையார் கோயிலுக்கு செல்ல விரும்பினார்.

இந்தச் சமயத்தில் வேலுநாச்சியாரை கைது செய்ய படை ஒன்றை அனுப்பினான் நவாப். அந்தப் படை வேலுநாச்சியாரை வழியிலேயே மடக்கியது. ஆனால் வேலுநாச்சியார் மடங்கவில்லை. ஆவேசத்துடன் போரிட்டார். எதிரிப் படைகளை சிதறி ஓடச் செய்தார்.

இறந்த கணவரை எப்படியும் பார்த்து விட வேண்டுமென்பது தான் அவரது ஒரே இலக்காக இருந்தது.

ஆனால் தளபதிகளாக இருந்த மருது சகோதரர்கள் அவருக்கு வேறு ஆலோசனை வழங்கினர்.

'கோட்டை வீழ்ந்து விட்டது. அரசர் இறந்து விட்டார். நீங்களும் போய் சிக்கிக் கொண்டால் நம்மால் நவாபை பழி வாங்க முடியாது. நாட்டைக் காப்பாற்றவும், நாட்டின் பெருமையைக் காப்பாற்றவும்

நீங்கள் வாழ்ந்தாக வேண்டும். அதனால் நீங்கள் போகக் கூடாது' என்றார்கள்.

ஆனால் நாச்சியார் கேட்கவில்லை. கணவரின் உடலைக் காண காளையார் கோவில் சென்றார். அதற்குள் நவாப் படையும் ஆங்கிலேய படையும் சிவகங்கைக்குள் நுழைந்து விட்டன.

வேலுநாச்சியார் காளையார் கோவிலில் கண்ட காட்சி கொடூரமானது. எங்கே பார்த்தாலும் பிணக்குவியல். கோவில் திடலின் நடுவே முத்து வடுகநாத அரசரும் இளைய ராணியும் ரத்த வெள்ளத்தில் கிடந்தனர்.

■

12. வேலுநாச்சியாரைக் காப்பாற்றிய உடையாள்

வேலுநாச்சியார் தனது கணவர் கொலை செய்யப்பட்ட பின்பு அவரை கைது செய்ய எதிரிகள் தேடிய போது சிவகங்கையிலிருந்து வெளியேறினார்.

வெள்ளையர்களின் படையினர் வேலுநாச்சியாரை நாடு முழுக்க தேடிக்கொண்டு இருந்த சமயம், வேலு நாச்சியார் காடுகள் வழியாக சிவகங்கையிலிருந்து வெளியேறிக் கொண்டிருந்தபோது மாடு மேய்க்கும் 'உடையாள்' என்ற சிறுமியைப் பார்த்து தண்ணீர் குடிப்பதற்கு கேட்டார்.

வேலுநாச்சியார் தண்ணீர் குடித்து விட்டு நன்றி சொல்லும் போதுதான் அவர் ராணி வேலுநாச்சியார் என்பதை அந்தச் சிறுமி அடையாளம் கண்டு கொண்டாள்.

உடனே மனம் பதறிய நிலையில் 'அய்யோ அம்மா. நான் அறியாமல் தவறு செய்து விட்டேன். நான் உங்களுக்கு தண்ணீர் தரக் கூடாது. கீழ்ச்சாதியை சேர்ந்தவள். தெரியாமல் தந்து விட்டேன். என்னை மன்னித்து விடுங்கள்' என்று மன்னிப்பு கோரினாள் அந்தச் சிறுமி உடையாள்.

அதற்கு வேலுநாச்சியார், 'நான் அப்படிப்பட்டவர் அல்ல. மனிதர்களிடம் நான் வேறுபாடு பார்ப்பதில்லை' என்று பதில் கூறினார்.

மேலும் 'பெண்ணே! எதிரிகள் தேடிவரும் போது என்னைப் பற்றிக் கேட்டால் நான் சென்ற திசையை கூற வேண்டாம்' என்று வேலு நாச்சியார் அந்தப் பெண்ணிடம் கூறினார்.

அதன் பின் உடையாளிடம் 'விடைபெற்றுக் கொண்டு வேலு நாச்சியார் மாறுவேடத்தில் அங்கிருந்து கிளம்பி விட்டார்.

சிறிது நேரத்திற்கெல்லாம் வெள்ளையர்கள் படை அங்கே வந்து சிறுமி உடையாளிடம் வேலுநாச்சியார் சென்ற வழியைக் கேட்டார்கள்.

சிறுமி தனக்கு தெரியாது என்றாள் சொல்லவில்லை என்றால் துண்டு துண்டாக வெட்டி விடுவேன்' என மிரட்டினார்கள்.

துப்பாக்கிகளுடனும் நவீன ஆயுதங்களுடன் நின்று கொண்டிருந்த எதிரிகளைப் பார்த்து தைரியமாக தலை நிமிர்த்தி 'வெட்டிக் கொன்றாலும் சொல்ல மாட்டேன்' என்றாள் உடையாள்.

சிறுமி என்று கூட பார்க்காமல் முதலில் ஒரு கையை வெட்டினார்கள். அப்படியும் அலட்சியமாக சொல்ல மாட்டேன் என பதில் அளித்தாள் உடையாள்.

நெஞ்சுரம் கொண்ட அந்தச் சிறுமியின் தலையை வெட்டிக் கொலை செய்து விட்டு அங்கிருந்து வெள்ளையர் படையினர் சென்று விட்டார்கள்.

வேலு நாச்சியாருக்கு இந்தச் செய்தி தெரிய வந்த போது மிகவும் துடிதுடித்துப் போனார். தனக்காக உயிரைத் தியாகம் செய்த உடையாள் என்ற அந்தச் சிறுமியின் நினைவு எப்போதும் மனதை விட்டு அகலாது வாட்டிக் கொண்டே இருந்தது.

தன்னுடைய பெண்கள் அணி படைப் பிரிவுக்கு உடையாளின் நினைவாக 'உடையாள் படை பிரிவு' என்று பெயர் சூட்டி அதற்கு

தனது பாதுகாவலராக இருந்த குயிலியை தலைவியாக்கினார் வேலு நாச்சியார்.

தமிழர்களுக்காக உயிர் தியாகம் செய்ததற்காக உடையாளுக்கு, 'வெட்டு உடையாள் காளியம்மன்' என்ற கோயிலையும் கட்டி உண்டியலில் தனது வைர தாலியை சமர்ப்பித்து வணங்கினார் வேலு நாச்சியார்.

■

13. உடையாள் பெண்கள் படை

வேலு நாச்சியாரின் போர்ப்படையில் வாள்படை, வளரிப்படை, பெண்கள் படை ஆகிய மூன்றும் பிரதானமானவை.

வாள்படைக்கு தலைமை ஏற்றவர் சின்ன மருது. வளரிப்படைக்கு தலைமை ஏற்றவர் பெரிய மருது. பெண்கள் படைக்கு தலைமை யேற்றவர் குயிலி.

குயிலி தலைமையிலான பெண்கள் படைக்கு 'உடையாள் பெண்கள் படை' எனப் பெயர் சூட்டியிருந்தார் ராணி வேலுநாச்சியார்.

உடையாள் என்பவள் ஒரு மாடு மேய்க்கும் சிறுமி. காளையார் கோயிலில் தன் கணவரைப் பறிகொடுத்த வேலுநாச்சியார் அரியாக் குறிச்சி என்கிற ஊருக்கு அருகில் வரும்போது உடையாள் என்கிற மாடு மேய்க்கும் சிறுமி எதிர்ப்பட்டாள்.

அவளுக்கு விடை கொடுத்து விட்டுச் சென்ற வேலுநாச்சியாரைப் பின் தொடர்ந்து வந்த எதிரிகள் உடையாளிடம் வேலு நாச்சியார் சென்ற பாதை குறித்துக் கேட்டபொழுது காட்டிக் கொடுக்க மறுத்தாள்.

ஆகவே எதிரிகளால் தலை வேறு முண்டம் வேறாக உடையாள் வெட்டிப் படுகொலை செய்யப்பட்டாள்.

தமக்காக தன் நாட்டுக்காக உயிரை ஈந்த உடையாளின் நினைவாகவே வேலு நாச்சியார் குயிலி தலைமையிலான மகளிர் படைக்கு உடையாள் மகளிர் படை எனப் பெயர் சூட்டியிருந்தார்.

குயிலி பதினெட்டாம் நூற்றாண்டில் பிரித்தானியக் கிழக்கிந்திய கம்பெனிக்கு எதிராக ஆயுதம் ஏந்திப் போராடிய பெண் போராளி வீரமங்கை குயிலி. இவர் சிவகங்கை சீமையைச் சேர்ந்த பெண் போராளி ஆவார்.

சிவகங்கை மன்னர் முத்து வடுகநாதரை ஆங்கிலேய அரசாங்கம் சுட்டுக் கொன்றது. எட்டு ஆண்டுகள் அவரது மனைவி ராணி வேலு நாச்சியார் தலைமறைவாக இருந்தார்.

அப்போது ஆங்கிலேயர்களுக்காக உளவு பார்த்த வெற்றிவேல் என்பவரை குயிலி என்ற பெண் குத்திக் கொன்றார்.

அதனால் வேலு நாச்சியார் தனது மெய்க்காப்பாளராக குயிலியை நியமித்தார். 1780 வேலு நாச்சியார் மானாமதுரை, திருப்பூர், திருப்புவனம், காளையார் கோயில், போன்ற இடங்களை மீட்டார்.

மருது பாண்டியர், ஹைதர் அலி ஆகியோரின் உதவியுடன் சிவகங்கையை மீட்க படையெடுத்தார் வேலு நாச்சியார்.

குயிலி என்பவள் வேலு நாச்சியாரின் போர் படையில் பெண்கள் படைக்கு தலைமையேற்றவர். வேலு நாச்சியாரின் நம்பிக்கைக்குரிய பெண்ணாகவும் திகழ்ந்தவள்.

வெள்ளையரை எதிர்த்து போரிடும் போது சிவகங்கை அரண்மனையில் வெள்ளையரின் ஆயுதக் கிடங்கு இருந்ததால் அப்பகுதிக்குள் யாரும் செல்ல அனுமதி இல்லை.

சிவகங்கை அரண்மனையில் உள்ள ராஜ ராஜேஸ்வரி அம்மன் கோயிலில் நவராத்திரி விழாவிற்காக விஜயதசமி அன்று கொலு தரிசனத்திற்கு பெண்களுக்கு மட்டுமே அனுமதி இருந்தது.

இதைப் பயன்படுத்தி பெண்கள் படையில் முதற்கட்டச் செயல் பாடாக குயிலி என்ற பெண்ணை தற்கொலைப் படையாக நியமித்து அனுப்பினார்.

அதன் பின்னர் தன் உடலில் எண்ணை பூசி வெள்ளையரின் ஆயுதக் கிடங்கில் புகுந்து தன்னைத் தானே தீ வைத்துக் கொண்டு ஆயுதக் கிடங்கை அழித்தாள்.

■

14. பழிக்குப் பழி

கணவர் இறந்து கிடந்த கொடூர காட்சியைக் கண்டு வேலு நாச்சியார் கதறி அழுதார். நெஞ்சே வெடித்து விடும் போல நிலை குலைந்து போனார் ராணி.

கணவனைக் கொன்ற மாபாதகர்களை பழிவாங்கியே தீர வேண்டும் என சபதமேற்றார். பல்லாக்கு ஒன்றில் ஏறி மருது சகோதரர்களின் பாதுகாப்போடு சிவகங்கையிலிருந்து தப்பிச் சென்றார்.

வேலு நாச்சியார் வீரத்தில் மட்டுமல்ல விவேகத்திலும் சிறந்து விளங்கியிருந்தார். எப்படியும் நவாபையும் ஆங்கிலேயரையும் வீழ்த்த வேண்டுமென்று யோசித்தார்.

ஆங்கிலேயருக்கும் நவாபுக்கும் எதிரியான கன்னடப் புலி ஹைதர் அலியின் ஆதரவையும் உதவியையும் எப்படியும் பெற வேண்டு மென்று உறுதி பூண்டார்.

அச்சமயம் ஹைதர் அலி திண்டுக்கல்லில் இருந்தார். ஹைதர் அலியின் அரண்மனை முன்பு மூன்று குதிரை வீரர்கள் வந்து நின்றார்கள்.

அவர்கள் மூவம் வேலு நாச்சியாரிடமிருந்து வருவதாக ஹைதர் அலியின் அரண்மனைக் காவலாளியிடம் கூறினார்கள்.

ஹைதர் அலி அவர்கள் மூவரையும் உள்ளே வரவழைத்தார்.

‘வேலு நாச்சியார் எங்கே அவர் வரவில்லையா?’ என்று ஹைதர் அலி கேட்டார்.

மூவரில் ஒரு வீரன் அப்போது தன் தலைப்பாகையை கழற்றினான். அது வேலு நாச்சியார் ஆண் வேடமிட்டு வந்திருந்தார்.

ஹைதர் அலியுடன் வேலுநாச்சியார் உருது மொழியை சரளமாக பேச, அவருக்கு மேலும் ஆச்சர்யம். தன் வேதனைகளையும் இலட்சியத்தையும் ஹைதர் அலியிடம் விளக்கினார் வேலு நாச்சியார். ஹைதர் அலி அவரை தமது கோட்டையிலேயே தங்கிக் கொள்ள அனுமதி தந்தார்.

மருது சகோதரர்களின் துணையுடன் ஹைதர் அலி அளித்த பாது காப்பிலேயே விருப்பாச்சியில் எட்டு ஆண்டுகள் வேலு நாச்சியார் தனக்கு வேண்டிய பணிப்பெண்களுடனும், வீரர்களுடனும் தங்கி னார்.

வேலு நாச்சியாரின் லட்சியம் ஆங்கிலேயப் படையை அழிப்பது நவாபை வீழ்த்துவது, சிவகங்கைச் சீமையில் தனது பரம்பரை சின்னமான அனுமன் கொடியை பறக்க விடுவது என்பதாகவே இருந்தது.

சிவகங்கையிலும் திருப்பத்தூரிலும் நவாபின் படைகளும் ஆங்கிலேயர் படைகளும் பரவி நின்றன. அவர்களைத் தோற்கடித் தால் தான் சிவகங்கையை மீட்க முடியும் என்ற நிலைமை இருந்து வந்தது.

வேலுநாச்சியார் மனம் தளராமலேயே இருந்து வந்தார். எத்தனை அதிர்ச்சிகளை தன் வாழ்வில் சந்தித்து வந்தவர் வேலுநாச்சியார்!

பதினாறு வயதினிலேயே முத்துவடுக நாதருக்கு மணம் செய்யப் பட்டு சிவகங்கைச் சீமையில் இணைபிரியாத தம்பதியராக பேரும் புகழுடனும் வாழ்ந்து வந்தவர்.

எதிர்பாராத நிலையில் திடீரென்று தன்னுடைய கணவன் படுகொலை செய்யப்பட்டு இடிந்து போய் இருந்தார். என்னதான் வீர மங்கையாக இருந்தாலும் கணவன் மரணம் பெரும் அதிர்ச்சியைக் கொடுத்தது.

அரண்மனையில் இருக்கும் தளபதிகளான பிரதானி தாண்டவராயப் பிள்ளை மருது சகோதரர்கள் எல்லாம் முதலில் தங்களைத் தேற்றிக் கொண்டு பிறகு வேலுநாச்சியாருக்கு நம்பிக்கை வாக்குறுதிகளைக் கொடுத்தார்கள்.

இவர்கள் கொடுத்த நம்பிக்கையில் தான் ஹைதர் அலியின் விருபாட்சிக் கோட்டையிலும், திண்டுக்கல் கோட்டையிலும் அய்யம்பாளையம் கோட்டையிலும் என இடம் மாறி மாறி முகாமிட்டு வாழ்ந்து வந்தார்.

இதற்கிடையில் தன்னுடைய எட்டு வயது மகள் வெள்ளச்சி நாச்சியாரையும் பாதுகாப்பாக வளர்த்து வர வேண்டிய நிலை அவருக்கு இருந்தது.

அமைச்சர் தாண்டவராயன் பிள்ளை முயற்சியினால் சிவகங்கை மக்கள் பிரதிநிதிகள் வேலுநாச்சியாரோடு கலந்து பேசி விடுதலைப் படை ஒன்றும் உருவாக்கப்பட்டது.

வேலுநாச்சியாரின் பிரமிக்கத்தக்க அறிவையும் போராற்றலையும் உருது பேசும் திறனையும கண்டு வியந்து போயிருந்த ஹைதர் அலி அனைத்து உதவிகளையும் செய்வதாக வாக்களித்து இருந்தார்.

■

15. அடைக்கலம் தந்த விருபாட்சிக் கோட்டை

மறைந்த மன்னர் முத்து வடுகநாதத் தேவர் விருப்பப்படியும் பிரதானி தாண்டவராயப் பிள்ளையின் ஆலோசனைப் படியும், ராணி வேலுநாச்சியார், மைசூர் மன்னர் ஹைதர் அலியின் ஆளுகைக்குட்பட்ட திண்டுக்கல்லுக்கருகிலுள்ள விருப்பாட்சிக் கோட்டையில் தங்குவதென முடிவெடுக்கப்பட்டது.

வேலுநாச்சியாரையும் அவரது மகள் வெள்ளச்சி நாச்சியாரையும் பல்லாக்கில் மருது சகோதரர்கள் கொல்லங்குடி, நாட்டரசன் கோட்டை, மேலூர் திண்டுக்கல் வழியாக மிகப் பாதுகாப்பாக விருப்பாட்சிக்கு அழைத்துச் சென்றனர்.

விருப்பாட்சி என்ற சிற்றூர் திண்டுக்கல் கோட்டைக்கு வடகிழக்கே பதினெட்டுக்கல் தொலைவிலுள்ளது.

விருப்பாட்சிப்பாளையம் திண்டுக்கல் சீமையின் மிக முக்கியமான இருபது பாளையங்களில் ஒன்றாகும். விஜயநகரப் பேரரசர்களாக இருந்த 'விருப்பாச்சி' என்ற மன்னர்களது நினைவாக இவ்வூர் உருவாக்கப்பட்டது.

விஜயநகரப் பேரரசின் பிரதிநிதிகளாய் திருச்சிராப்பள்ளியில் ஆட்சி செய்த மல்லிகார்ஜுனர் என்பவர் மதுரை படையெடுப்பின் போது அவருக்கு உதவி செய்த தொட்டிய நாயக்கரைப் பெருமைப் படுத்தும் வகையில் அவரால் இவ்வூர் தோற்றுவிக்கப்பட்டது என்றும் சொல்லப்படுகிறது.

மதுரை நாயக்க மன்னர் ஒருவருக்குப் பல போர்களில் உதவி செய்த சின்னப்ப நாயக்கர்கள் என்ற கம்பளத்தாரால் இவ்வூர் நிறுவப்பட்ட தென்றும் சொல்லப்படுகிறது.

விருப்பாட்சி சிற்றூர் குடமுருட்டி ஆற்றின் கரையில் அமைந்துள்ள சிறிய மண்கோட்டையும் செழிப்பான விளைநிலங்களையும் கொண்டது.

மான உணர்வுமிக்க கம்பளத்து நாயக்கர் களைக்குடி மக்களாகக் கொண்ட விருப்பாட்சியை அவர்களது தலைவரான கோபால நாயக்கர் என்பவர் ஆட்சி செய்து வந்தார்.

மறைந்த மன்னர் முத்து வடுகநாதத் தேவரின் விருப்பத்திற்கிணங்க இந்தச் சிறிய ஊரை ராணி வேலுநாச்சியாரும் அவரது மகள் வெள்ளச்சி நாச்சியாரும் மிகப் பாதுகாப்பாக தங்குவதற்கு ஏற்ற பொருத்தமான ஊராகப் பிரதானி தாண்டவராய பிள்ளை தேர்வு செய்தார்.

விருப்பாட்சிப் பாளையத்தின் பாளையக்காரர் கோபால நாயக்கர் சிறந்த விடுதலை வீரர். விடுதலை இயக்கத்தின் ராஜதந்திரி என்றும் கருதப்பட்டார்.

ஆங்கிலக் கம்பெனி படைகளை எதிர்த்துப் பல்வேறு போர்களில் கோபால நாயக்கர் பங்கு கொண்டவர். ஆங்கிலேயர்களுக்கு எதிராக பாளையக்காரர்களை ஒன்று திரட்டி அவர்களை அணி சேர்த்து, 'திண்டுக்கல் கூட்டணி' என்னும் ஒரு எதிர்ப்புப் பணியை உருவாக்குவதில் அவர் தீவிரமாகப் பங்கு கொண்டிருந்தார்.

விருப்பாச்சி பாளையப்பகுதி மலைகள் சூழ்ந்திருந்தாலும் கும்பெனியாரின் கண்காணிப்பிலிருந்து அப்பகுதி விடுபட்டிருந் தாலும் அப்பகுதியில் பாளையக்காரர்கள், விடுதலை வீரர்கள்,

கிளர்ச்சியாளர்கள் ஆகியோரை வரவழைத்து கூட்டங்கள் போட்டு அவர்களுடன் விவாதித்து கம்பெனியாருக்கெதிரான கூட்டணியை உருவாக்க வேண்டியதன் அவசியத்தை கோபால நாயக்கர் அவர்களிடம் தெளிவாக விளக்கினார்.

ஆங்கிலேயர்களால் பாதிக்கப்பட்ட பாளையக்காரர்களுக்கு தனது தூதுவர்களை அனுப்பி அவர்களோடு தொடர்பு கொண்டு கூட்டங்கள் விவாதங்கள் நடத்தி 'திண்டுக்கல் கூட்டணி' யை அவர் அமைத்தார்.

கோபால நாயக்கர் கூட்டிய கூட்டத்தில் ஆங்கிலேய அதிகாரத்தை எதிர்த்துப் போராடுவதென்றும் அப்போராட்டத்தில் பாளையக்காரர்கள் ஒருவருக்கொருவர் உதவி செய்து கொள்வது என்றும் முடிவெடுக்கப்பட்டது.

காளையார் கோவில் போரில் மன்னர் முத்து வடுகநாதர் வீரமரண மடைந்ததைக் கேள்விப்பட்ட கோபால நாயக்கர், வேலுநாச்சியார் மற்றும் அவரது மகள் வெள்ளச்சி நாச்சியார் ஆகியோர் மீதும் பரிவும் பாசமும் கொண்டிருந்தார்.

வேலுநாச்சியார், வெள்ளச்சி நாச்சியார் பிரதானி தாண்டவராய பிள்ளை ஆகிய மூவரும் மிகப் பாதுகாப்பாக விருப்பாட்சியில் தங்கு வதற்கு கோபால நாயக்கர் தக்க வசதிகளையும் மிகுந்த ஏற்பாடு களையும் செய்து கொடுத்தார்.

திண்டுக்கல்லின் கோட்டைத் தளபதியாக அச்சமயம் ஹைதர் அலியின் மைத்துனர் சையத் சாகிப் என்பவர் பொறுப்பு வகித்து வந்தார்.

கோபால நாயக்கர், ராணி வேலுநாச்சியாரையும் பிரதானி தாண்டவராய பிள்ளையையும் சையத் சாகிப்பிற்கு அறிமுகப் படுத்தி வைத்தார்.

மேலும் மறவர் சீமைகளிலிருந்து ஆற்காடு நவாபை விரட்டி அடிக்க ஹைதர் அலியிடம் படை உதவி கேட்டு வந்திருப்பதாக ராணியும் பிரதானியும் கோபால நாயக்கரிடம் சொன்னார்கள்.

ராணி வேலுநாச்சியாரின் படை உதவி கோரிக்கையைக் கேபால நாயக்கர், தளபதி சையத் சாகிபிற்கு அனுப்பி வைத்து அக்கோரிக்கையை மைசூர் சுல்தான் ஹைதர் அலிக்கு பரிந்துரை செய்து அனுப்பி வைக்குமாறு கோபால நாயக்கர் தளபதியைக் கேட்டுக் கொண்டார்.

கோபால நாயக்கர் எந்த வகையிலும் ராணிக்கு உதவி செய்ய வேண்டுமென்று விரும்பினார்.

ஹைதர் அலியிடம் படை உதவி வாங்கிக் கொடுத்து ஆற்காடு நவாபைச் சிவகங்கை சீமையிலிருந்து விரட்டி அடித்து விட்டு ராணி வேலுநாச்சியாரை மீண்டும சீமையின் அரசியாக்க வேண்டுமென்ற எண்ணமும் உறுதியும் திடமும் கொண்டுள்ள பிரதானி தாண்டவ ராய பிள்ளையைப் போலவே விருப்பாட்சிப் பாளையக்காரர் கோபால நாயக்கரும் விரும்பினார்.

சிவகங்கைப் பிரதானி தாண்டவராயப் பிள்ளை தனது லட்சியத்தை நிறைவேற்றும் பொருட்டு ஹைதர் அலிக்கு மடல் எழுதி அனுப்பி னார்.

அவர் எழுதிய மடலில் ஆர்க்காட்டு நவாபு பெரிய மறவர் சீமையை யும், சின்ன மறவர் சீமையையும் கைப்பற்றி அழிவு ஏற்படுத்தி வருவதைச் சுட்டியிருந்தார்.

காளையார் கோவில் போரில் தப்பி வந்த அவர் கள்ளர் அணி ஒன்றுடன் தங்கி கிளர்ச்சியைத் தொடர்ந்து மேற்கொண்டு வருவ தாகவும், தமக்கு 5000 குதிரைகளையும், வீரர்களையும் அனுப்பி உதவி செய்தால் கிளர்ச்சியை இன்னும் சிறப்பான முறையில் நடத்த முடியும் என்றும் எழுதியிருந்தார்.

தமிழக விடுதலைப் போரில் பூலித்தேவரின் துணிச்சல், கட்ட பொம்மனின் ஆக்ரோஷமும், ரிபல் முத்துராமலிங்க சேதுபதியின் எதிர்ப்புணர்வு, வேலுநாச்சியாரின் விவேகமிக்க வீரம், மருது பாண்டியர்களின் அசாத்திய மூர்க்கம், கோபால நாயக்கரின் ராஜதந்திரம், ஊமைத்துரையின் எழுச்சி யாவுமே இணைத்துப் பேசப்பட வேண்டிய ஒன்றாக உள்ளது.

தென்னகத்தின் விடுதலைப் போராட்டக் களத்தில் விருப்பாட்சிக் கோட்டை வீரக்குடை பரப்பிய யுத்த விருட்க்ஷக் கூடாரமாக விளங்கியது என்றால் மிகையில்லை.

வேலுநாச்சியாருக்குள் வீரத்தையும் ஆண்மையையும் விதைத்த நிலமாக மட்டுமே விருப்பாட்சி கோட்டை அமையவில்லை. அவருடைய வேதனைமிக்க நாட்களுக்கு பெரிதும் ஆறுதல் பரப்பிய அன்னை மடியாகவும் விருப்பாட்சி இருந்தது என்றே கூறலாம்.

விருப்பாட்சியில் இருந்த எட்டு ஆண்டுகள் கடுமையான போர்ப் பயிற்சியும் ஆயுத வலிமையும் பெற்றதோடு, மைசூர் மன்னர் ஹைதர் அலி, திப்பு சுல்தானின் உதவிகளையும் விருப்பாட்சி கோபால நாயக்கரின் உதவிகளையும் படைகளையும் பெற்று, நவாபையும் ஆங்கிலேயர் படைகளையும் வென்று சிவகங்கைச் சீமையினை கைப்பற்றி தன் வீரசபதத்தை வேலுநாச்சியார் நிறைவேற்றினார்.

■

16. முக்கிய பிரதானி தாண்டவராயப் பிள்ளை

புதிதாக உருவாக்கப்பட்ட சிவகங்கை சீமையின் முதலாவது மன்னராக சசிவர்ண பெரிய உடையத்தேவர் பொறுப்பேற்ற பின் சீமையின் வரலாற்றுக்கு புதிய அடையாளம் ஏற்பட்டது என்றார் மிகையல்ல.

சசிவர்ணத் தேவருக்கு இரு மனைவியர் இருந்தனர். ஒருவர் இராம நாதபுரம் சேதுபதி மன்னரது மகள் அகிலாண்டேஸ்வரி நாச்சியார் மற்றவர் பூதக்காள் நாச்சியார்.

முதலாமவருக்கு மூன்று பெண்களும் பட்டாபி ராமசுவாமி, சுவர்ண கிளைத்தேவர் என்ற இரு ஆண் மக்களும் இருந்தனர். இவர்கள் இருவரும் இளமையில் காலமாகி விட்டனர்.

இரண்டாவது மனைவியான பூதக்காள் நாச்சியாரின் மூன்றாவது மகனாக முத்து வடுகநாதர் பிறந்தார். சசிவர்ண பெரிய உடையத் தேவரது ஆட்சி அமைதியும் வளமையும் மிகுந்த காலமாக இருந்தது.

சீமையின் நிர்வாகத்தில் சசிவர்ணத் தேவர் மிகுந்த கவனம் செலுத்தி வந்தார் ஏற்கனவே தமது மாமனார் முத்து விஜய ரகுநாத சேதுபதி

மன்னரால் வெள்ளிக் குறிச்சி மாகாணத்தின் ஆளுநராகப் பணி யாற்றிய முன் அனுபவம் இப்போது கை கொடுத்தது.

பாதுகாப்பிற்காக பல புதிய பாளையங்களைத் தோற்றுவித்து புதிய பாளையக்காரர்களும், காவலர்களும் நியமனம் செய்யப் பட்டனர். தேச காவல், தலங்காவல், திசைகாவல் தெற்கத்தியான் காவல் என்ற அமைப்புகள் சிறப்பாக இயங்கின.

இந்த புதிய சீமையில் ஒல்லையூர் நாடு, கானாடு, புறமலைநாடு, தென்னாலை நாடு, இராஜகம்பீர நாடு, சுரபி நாடு, கானல் பேர்நாடு, பாலையூர், மங்கல நாடு, புனல் பரளை நாடு, கல்லகநாடு என்ற நாடுகள் அமைந்து அணி செய்தன.

இராமநாதபுரம் பகுதியிலிருந்து பிரிக்கப்பட்ட பகுதிகள் சிவகங்கைச் சீமை என்று உருவானதும் அதனைச் சிறப்பான முறை யில் ஆட்சி செய்து நிர்வாகம் சிறப்பாக நடைபெறுவதற்கு தாண்டவராயப் பிள்ளை சசிவர்ணத் தேவருக்கு பெரிதும் உதவி யாக இருந்தார்.

இந்தியாவில் பாபர் முகலாய சாம்ராஜ்யம் தோன்றுவதற்கு வித்திட்டது போல சிவகங்கைச் சீமையில் சசிவர்ணத் தேவரது ராஜ்யம் உருவாகி நிலையாக இருந்ததற்கு தாண்டவராயப் பிள்ளையே முழுமுதற் காரணமாக இருந்து செயல்பட்டார் என்று கூறுவது மிகையாகாது.

சசிவர்ணத் தேவரும் பிரதானி தாண்டவராயப் பிள்ளையும் சிவகங்கைச் சீமையில் அனைத்து சமயங்களைச் சார்ந்தவர்களையும் சமமாக நடத்தி அவர்கள் தங்கள் சமயக் கொள்கைகளை மக்களிடையே பிரச்சாரம் செய்வதற்கு அனுமதி அளித்தனர்.

தாண்டவராயப் பிள்ளையின் ஆலோசனையின் பேரில் சசிவர்ணத் தேவர் அவரது ராஜ்யத்தில் கிறிஸ்தவ சமயப் பிரச்சாரத்திற்கும், தேவாலயங்கள் கட்டுவதற்கும் அவர் அனுமதியளித்தார்.

சிவகங்கை சமஸ்தானத்தை தோற்றுவித்ததில பிரதான தாண்டவ ராயப் பிள்ளை பெரும் பங்கு வகித்தார். தாண்டவராயப் பிள்ளை காரியக்காரர், பிரதானி, தளவாய், மந்திரி என பல்வேறு சிறப்பு பெயர்களால் புகழ்ந்து அமைக்கப்பட்டார்.

■

17. சிவகங்கை மீட்பும் குயிலியின் தியாகமும்

மருது சகோதரர்கள் துணையுடன் எட்டு ஆண்டுகளுக்குப் பின் 1780 ஆம் ஆண்டு விருப்பாட்சி பாளையத்தில் இருந்து சிவகங்கை நோக்கி வேலு நாச்சியாரின் படை அணி புறப்பட்டது.

அதில் பெண்கள் படையான உடையாள் படை அணிக்கு தலைமை வகித்தவர் வீரத்தாய் குயிலி.

வேலு நாச்சியார் படை திண்டுக்கல் தொடங்கி ஒவ்வொரு தடையையும் தகர்த்துக் கொண்டு சிவகங்கை நோக்கி சீறியது.

பன்னிரண்டு பீரங்கி வண்டிகள், நூற்றுக்கணக்கான துப்பாக்கிகள் திப்பு சுல்தானால் வேலு நாச்சியாரிடம் ஒப்படைக்கப்பட்டிருந்தது.

திப்பு சுல்தான் அளித்திருந்த ஆயுத பலம் வேலு நாச்சியாருக்கு மிகுந்த நம்பிக்கையும் தைரியத்தையும் ஏற்படுத்தியிருந்தது.

முத்துவடுக நாதரின் படுகொலையில் பெரும் பங்கு வகித்த மல்லாரி ராயன், முதலாவதாக வேலு நாச்சியாரின் படையை மதுரை கோச்சடையில் எதிர்த்து நின்றான்.

ஒரு மணிநேரப் போரிலேயே மல்லாரி ராயன் குத்திக் கொலை செய்யப்பட்டான்.

ஆங்கிலேய தளபதி ஜோசப் ஸ்மித் வேலு நாச்சியாரின் படையை காளையார் கோவிலில் எதிர் கொண்டான். அந்தப் போரில் மறவர் படை வெற்றிக் கொடி நாட்டியது. ஆங்கிலப் படைகள் புறமுது கிட்டு ஓடின.

வேலு நாச்சியாரின் படைகள் சிவகங்கைச் சீமையில் வெற்றி முழக்கத்துடன் நுழைந்தன. ஆனால் அங்குதான் யாரும் எதிர்பாராத ஆபத்து காத்துக் கொண்டிருந்தது.

தனது நயவஞ்சகத்தால் மறைந்திருந்து வேலு நாச்சியாரின் கணவரது உயிரைப்பறித்த கொடுங்கோலன் ஆங்கிலத் தளபதி பாஞ்சோலை காளையார் கோவிலிருந்து சிவகங்கை அரண்மனை வரையிலும் அடிக்கு ஒரு போர் வீரனை நிறுத்தியிருந்தான்.

அனைவரது கைகளும் துப்பாக்கி ஏந்தியிருந்தன. பீரங்கிகளும் அரண்மனையைச் சுற்றி நிறுத்தப்பட்டிருந்தன. ஆயிரக்கணக்கான துப்பாக்கிகளும், வெடிபொருட்களும் அரண்மனைக் கிடங்கில் பதுக்கி வைக்கப்பட்டிருந்தன.

என்னதான் வீரமறவர்கள் வேலு நாச்சியாரின் படையில் இடம் பெற்றிருந்தாலும் ஆங்கிலேயரின் நவீன ஆயுதங்கள் மிகப்பெரிய சவாலாக இருந்தன.

விருப்பாட்சியிலிருந்து தொடர் வெற்றிகளைக் குவித்து வந்த வேலு நாச்சியாருக்கு இறுதிப் போரில் தோற்று விட்டால் என்ன ஆவது என்று நினைப்பதற்கே அச்சமாக இருந்தது. இருப்பினும் நம்பிக்கையைக் கைவிடவில்லை.

அந்த நேரம் அங்கே ஒரு தள்ளாத கிழவி ஒருத்தி வந்து கொண்டிருந்தாள்.

சபையின் நடுவே தடுமாறி நடந்து வந்த அவள் வேலு நாச்சியாரை வணங்கி விட்டு பேசத் தொடங்கினாள்.

'தளவாய் பெரிய மருது அவர்களே! இப்போது நவராத்திரி விழா நடந்து வருகிறது சிவகங்கையில் நாளை மறுநாள் விஜயதசமி.

அன்று சிவகங்கைக் கோட்டையில் உள்ள ராஜராஜேஸ்வரி அம்மன் கோயிலில் கொலு வைக்கப்படுகிறது.

இதைப் பார்ப்பதற்காக அன்று ஒரு நாள் காலை மட்டும் மக்களுக்கு அதுவும் பெண்களுக்கு மட்டுமே அனுமதி அளிக்கப்பட்டு உள்ளது.

இதனைப் பயன்படுத்தி ராணியாரின் தலைமையில் பெண்கள் படை உள்ளே கோட்டைக்குள் புகுந்து விடும் பிறகு என்ன வெற்றி நம் பக்கம் தான்.'

மூச்சு விடாமல் அந்த மூதாட்டி சொல்ல அத்தனை பேரின் கண்களும் வியப்பால் விரிந்தன.

பெரிய மருதுவின் சந்தேகப் பார்வையைக் கண்டதும் அந்தப் பெண் கடகடவென சிரித்த படி 'பேராண்டி பெரிய மருது அவர்களே இப்போது என்னைத் தெரிகிறதா? என்று மெல்ல தன் தலையில் கை வைத்து வெள்ளை முடிக்கற்றையை தனியாக எடுத்தாள். அங்கு குயிலி புன்னகை மின்ன நின்றிருந்தாள்.'

ஆம். சிவகங்கை கோட்டையை உளவு பார்க்க குயிலி மறு வேடத்தில் சென்றிருந்தாள் என்ற உண்மை அப்போது வெளிப் பட்டது.

இப்போது வேலு நாச்சியார் பெரிய மருது பக்கம் திரும்பி, 'என்ன பெரிய மருது உங்கள் சந்தேகம் தீர்ந்ததா? நாளை மறுநாள் நமது படைகள் போர் முரசு கொட்டட்டும். இந்த முறை ஒலிக்கும் முரசு வெள்ளையரின் அடிமை விலங்கை ஒடித்து விடுதலை வெளிச்சத்தை, கொண்டு வரும் முரசாக ஒலிக்கட்டும்' என்று ஆணையிட்டார்.

வேலு நாச்சியார் ஆணையிட்ட படியே படைகள் இரண்டு பிரிவாகப் பிரிந்து, முரசறைந்து போர் முழக்கமிட்டுப் புறப்பட்டது.

ராணி வேலு நாச்சியார் தலைமையில் பெண்கள் படை சிவகங்கை நகருக்குள் புகுந்தது.

அம்மனுக்கு சார்த்தி வழிபட அவர்கள் கையில் பூமாலைகளோடு அணிவகுத்தனர். பூமாலைக்குள் கத்தியும், வளரியும் பதுங்கி இருந்தது பரங்கியருக்கு தெரிய வாய்ப்பில்லை.

வேலு நாச்சியார் தனது ஆபரணங்களையெல்லாம் களைந்து விட்டு சாதாரணப் பெண் போல மாறுவேடத்தில் கோயிலுக்குள் புகுந்தார்.

எட்டு ஆண்டுகளுக்குப் முன்பு கணவனோடு கோட்டைக்குள் இருந்து வெளியேறி பிறகு இன்று தான் மட்டும் தனியே மாறு வேடத்தில் வரவேண்டிய நிலை ஏற்பட்டதே என்று எண்ணி ராணி வேலு நாச்சியார் ஒரு கணம் கலங்கினார்.

ஆனால் ஒரே நொடியில் அந்தக் கலக்கம் மாயமானது. 'எனது கணவரை மாய்த்து நாட்டை அடிமைப்படுத்திய நயவஞ்சகரை ஒழிப்பேன். விடுதலைச் சுடரை நாடு முழுக்க விதைப்பேன்' என்ற தான் முன்னர் செய்த சபதம் நினைவுக்கு வந்தது.

வேலு நாச்சியாரது கண்கள் கோட்டையின் ஒவ்வொரு பகுதியையும் அலச ஆரம்பித்தது. விஜயதசமி என்பதால் ஆயுதங்கள் அனைத்தையும் கோட்டையின் நில முற்றத்தில் குவித்து வைத்திருந்தனர். ஒரு சில வீரர்களின் கைகளில் மட்டுமே ஆயுதங்கள் இருந்தன.

ராணி கோட்டையை அளவெடுத்தது போலவே குயிலியின் கண்களும் அளவெடுத்துக் கொண்டிருந்தன. நிலா முற்றத்தில் குவிக்கப் பட்டிருந்த ஆயுதங்களைக் கண்டதும் குயிலியின் மனதில் ஒரு மின்னல் யோசனை தோன்றி மறைந்தது.

ஆனால் அந்த யோசனையை ராணியிடம் சொன்னால் செயல்படுத்த அனுமதி கிடைக்காது என்பதை அறிந்திருந்த குயிலி மெதுவாக ராணி வேலு நாச்சியாரைப் பிரிந்து கூட்டத்தோடு கலந்து கொண்டாள்.

அதே நேரத்தில் கோட்டையில் பூஜை முடிந்தது. அனைவரும் கோட்டையை விட்டு வெளியேற ஆரம்பித்தனர். பொதுமக்கள் கூட்டமும் மெதுவாக கலையத் தொடங்கியது.

வேலு நாச்சியார் தனது போரைத் தொடங்க இதுவே தருணம் என்பதை உணர்ந்தார்.

அவரது கை மெல்ல தலைக்கு மேல் உயர்ந்தது. மனதிற்குள் ராஜ ராஜேஸ்வரியை வணங்கியபடியே, 'வீரவேல்! வெற்றிவேல்!' என்று விண்ணதிர முழங்கினாள்.

அந்த இடி முழக்கம் அரண்மனையையே கிடுகிடுங்க வைத்தது. ராணியின் வீரமுழக்கத்தை கேட்ட மாத்திரத்தில் பெண்கள் படை புயலாய்ச் சீறியது.

புது வெள்ளமாய்ப் பாய்ந்தது மகளிர் வீரப்படை. மந்திரவித்தை போல பெண்களின் கைகளில் வாளும் வேலும் தோன்றின.

ஆயுதங்கள் அனைத்தையும் மின்னலென சுழற்றி வெள்ளையர்களை சிவகங்கை பெண்கள் படை வெட்டிச் சாய்த்தது.

இந்த உக்கிரக் காட்சியினை மேல் மாடியில் நின்று பார்த்துக் கொண்டிருந்த ஆங்கிலேய படைத்தளபதி பான்சோருக்கு தலையில் இடி விழுந்தது போலாயிற்று.

'சார்ஜ்' என்று பான் சோர் தொண்டை கிழியத் கத்தியபடியே தனது இடுப்பிலிருந்த இரண்டு கைத் துப்பாக்கிகளை எடுத்து சரமாரியாகச் சுட ஆரம்பித்தான்.

வெள்ளைச் சிப்பாய்கள் ஆயுதக் குவியலை நோக்கி ஓடி வர ஆரம்பித்தார்கள் வேலு நாச்சியார் பான் சோரைப் பிடிக்க மேல் மாடத்திற்குள் அங்கிருந்த யாரோ ஒரு பெண் தனது உடல் முழுக்க கொளுந்து விட்டு எரியும் தீயோடு 'வீரவேல்! வெற்றிவேல்!' என்று அண்டம் பொடிபட ஆவேசமாக கூவியபடி ஆயுதக் கிடங்கை நோக்கி கீழே குதித்தாள்.

நிலா முற்றத்தில் குவித்து வைக்கப்பட்டிருந்த வெடிமருந்து மூட்டை களும், ஆயுதங்களும் வெடித்தும் தீப்பற்றியும் எரிந்தன.

ஆயுதக் குவியலில் பற்றிய தீயினைக் கண்டதும் பான்சோரும் ஆங்கில படையினரும் நிராயுதபாணியாய் பயந்து நடுநடுங்கி நின்று விட்டனர்.

ஆங்கிலேய படைத்தளபதி பான்சோர் உயிரைக் காப்பாற்றிக் கொள்ள ஓட முயன்றபோது வேலு நாச்சியாரின் வீரவாள் அவனை வளைத்துப் பிடித்தது.

தளபதி சரணடைந்தான். சிவகங்கை கோட்டை மீண்டும் ராணியின் கைக்கு வந்தது.

அதே நேரத்தில் பெரிய மருது வெற்றியோடு வந்தார். திருப்பத்தூர் கோட்டையை வென்ற சின்ன மருதுவும் தனது படைகளோடு வந்து சேர்ந்தார். வெற்றி முழக்கம் எங்கும் ஒலித்தது.

ஆனால் வேலு நாச்சியாரின் கண்களோ தன் உயிரான தோழியும் இந்த வெற்றிக்கு வித்திட்ட பெண்கள் படைதளபதியுமான குயிலியைத் தேடியது.

போர் தொடங்கிய நேரத்தில் குயிலியின் எண்ணம் எல்லாம் ஆயுதக் கிடங்கின் மீது தான் நின்றது.

அச்சமயம் குயிலியின் மனதில் எதிரொலித்த குரல் இதுதான். 'நமது விடுதலைக்கான இறுதிப்போர் இது. இதில் நாம் தோல்வி அடைந்தால் இனி எத்தன ஜென்மம் எடுத்தாலும் வெற்றி பெற முடியாது. நான் வெற்றிக்கு வழிகாட்ட ஒளியூட்டப் போகிறேன்.'

இந்த எண்ணம் உரக்க ஒலிக்க ஆரம்பித்த போது உடல் முழுவதும் நெய்யை ஊற்றிக்கொண்டு கோயிலில் இருந்து எரியும் தீப்பந்த தோடு அரண்மனையின் உப்பரிகையை நோக்கிப் பறந்தாள் குயிலி.

அரண்மனை உப்பரிகையை அடைந்ததும் தீப்பந்தத்தால் தனது உடலில் தனக்குத் தானே தீ வைத்துக் கொண்டு நிலா முற்றத்து ஆயுதக் குவியலில் குயிலி குதித்து விட்டாள்.

வெள்ளையர்களை ஆயுதம் அற்றவர்களாக்கி தனது தலைவி ராணி வேலு நாச்சியாருக்கு வெற்றியை அள்ளித்தர தன்னையே பலி யிட்டுக் கொண்டாள்.

இதனை ராணி வேலு நாச்சியார் அறிந்தபோது நெருப்பு தீண்டியவரைப் போல துடிதுடித்துப் போய் விட்டாள்.

மானம் காக்கும் மறவர் சீமையின் விடுதலைக்காக குயிலி தன்னையே பலி கொடுத்து விட்டாள் என்பதை அறிந்ததும் அந்தத் தியாக மறத்திக்காக வேலு நாச்சியாரின் வீர விழிகள் அருவியாய் மாறின. கண்ணீர் வெள்ளம் அவரது உடலை நனைத்தது.

பிரிட்டிஷாரை எதிர்த்து தமிழ் மண்ணில் நடைபெற்ற போர்க் களத்தில் தான் முதன் முதலாக தற்கொலைப் போராளி உருவானர் என்பது நாம் அறியாதது. அந்தப் போராளி வீரமங்கை குயிலி என்பது சிவகங்கைச் சீமை பெருமை கொள்ளத்தக்க வரலாறு.

ராணி வேலு நாச்சியாருக்கு மிகப் பெரிய கவசமாகத் திகழ்ந்தவள் வீரமங்கை குயிலி. அவளது இழப்பு வேலு நாச்சியாரை கதிகலங்கச் செய்து விட்டது.

சிவகங்கைச் சீமையில் ஆற்காடு நவாபும், ஆங்கிலேயர்களின் கைக்கூலிகளான மல்லாரிராயனும் அவன் தம்பி ரங்கராயனும் குயிலியை மையப்படுத்தி சாதி வெறியைத் தூபமிட்டுக் கொண் டிருந்த செய்தியனைத்தும் வேலு நாச்சியார் அறிவார்.

மேல்சாதியைச் சார்ந்த சிலம்பு வாத்தியார் வெற்றி வேலுவை தாழ்ந்த சாதிப் பெண்ணான குயிலி குத்திக் கொலை செய்ததை அவர்கள் கயிறு திரித்துக் கொண்டே இருந்தார்கள்.

குயிலியின் செயலுக்கு மனு தர்ம நியாயம் பேசிக் கொண்டிருந்த அந்தக் கும்பல்களை வன்மையாக கண்டித்தார் வேலு நாச்சியார்.

தம் படைவீரர்களுக்கு பகிரங்கமாகவே அறிவிப்பு ஒன்றை வெளி யிட்டார்.

'எதிரிகள் சிவகங்கை மண்ணிலிருந்து விருப்பாச்சியிலுள்ள நம் இருப்பிடத்திற்கு வந்து தூங்கிக் கொண்டிருந்த என் அறையில் கத்தி வீசியிருக்கிறார்கள். இது என்னைக் கொல்வதற்கா? அல்லது குயிலியைக் கொல்வதற்கா? என்பது ஒருபுறம் இருக்கட்டும்.

ஆனால் இத்தனை துணிச்சலாக என் அறைக்கு அவர்கள் எப்படி வந்தார்கள் என்பது தான் கேள்வி. நம் படைவீரர்களின் ஆதரவு இல்லாமல் அவர்களுக்கு இந்த துணிச்சல் வந்திருக்காது.

சிவகங்கையில் நம் எதிரிகள் கடைசியாக என்னை வீழ்த்துவதற் காக எடுத்துள்ள சாதி எனும் ஆயுதம் நம் வீரர்களையும் பாதித்திருப்ப தாகவே நான் கருதுகிறேன்.

என்னுடைய அத்தனை விதமான சலுகைகளையும் சமாதானங் களையும் பெற்றுக் கொண்டே சிலம்பு வாத்தியார் எனக்குத் துரோகம் செய்தார். ஆனால் எந்த விதமான சலுகையினையும் கிஞ்சித்தும் பெறாத குயிலி என் உயிரைக் காப்பாற்றியிருக்கிறாள்.

சிலம்பு வாத்தியார் என் சொந்த சாதிக்காரராக இருந்தாலும் அவர் எனக்கு துரோகம் இழைத்தவர். ஆனால் குயிலி அருந்ததியார் குலத்தில் பிறந்திருந்தாலும் நம் நாட்டிற்கு துரோகம் இளைத்தவர் களை களையெடுத்திருக்கிறாள்.

உங்களுக்கு சாதிதான் முக்கியம் என்றால் நீங்கள் இந்த நிமிடமே என்னுடைய படையிலிருந்து விலகிக் கொள்ளலாம் சாதி வெறி பிடித்தவர்கள் எனக்குத் தேவையில்லை'

வேலு நாச்சியாரின் அறிவிப்பு மிகக் கடுமையாக இருந்தாலும் அது நியாயமாகப்பட்டதால் அனைவரும் ஏற்றுக் கொண்டனர்.

குயிலியின் மாசு மருவற்ற நாட்டுப்பற்றுக்கும் விசுவாசத்திற்கும் தலை வணங்கி தன் இதயத்தின் விசாலமான அரவணைப்புக்கு பாத்திரமாக வைத்திருந்த வேலு நாச்சியார், ஆயுத வெடிக்கிடங்கில் உருத் தெரியாமல் அழிந்த போன தற்கொலை படைத்தலைவியான குயிலியின் தியாகத்துக்கு என்னகைம்மாறு செய்வேன் என்று மனம் உடைந்து போனார்.

∎

18. வெள்ளச்சி நாச்சியார் திருமணத்திற்கு எதிர்ப்பு

தனது மகள் வெள்ளச்சி நாச்சியாரை சிவகங்கைச் சீமையின் அரசியாக மிகவும் எளிமையான ஒரு விழாவில் முடி சூட்டி அரியணையில் அமரச் செய்தார் வேலு நாச்சியார்.

பெரிய மருதுவைத் தளபதியாகவும் சின்ன மருதுவை முதலமைச்சராகவும் நியமனம் செய்து வேலு நாச்சியார் ஆணைகள் பிறப்பித்தார்.

இளவரசி வெள்ளச்சி நாச்சியாரின் பிரதிநிதியாக ராணி வேலு நாச்சியார் சிவகங்கைச் சீமையை 1780 ஆம் ஆண்டு முதல் ஆட்சி செய்து வந்தார். சீமையின் நிர்வாக இயக்கத்திற்கு பிரதானிகளாக இருந்த மருது சகோதரர்கள் உதவி வந்தனர்.

இளவரசி வெள்ளச்சி நாச்சியார் திருமணம் ஆகாத கன்னிகையாகவும், ராணி வேலு நாச்சியார் கணவரை இழந்த கைம் பெண்ணாகவும் இருந்த காரணத்தினால் அவர்கள் இருவரும் அரசியல் நடவடிக்கைகள் தொடர்பான அனைத்து பணிகளிலும் நேரிடையாக ஈடுபட இயலாத நிலை இருந்து வந்தது.

எனவே வேலு நாச்சியார் தனது மகள் வெள்ளச்சி நாச்சியாருக்கு திருமணம் செய்து வைக்க முடிவு செய்தார்.

நாலு கோட்டை சசிவர்ணப் பெரிய உடையத்தேவர் குடும்ப வழியில் வந்த உறவினரான படமாத்தூர் கௌரி வல்லப தேவர் என்ற புத்திசாலி இளைஞரை தனது பாதுகாப்பில் வைத்திருந்தார் வேலு நாச்சியார்.

படமாத்தூர் கௌரி வல்லபத் தேவரை சுவீகாரம் எடுத்து தனக்குப் பின்னர் தனது வாரிசாக அவருக்கு பட்டம் சூட்ட வேலுநாச்சியார் விரும்பினார். அவருக்கு தனது மகள் இளவரசி வெள்ளச்சி நாச்சியாரைத் திருமணம் செய்து கொடுத்து அவரை சிவகங்கை மன்னராக ஆக்கவும் ராணி வேலு நாச்சியார் முடிவு செய்திருந்தார்.

அதன்படி காளையார் கோயில் ஆலயத்தில் படமாத்தூர் கௌரி வல்லபத்தேவருக்கு இளவரசுப் பட்டம் சூட்டப்பட்டது.

அவ்விழாவிற்கு நாட்டுத் தலைவர்கள் அனைவரும் வந்திருந்தனர். சிறப்பான வழிபாடுகள் முடிந்த பின்னர் கோயில் மண்டபத்தில் வைக்கப்பட்டிருந்த இருக்கையில் இளவரசர் கௌரி வல்லபத் தேவரை அமரச் செய்து பிரதானிகளும் நாட்டுத் தலைவர்களும் அவருக்கு மரியாதை செலுத்தி வணங்கினர்.

ஆரம்பத்தில் இதற்கு உடன்பட்டிருந்த சிவகங்கை பிரதானிகள் மருது சகோதரர்கள் இளவரசர் கௌரி வல்லபதேவர் மீது வெறுப்பை காட்டத் துவங்கினர்.

இந்நிலையில் தமது மகள் வெள்ளச்சி நாச்சியாரை கௌரி வல்லப தேவருக்கு மணம் செய்து வைக்கும் திட்டத்தைப் பற்றி வேலு நாச்சியார் மருது சகோதரர்களிடம் ஆலோசனை செய்தார். மருது சகோதரர்கள் ராணி வேலு நாச்சியார் கூறிய திருமண சம்பந்தத்தை கடுமையாக எதிர்த்தனர்.

கௌரி வல்லபத்தேவர் சிவகங்கைச் சீமைக்கு மருமகனாவதற்கு தகுதி திறமையற்றவரென்றும், முரட்டுத்தனமும், அரச குடும்பத்திற் குரிய தகுதிகள் இல்லாதவர் என்றும் அவர்கள் மறுப்பு தெரிவித்தனர்.

அதனைக் கேட்டு மிகுந்த மனவேதனை அடைந்தார் ராணி வேலு நாச்சியார். கௌரி வல்லபத் தேவரை தனது வாரிசாக ராணி வேலு நாச்சியார் தத்தெடுப்பதையும் திருமண உறவின் மூலம் அதிகாரம் பெறுவதையும் மருது சகோதரர்கள் விரும்பவில்லை. தங்களது அதிகாரம் கை நழுவிப் போவதை அவர்களால் ஏற்றுக் கொள்ள முடியவில்லை.

ஆகையால் அவர்கள் கௌரி வல்லபத் தேவரை காளையார் கோயில் ஆலயத்தில் சிறை வைத்து அவரைக் கொலை செய்ய முயன்றனர்.

இந்தச் செய்தியறிந்த ராணி வேலு நாச்சியார் ஆத்திரமடைந்து மருது சகோதரர்களிடம் அது பற்றிக் கேட்டார்.

கௌரி வல்லபத் தேவர் சிறையில் வைக்கப்படவில்லை யென்றும் கூறினர். சிவகங்கைச் சீமையைக் கைப்பற்றி இராமநாதபுரம் சிவகங்கையை ஒருங்கிணைத்து 'சேது நாடு' உருவாக்க இராமநாத புரம் மன்னர் முத்துராமலிங்க சேதுபதியுடன் கௌரி வல்லபத் தேவர் சதியாலோசனை செய்கிறார்.

அது தொடர்பான விசாரணைக்காகவே கௌரி வல்லபத் தேவரை கோயிலில் தனிமைப்படுத்தி வைத்திருப்பதாகக் கூறி ராணி வேலு நாச்சியாரை மருதிருவர் சமாதானப்படுத்த முயன்றனர்.

சிவகங்கைச் சீமையின் நிலக்கிழார்களில் ஒருவரான சக்கந்தி, தேவரது மகன் வேங்கன் பெரிய உடையத் தேவரை வெள்ளச்சி நாச்சியாருக்கு மணம் செய்து வைப்போம் என்று மருது பாண்டியர் ராணி வேலு நாச்சியாரை வற்புறுத்தி 1790 இல் மணம் செய்து வைத்தனர்.

1791 ஆம் ஆண்டு வெள்ளச்சி நாச்சியாருக்கு பெண் குழந்தை பிறந்தது. 1793 ஆம் ஆண்டு வெள்ளச்சி நாச்சியாரும் அவரது பெண் குழந்தையும் மர்மமான முறையில் இறந்து விட்டனர்.

ராணி வேலு நாச்சியார் இந்த நிகழ்வால் மிகுந்த வேதனையும் அதிர்ச்சியும் அடைந்தார்.

இந்த நிலையில் பெரிய மருது சேர்வைக்காரர் தமது பெண் மக்களில் ஒருவரை வேங்கன் பெரிய உடையத் தேவருக்கு மறுமணம் செய்து வைத்தார்.

கிபி 1790 முதல 1801 வரை சிவகங்கைச் சீமையை ஆண்ட கடைசி மன்னர் வேங்கன் பெரிய உடையத்தேவர்தான்.

இவரது ஆட்சியின் போது மருது சேர்வைகாரர்களின் அதிகாரமே மேலோங்கி இருந்தது.

மருது சகோதரர்கள் இந்த காலகட்டத்தில் வேலு நாச்சியாரை அரண்மனைக் காவலில் வைத்திருந்தனர்.

மருது சகோதரர்கள் தனக்கும் தன் குடும்பத்தினருக்கும் இழைத்த கொடுமைகளை கும்பினியருக்கு வேலு நாச்சியார் கடிதங்கள் மூலமாக புகார் செய்த வண்ணமிருந்தார்.

மருது சகோதரர்களுக்கும் ஆங்கிலேயருக்கும் இடையே மனக் கசப்புகளும், போர்களும் நடந்தன.

போரின் முடிவில் சிவகங்கை அரசர் வேங்கை பெரிய உடைத்தேவர் 1801 ஆம் ஆண்டில் காளையார் கோவில் காடுகளில் கண்டுபிடிக்கப் பட்டு ஆங்கிலேயர்களால் காவலில் வைக்கப்பட்டார்.

பின்னர் அவரை ஆங்கிலேயர்கள் பினாங்கு தீவிற்கு நாடு கடத்தினர். 1802 செப்டம்பர் 19 ஆம் தேதியன்று அவர் அங்கேயே காலமானார்.

■

19. வேலு நாச்சியார் மரணம்

வேலு நாச்சியாரின் மகள் வெள்ளச்சியின் கணவரும் சிவகங்கை மன்னருமாக சக்கந்தி வேங்கண் பெரிய உடையத் தேவர் இருந்து வந்தார்.

வெள்ளச்சி நாச்சியாரின் மறைவுக்கு பின் பெரிய மருதுவின் மகளை இவர் திருமணம் செய்தார்.

ஆங்கிலேயரின் பரம எதிரியாக மாறிய சிவகங்கைப் பிரதானிகள் மருது சகோதரர்களுக்கு எண்ணற்ற தொல்லைகளை அவர்கள் கொடுத்து வந்தனர்.

இந்த நிலையில் பெரிய மருதுவின் மருமகன் வேங்கன் பெரிய உடையத்தேவருக்கு எதிராக படை மாத்தூர் கௌரி வல்லப தேவரை ஆங்கிலேயர் ஜமீன்தார் ஆக்க முற்பட்டனர்.

அறந்தாங்கி காட்டில் சிவகங்கை அரச மரபினரான படைமாத்தூர் கௌரி வல்லப தேவரை தேடிப்பிடித்து அழைத்து வந்தனர்.

புதுக்கோட்டை தொண்டைமானது 900 வீரர்கள் புடை சூழ சோழபுரத்தில் 3.9.1801 இல் கௌரி வல்லப தேவருக்கு சிவகங்கை

ஜமீன்தார் என்ற புதிய பட்டத்தை சூட்டினர்.

நாலு கோட்டைப் பரம்பரையில் வந்த படைமாத்தூர் கௌரி வல்லபதேவரை புறக்கணித்து விட்டு சிவங்கையில் மருது சேர்வைக்காரர்கள் சர்வதிகாரம் செய்கின்றனர் என்பதை வெளி யுலகிற்கு தெரியப்படுத்துவதற்காகவே இந்த ஏற்பாட்டை செய்தனர்.

மேலும் இதன் மூலம் ராஜ விசுவாசம் மிக்க சிவகங்கை குடிகளை புதிய ஜமீன்தார் அணியில் இணையுமாறு செய்து மருது சேர்வைக் காரர்களது மக்கள் அணியை பலவீனப்படுத்துவதும் ஆங்கிலேயர் திட்டம்.

அவர்கள் போட்ட கணக்கு சரியானது என்பதை பிந்தைய வரலாற்று நிகழ்வுகள், காளையார் கோவில் போரில் வெற்றி, தனிமைப் படுத்தப்பட்ட மருது சகோதரர்களை கைது செய்து தூக்கில் தொங்க விட்டது, சிவகங்கை தன்னரசு மன்னர் வேங்கன் பெரிய உடையத் தேவரை பினாங்கு தீவிற்கு நாடு கடத்தியது போன்றவைகள் நியாயப்படுத்தின.

இதைவிட பெரிய ரகசிய திட்டமாக ஆங்கிலேயர் வகுத்து வைத்திருந்தனர். தமிழகத்தில் எஞ்சியிருந்த பாரம்பரிய தன்னாட்சி மன்னர்களை ஒழித்து நாடு முழுவதும் ஆங்கிலப் பேரரசை நிறுவுவது என்பதுதான் அந்த திட்டம்.

இராமநாதபுரம் சேதுபதி மன்னர் முத்துராமலிங்க சேதுபதி கொடூர மாக ஆட்சி புரிகிறார் என்ற குற்றம் சுமத்தி அவரை 1795 இல் கைது செய்து திருச்சி கோட்டைச் சிறையில் அடைத்து வைத்திருப்பதும் இந்த திட்டத்தின் அடிப்படையில் தான்.

இராமநாதபுரம் தன்னாட்சியை ரத்து செய்து விட்ட மன்னரது தமக்கை மங்களேஸ்வரி நாச்சியாரை 1803 இல் ஜமீன் தாரினி ஆக்கினார்கள்.

அரண்மனை கைதிபோல் ஆக்கப்பட்டு பெரும் மன உளைச்சல் களுக்கு ஆளாக்கப்பட்டிருந்த ராணி வேலு நாச்சியார் இதய நோயாளியாக விட்டார்.

பிரான்ஸ் தேசத்துக்கு சென்று மருத்துவம் செய்தும் பயனில்லை. கரையானைப் போல கவலை எனும் நோய் அரித்துத் தின்று கொண்டிருந்த காலத்தில் ராணி வேலு நாச்சியாருக்கு தனக்கு மனச்சாந்தி அளிக்கும் இடம் விருப்பாட்சி அரண்மனை தான் என முடிவு செய்து அங்கேயே சென்று தனது இறுதிக் காலத்தை கழித்தார்.

பெரும் போர்களை நடத்தி சிவகங்கைச் சீமையை ஆங்கிலேயர் களிடமிருந்து மீட்ட பெண் விடுதலைப்புலி ராணி வேலு நாச்சியார் 1796 டிசம்பர் 25 அன்று விருப்பாட்சி அரண்மனையிலேயே தன் இன்னுயிரைத் துறந்தார்.

■

20. மருது சகோதரர் கிளர்ச்சிக் கூட்டணிக்கு எதிர்ப்பு

ஆர்க்காட்டு நவாபு மருது சகோதரர்களின் நிரந்தர எதிரியாகி விட்டார் என்ற போதிலும் ஆங்கிலேயரோடு ஒப்பிடும் போது அவர் மருது சகோதரர்களால் உயர்வாகவே மதிக்கப்பட்டிருக்கிறார்.

ஐரோப்பிய ஈனர்களின் ஜென்ம விரோதி என்று தன்னை பிரகடனப் படுத்திக் கொண்டார் சின்னமருது. ஆங்கில மேலாண்மை அடியோடு ஒழிக்கப்பட வேண்டும் என்ற அரசியல் நோக்கம் மருது சகோதரர்களின் முதன்மை நோக்கமாக இருந்தது.

ஐரோப்பியரின் மேலாண்மை ஒழிய வேண்டுமென்றும் ஏழைகளும் இல்லாக் கொடுமையால் அல்லல்படுவோரும் நலம் பெறுவதற்காக அது நிகழ வேண்டும் என்றும் அவர்களுக்கு ஆதரவு தரும் அறிவிலி களை ஒதுக்கித் தள்ள வேண்டும் என்றும் கூறுகிறது.

மருது சகோதரர்களின் துணிச்சல் மிக்க கிளர்ச்சிகளுக்கு நல்ல வரவேற்பு இருந்தது. இராமநாதபுரம் சீமையின் தலைசிறந்த கிளர்ச்சிக்காரர் என ஆங்கிலேயர்களால் வர்ணிக்கப்பட்ட மயிலப்பன் மற்றும் சிங்கம் செட்டி, முத்து கருப்பத்தேவர் முதலா

னோரும் மருது சகோதரர்களின் நடவடிக்கையை வரவேற்றதோடு அவர் தலைமையையும் ஏற்றுக் கொண்டனர்.

மருது சகோதரர்களின் நடவடிக்கையை ஏற்றுக் கொண்டவர்களில் முக்கியமானவர் இராமநாதபுரம் மயிலப்பன் சேர்வை ஆனார்.

இவர் இராமநாதபுரம் மன்னர் முத்துராமலிங்க விஜயரகுநாத சேதுபதியின் படையில் பணியாற்றியவர்.

இவருடைய கடுமையான எதிர்ப்பும் கிளர்ச்சியும் ஆங்கிலேயர்களை ஆத்திரமூட்டி இவரை சிறையிலடைக்கச் செய்தது.

மருது சகோதரர்கள் கும்பினியார் ஆதிக்கத்தை எதிர்ப்பதும் கும்பினியர் அவர்களுக்கெதிராக நடவடிக்கை எடுப்பதுவும் தவிர்க்க முடியாத ஒன்றாகி விட்டது.

சிவகங்கையை ஆள்வதற்குரிய உரிமை மருது சகோதரர்களுக்கு கிடையாது என்பது பற்றி கலெக்டர் லூசிங்டன் விவாதித்தது மருது சகோதரர்களின் நெஞ்சில் நெருப்பை வளர்த்து அது பெருந்தீயாக வளர்ந்தது.

ஊமைத் துரைக்கும் மயிலப்பனுக்கும் சிவகங்கைப் பாளையத்தில் அடைக்கலம் கொடுத்து உற்சாகப்படுத்திய நடவடிக்கைகள் கும்பினியாருக்கு பெருங் கோபத்தை எழுப்பியது.

மருது சகோதரர்களின் கிளர்ச்சி நடவடிக்கைகள் மிகவும் தீவிரமடைந்ததைக் கண்டு கர்னல் அக்கினியூ மருது சகோதரர்களையும் சிவகங்கை மக்களையும் எச்சரித்து ஒரு அறிக்கை வெளியிட்டார்.

அதனைப் படித்து ஆத்திரமடைந்த சின்ன மருது திருச்சியில் ஒரு அறிக்கையை வெளியிட்டார். அந்த அறிக்கை மருது சகோதரர்களின் மகத்தான புரட்சி முழக்கத்தின் ஆழத்தையும் உச்சத்தையும் யாவருக்கும் தந்தது.

அந்த அறிக்கையின் முழு விபரம் வருமாறு.....

இதைக் காண்போர் கவனத்துடன் படிக்க வேண்டியது....

ஜம்பு தீபகற்பத்திலுள்ள ஜம்புத்தீவில் வாழும் அந்தணர்களுக்கும், சத்திரியர்களுக்கும், வைசியர்களுக்கும், சூத்திரர்களுக்கும், இசுலாமியர்களுக்கும் தெரியப்படுத்தும் அறிவிப்பு என்னவென்றால், மேன்மை தாங்கி நவாபு முகமது அலி அவர்கள் அறிவிலியாய் ஐரோப்பியர்களுக்கு நம்மிடையே இடம் கொடுத்த தன் காரணமாக இப்போது ஒரு விதவை போல் ஆகிவிட்டார்.

அந்த ஐரோப்பியர்கள் அவருக்கு நம்பிக்கைத் துரோகம் செய்து அவரது நாட்டை தங்களுடையதாய் ஆக்கிக் கொண்டு நமது நாட்டினரை நாயினைப் போல் பாவித்து ஆட்சி செய்து வருகிறார்கள்.

நம்மிடையே ஒற்றுமையும் அன்பும் இல்லாத காரணத்தால் ஒருவரோடொருவர் பகைத்துக் கொண்டும் அவதூறு செய்து கொண்டும் ஐரோப்பியரின் ஆட்சியை அறியாமல் நாட்டை அந்நியருக்கு ஒப்படைத்து விட்டோம்.

இந்த ஈனர்களால் ஆளப்படும் நமது நாட்டில் நம் மக்கள் மிகவும் ஏழ்மையுற்றனர். அரிசி வெல்லம் போல் ஆகிவிட்டது. துன்பப்பட்ட போதிலும் எக்காரணங்களினால் இத்துன்பங்கள் ஏற்பட்டன என்பதை மக்கள் அறியாமல் இருக்கின்றனர்.

மனிதன் ஆயிரம் ஆண்டுகள் வாழ்ந்தாலும் அவன் ஒரு நாள் இறந்து தான் ஆக வேண்டும் என்பது உறுதி. அதே நேரத்தில் சூரியன் சந்திரன் இருக்கும் வரையில் அவனது புகழ் நீடித்து நிற்கும் என்பது உறுதி.

ஆதலால் ஆர்க்காட்டு நவாபின் ஆட்சியின் கீழுள்ள தஞ்சாவூரிலும் மற்றும் இதர மன்னர்களின் கீழுள்ள நாடுகளிலும் வாழும் மக்கள் ஒவ்வொருவருக்கும் அவர்களது உரிமைகள் அளிக்கப்பட வேண்டும் என்று தீர்மானிக்கப்படுகிறது. இப்படிச் செய்வதில் மதத்திற்கோ, நாட்டின் பழக்க வழக்கங்களுக்கோ எவ்வித இடையூறும் நேரக்கூடாது.

ஐரோப்பியர்கள் ஆர்க்காட்டு நவாபின் கீழ் வேலை செய்வதையே தங்களின் குறிக்கோளாய் வைத்துக் கொள்ள வேண்டும். அப்படிச்

செய்து அவர்கள் உண்மையான தடையற்ற மகிழ்ச்சியைப் பெற வேண்டும்.

ஐரோப்பிய ஆதிக்கத்தை ஒழித்தால் நாம் நவாபின் ஆட்சியின் கீழ் நிரந்தர கண்ணீரற்ற ஆட்சியை பெறுவோம்.

ஆனால் பாளையங்களில் உள்ள ஒவ்வொருவரும் போர்கோலம் பூண்டு ஒன்று சேர்ந்து இந்த ஈனர்களின் பெயர்கள் நாட்டில் இல்லாத வண்ணம் போராட வேண்டும். அப்போதுதான் ஏழைகளும் இல்லாக் கொடுமையால் அல்லல் படுவோரும் வாழ்க்கைக்கு வேண்டியவற்றைப் பெறமுடியும்.

ஆனால் இந்த ஈனர்களுக்கு நாயைப் போல் தொண்டு செய்து சுகவாழ்க்கை நடத்த விரும்பும் அறிவிலிகளை நாம் ஒதுக்கித் தள்ள வேண்டும்.

இந்த அன்னிய ஈனர்கள் நம் நாட்டின் ஒற்றுமையைப் பயன்படுத்திக் கொண்டு தங்கள் சூழ்ச்சிகளால் நாட்டை அவர்கள் ஆதிக்கத்தின் கீழ் கொண்டு வந்துள்ளது அனைவரும் அறிந்ததே!

ஆதலால் அந்தணர்கள், சத்திரியர்கள், வைசியர்கள், சூத்திரர்கள், இசுலாமியர்கள் ஆகிய மீசை வைத்துக் கொண்டிருக்கும் நீங்கள் அனைவரும் அதாவது இராணுவம் அல்லது மற்ற தொழில்களில் ஈடுபட்டிருக்கும் நீங்கள் எல்லோரும் மற்றும் ஈனமான அந்நியரின் கீழ்த்தொண்டு புரியும் சுபேதார்கள், அமில்தார்கள், நாயக்கர்கள், சிப்பாய்கள் மற்றும் போர்க்கருவிகளைப் பயன்படுத்தும் அனைவரும் கீழ்க்கண்டவாறு அவர்கள் தங்களது வீரத்தை வெளிப்படுத்த வேண்டும்.

ஐரோப்பியர்களாகிய இந்த ஈனர்களை எவ்விடத்தில் கண்டாலும் கண்ட இடத்தில் அவர்களை அழித்து விட வேண்டும். அவர்கள் அனைவரும் அழிந்து போகும் வரை இதைச் சொல்ல வேண்டும். இந்த ஈனர்களுக்கு எவனொருவன் தொண்டு செய்வானோ அவனுக்கு இறந்த பின் மோட்சம் கிடையாது என்பதை நான் உறுதியாக கூறுவேன். நான் கூறுவதை சிந்தித்துப் பாருங்கள். அவன் உண்ணும் உணவு சுவையற்றதாகப் போகும்.

அவன் மனைவியும் மக்களும் மாற்றானுக்கு உடையாகக் கடவர். அவர்கள் அந்நிய ஈனர்களுக்குப் பிறந்தவர்களாகக் கருதப்படுவர்.

ஆதலால் ஐரோப்பியர்களால் கெட்டுப் போகாதவர்கள் அனை வரும் ஒன்று சேருங்கள். இதைப் படிப்பவர்களோ கேட்பவர்களோ இதில் கூறியிருப்பதைப் பொதுமக்களுக்கு எழுத்து மூலமாக விளம்பரப்படுத்துமாறு கேட்டுக் கொள்கிறேன்.

அவர்களும் அதே போல மற்றவர்கட்கு இச்செய்தியை பரப்ப வேண்டுமாய் கேட்டுக் கொள்கிறேன்.

அவ்வாறு நான் கேட்டுக் கொண்டபடி ஒருவன் செய்யத் தவறினால் கங்கைக் கரையில் ஒரு காராம் பசுவைக் கொன்ற பாவம் அவனைச் சாரும். அதற்கான தண்டனையை அவன் அடைவான். இங்குக் கூறியுள்ளபடி ஒரு முகம்மதியன் செய்யத் தவறினால் அவன் ஒரு பன்றியின் இரத்தத்தை குடித்ததற்குச் சமமாவான். எவனொருவன் இந்த அறிவிப்பை ஒட்டப்பட்ட சுவரிலிருந்து எடுக்கிறானோ அவன் பஞ்சமா பாதகங்களைச் செய்தவனாக கருதப்படுவான். ஒவ்வொரு வரும் இதைப் படித்து இதன் நகலை எடுத்துக் கொள்ள வேண்டும்.

இப்படிக்கு

பேரரசர்களின் ஊழியனும், ஐரோப்பிய ஈனர்களின்
ஜென்ம விரோதியுமான மருது பாண்டியன்

ஸ்ரீரங்கப்பட்டினத்தில் வாழும் அர்ச்சர்களுக்கும் பெருமைமிக்க மக்களுக்கும் மருது பாண்டியன் தண்டனிட்டுத் தெரியப்படுத்தி கொள்வது என்னவெனில், இந்நாட்டு அரசர்கள் கோட்டைகளை எழுப்பியும் கிறிஸ்தவ மத ஆலயங்களைக் கட்டியும் பெருமை பெற்றனர். ஆனால் அந்நிய ஈனர்களால் அவர்கள் வறுமை நிலைக்கு கொண்டு வரப்பட்டனர். பெருமைமிக்க மக்களாகிய நீங்கள் இப்போதுள்ள கீழ்நிலைக்கு கொண்டு வரப்பட்டீர்கள். நீங்கள் எனக்கு ஆசீர்வாதம் செய்யுங்கள்.

தொலைநோக்குடனும், தெளிந்த அரசியல் பார்வையுடனும் சின்ன மருதுவின் இந்த திருச்சி அறிக்கை மிகப் பெரிய எழுச்சியை

உருவாக்கியது. படைவலியால் மருது சகோதரர்களை வீழ்த்த முடியாத கர்னல் அக்கினியூ பிரித்தாளும் சூழ்ச்சியால் மருது சகோதரர்களை வலுவிழக்கச் செய்யும் முயற்சிகளில் ஈடுபட்டார்.

சிவகங்கைச் சீமையின் வாழ்விலும் தாழ்விலும் அதற்கேற்பட்ட சோதனையிலும் எத்தகைய பங்கும் எடுக்காமல் ஆட்சி உரிமையில் மட்டும் பங்கேற்கத் துடித்த கௌரி வல்லப உடையத் தேவருக்கு சிவகங்கைச் சீமைக்கு புதிய அரசராக பட்டம் சூட்டி மருது சகோதரர்களை பழிவாங்கி விட்டனர் கும்பினியர்.

சிவகங்கை பாளையத்துக்கு உண்மையில் உரிமை உடையவர் எவர் என்பதை ஆங்கில அரசு நன்கு அறிந்திருந்தது.

வெள்ளச்சியின் கணவரும் ஏற்கனவே அரசராக இருந்து வருபவருமான வேங்கை பெரிய உடையத் தேவர் சிவகங்கையை ஆள்வதில் அவர்களுக்கு எத்தகைய மறுப்பும் இல்லை. ஆனால் கிளர்ச்சியில் ஈடுபட்டு வரும் மருது சகோதரர்களின் மருமகனாக அவர் இருப்பதால் பாளையத்தின் உரிமையை அவரிடமிருந்து பறித்து இன்னொருவரிடம் தருவதன் மூலம் மருது சகோதரர்களை வீழ்த்தலாம் என்ற சூழ்ச்சியிலேயே கௌரிவல்லப உடையாத் தேவரை அரசராக ஆக்கினார்.

கௌரி வல்லப உடையத் தேவருக்கு கும்பினியர் சிவகங்கையின் அரசராக முடிசூட்டியதும் அரசராக அறிவிப்பு செய்ததும் நெறியற்ற தாகும். வரம்பு மீறிய மேலாண்மை உணர்வுடன் செயல்பட்டது மாகும். முறையாகச் செய்வதாக இருந்தால் ஆர்க்காட்டு நவாபுவின் ஒப்புதல் பெற்றே செய்திருக்க வேண்டும். அவ்வாறின்றி தம் போக்கில் முடிசூட்டி நிகழ்ச்சியை நடத்தியது ஆங்கிலேயரின் மேலாண்மை உணர்வைக் காட்டுவதாகவே அமைந்துள்ளது.

தங்கள் சுயநலத்துக்காகவும் தாய்நாட்டு விடுதலைக்காகப் போராடிய புரட்சி வீரர்களை ஒழிக்கவும் திட்டமிட்டு நடத்திய செயலாகவே முடிசூட்டு நிகழ்ச்சியைக் கொள்ள வேண்டும்.

படமாத்தூர் கௌரி வல்லப உடையத் தேவரை சிவகங்கை அரசராக கும்பினியர் அறிவித்ததால் உள்நாட்டு கிளர்ச்சியாளர்களிடையே இரண்டு பிரிவுகள் ஏற்படத் தொடங்கின.

ஒரே குறிக்கோளுக்காகப் போராடிய கிளர்ச்சியாளர்களும் அதற்குத் துணை நின்ற பொதுமக்களும் இப்போது மருது சகோதரரை ஏற்பவராகவும், படமாத்தூர் கௌரி வல்லப உடையாத் தேவரை ஏற்பவருமாக பிளவுபட்டனர்.

உடையாத் தேவர் தம்முடைய அரியணைப் பதவியைக் காப்பாற்றிக் கொள்வதற்காக மருது சகோதரர்களை அழிப்பதில் ஆங்கிலேயருடன் கை கோர்த்து நின்றார்.

உடையாத் தேவர் மற்றொரு தொண்டைமான் போல மருது சகோதரர்களுக்கு முட்டுக் கட்டையாக நின்றார்.

"...... சிவகங்கைப் பாளையக்காரராகிய மருது என்னும் சின்ன மருது ஆங்கிலேயருக்கு செய்ய வேண்டிய கடமைகளை மறந்து செயல்படுகிறார்.

கும்பினியாரின் ஆணைக்கு மாறாக பாஞ்சாலங்குறிச்சி கிளர்ச்சிக் காரர்களுக்கு படையும் படைக் கருவிகளும் கொடுத்து உதவி யுள்ளார்.

ஆங்கிலேயரின் கோட்டைகளைத் தாக்கவும் அவர்களின் ஊழியர் களையும், குடிகளையும் கொல்லவும் அவர்களது நாடுகளை சூறையாடவும் செய்துள்ளார்.

சிவகங்கை ஆங்கில மேலாண்மையின் கீழ் வந்தது முதற்கொண்டு சிவகங்கை மக்களுக்கு தக்க பாதுகாப்பும் பராமரிப்பும் கிடைத்து வருவது அனைவருக்கும் தெரியும்.

சிவகங்கை அரசியன் சேவகரான சின்ன மருதுவுக்கும் இத்தகைய பாதுகாப்பும் உதவியும் கொடுக்கப்பட்டு வந்தது. அவர் ஏற்கனவே பல குற்றங்கள் செய்த நிலையிலும் அரசியின் ஊழியர் என்பதால் ஆங்கிலேயரின் ஒத்துழைப்பைப் பெற்றுள்ளார்.

முன்பு சிவகங்கை அரசராக இருந்த முத்து வடுக நாதத் தேவரிடம் ஓர் அடிமையாக இருந்தவர் தான் சின்ன மருது. அரசர் இறந்த பின் அரசியின் முழு நம்பிக்கையைப் பெற்றுக் கொண்டு நாட்டில் கடுமையாகவும் நேர்மையற்ற முறையிலும் ஆட்சி புரிந்து வந்தார்.

இப்போது அரசி இறந்து விட்டார். சிவகங்கை அரசுக்கு உரிமை யானவர்களுக்கு எதிராக சின்னமருது போர்க்கொடி தூக்கியும் அவர்களது உரிமைகளைப் பறிக்கும் முயற்சியில் ஈடுபட்டும் குற்றத்தின் சிகரத்தை அடைந்து விட்டார்.

ஆங்கில அரசை எதிர்த்துக் கிளர்ச்சி செய்யும் சின்ன மருதுவையும் அவரது கிளர்ச்சிக்காரர்களையும் அடக்கி அவர்களைத் தண்டிக்கு மாறு கர்னல் அக்கினியூவின் தலைமையில் ஒரு படை அனுப்பப் பட்டுள்ளது.

மேலும் ஆங்கில அரசுக்குச் சார்பாக இருப்பவர்களுக்கும் சிவகங்கையில் உண்மையான வாரிசுதாரர்களுக்கும் அனைத்துப் பாதுகாப்பும் கொடுக்கும்படி கூறியுள்ளது.

தங்களுக்கு உதவ வேண்டுவோர் அனைவரும் அக்கினியூவின் இராணுவத் தளத்திற்குச் செல்லுமாறு ஆணையிடப்படுகிறார்கள் மற்றும் சிவகங்கைப் பாளையத்தின் பட்டத்திற்கு உரிமை உண்டு என்று நினைப்பவர்கள் அனைவரும் அக்கனியூவைச் சந்தித்தால் அவர்களுக்கு உரிய நீதி வழங்கப்படும்.

சிவகங்கை அரசுக்கு உரிமை உடைய எவரும் சின்ன மருதுவுடனோ அவரைச் சார்ந்தவர்களுடனோ தொடர்பு கொண்டால் அவர்களது உரிமை பறிக்கப்படும். சின்ன மருதுவின் கிளர்ச்சி நடவடிக்கையை பெரிய மருது மிகவும் கண்டிக்கிறார் என்று கர்னல் அக்கினியூ அறிவதால் அவர் தமது குடும்பத்துடன் அக்கினியூவின் உதவியை நாடி வந்தால் வேண்டிய உதவி வழங்கப்படும்.

வெள்ளை மருது குடும்பத்தாருடன் மதுரையில் நலமுடன் வாழ்வ தற்கு வேண்டிய பாதுகாப்பும் தரப்படும். குற்றம் செய்பவரைத் தண்டிப்பதும் குற்றமற்றவர்களைப் பாதுகாப்பதும் எங்களது கடமை.

பாஞ்சாலங்குறிச்சி கிளர்ச்சியாளர்களுக்கு அளிக்கப்பட்ட தண்டனையை மறக்கக் கூடாது. சிவகங்கை மக்களும் அவ்வாறே கிளர்ச்சி செய்தால் பாஞ்சாலங்குறிச்சி விருப்பாட்சி போன்ற இடங்களில் உள்ள மக்களுக்கு ஏற்பட்ட கதிதான் ஏற்படும்...."

∎

21. தொண்டைமான் துரோகம்

புதுக்கோட்டை பாளையக்காரர் இரகுநாதராயத் தொண்டைமானுக்கும், மருது சகோதரர்களுக்கும் இடையே எப்போதும் நல்லுறவு இருந்ததில்லை.

இன்னும் கூற வேண்டுமென்றால் விடுதலையை விரும்புகின்ற எந்த பாளையக்காரர்களோடும் தொண்டைமானுக்கும் நல்லுறவு இருந்ததில்லை.

சகபாளையக்காரர்களுக்கு துரோக சிந்தனையுடையவராகவும் கும்பினியர்களுக்கும் நவாபுகளுக்கும் அடிவருடியாகவே அவரது செயல்பாடுகள் இருந்து வந்துள்ளது.

கர்னல் ஜேம்ஸ் ஸ்டூவர்ட் தலைமையில் 1789 ஏப்ரல் 29 ஆம் நாள் சிவகங்கைப் படையெடுப்பு நிகழ்ந்தபோது அவர்களுக்கு ஆதரவாக மூவாயிரம் பேர் கொண்ட படையை புதுக்கோட்டை இரகுநாதராயத் தொண்டைமான் அனுப்பினார்.

படை அனுப்பியது மட்டுமின்றி கும்பினியருக்கு வேண்டிய உணவு வசதிகளையும் செய்து கொடுத்தார்.

கும்பினியர் கேட்டுக் கொண்டதற்கிணங்க சிவகங்கை மீது படையெடுப்பதற்குரிய வழிகளையும் காட்டுவதற்கு ஏற்பாடு செய்தார்.

சிவகங்கைக்கும் புதுக்கோட்டைக்குமிடையே 1788 ஆம் ஆண்டிலும், 1792 ஆம் ஆண்டிலும் எல்லைத் தகராறு காரணமாகப் படையெடுப்பு நடந்திருக்கிறது. ஆனால் இருதரப்பிலும் இழப்பு எதுவும் ஏற்படா வண்ணம் ஆங்கிலப்படை காத்திருக்கிறது.

1791 முதல் 1793 வரை சிவகங்கை சீமையுடன் இராஜா விஜயரகு நாதத் தொண்டைமான் ஏதாகிலும் ஒரு காரணத்தைக் காட்டி தொல்லை கொடுத்து வந்தார்.

புதுக்கோட்டைத் தொண்டைமானால் கொடுக்கப்பட்ட தொல்லைகள் மருது சகோதரர்களால் அவ்வப்போது முறியடிக்கப் பட்டிருக்கின்றன.

1801 ஆம் ஆண்டு மருது சகோதரர்கள் நடத்திய இறுதிப்போரில் கும்பினிப் படை வீரர்களால் தாக்குண்டு தூக்கிலிடப்பட்ட நிலையில் புதுக்கோட்டை தொண்டைமான் 25.10.1801 ஆம் தேதியில் சென்னைப் பேராயத்துக்கு எழுதிய கடிதத்தில் அவரது இழிவான முகம் பிரதிபலிக்கிறது.

"....ஆங்கிலக் கம்பெனியின் நற்பேறாலும் உங்களின் நற்பேராலும் ஆங்கிலக் கம்பெனி அதிகாரிகளின் வீரத்தாலும் சிறந்த கொள்கை களாலும் அந்தக்காட்டு நாய் சின்ன மருது அவனது சகோதரன் மற்றும் குடும்பத்தார் கைது செய்யப்பட்டு அவர்கள் இழைத்த சதிக்காக சாவின் மூலம் பலன் அடைந்துள்ளார்கள்.

மகா பிரபுவே! நான் வெகுகாலமாகப் பார்த்து வந்ததில் பிரஞ்சுக் காரர்கள் சந்தாசாகிபு திப்பு சுல்தான் முதலியோர் ஆங்கிலேயரை எதிர்த்து வெற்றி பெற முடியவில்லை. அவர்கள் அழிக்கப் பட்டுள்ளார்கள்.

∎

22. கவர்னர் ராபர்ட் கிளைவிடம் புதுக்கோட்டை தொண்டைமான் புலம்பல்

"......**கு**ம்பெனியாரது அதிர்ஷ்டவசமாக காட்டுநாய் சின்ன மருதுவும் அவன் தமையனும் குடும்பத்தினரும் ஒரு பகையாக கைதிகளாகப் பிடிக்கப்பட்டு உள்ளனர். மேன்மை தங்கிய கும்பெனி அலுவலர்களது தீரமும் செயல் திறனும் தான் இதற்கு காரணம். தங்களது நம்பிக்கைத் துரோகத்திற்கான பரிசையும் அவர்கள் பெற்றனர். இறப்பை எய்தினர்.

மகா பிரபுவே! நீண்டகாலமாக உன்னிப்பாகக் கவனித்து வந்து இருக்கிறேன். பிரஞ்சுக்காரர்களும் சந்தாசாகிபும், திப்புவும் கும்பெனியாரது செல்வச் சிறப்பையும் வலிமையையும் சிந்திக்கா மல், அவர்களது வீரமிக்க படை பயணிகளை எதிர்ப்பதற்கு முயன்றனர். அவர்கள் முழுவதுமாக அழிக்கப்பட்டு விட்டனர்.

அதே நேரத்தில் கும்பெனியாரது கூட்டாளிகளும் நண்பர்களும் பரிசு பெற்றனர். பாராட்டப்பட்டனர்.

மருதுவைப் போன்ற மிகவும் மோசமான பிறவி வேறு எதனை எதிர்பார்த்து இருக்க முடியும்? என்னைப் பொறுத்த வரையில்

காலமெல்லாம் மேன்மை பொருந்திய கும்பினியாரது துரைத் தனத்தை தொடர்ந்து சார்ந்து இருந்து வந்து இருக்கிறேன்.

என்னுடைய நிலையையும் நடத்தையையும் எனது மேலான தாயார் கிளைவ் பெருமாட்டியார் முன்னிலையில் சொல்லிக் கொள்ள விரும்புகிறேன். தளபதி பிளாக்பர்ன் அவர்களது கட்டளைக்கு இணக்கமாக இப்பொழுது முடிவடைந்துள்ள போராட்டம் முழுவதிலும் நான் மிகவும் கூடுதலாக சிரத்தை எடுத்துக் கொண்டு இருந்தேன் என்பதை யாவரும் அறிந்த ஒன்று.

ஆதலால் எல்லா வகையிலும் எனக்கு தயவு காட்டப்பட வேண்டும் என்பது தான் எனது நம்பிக்கை. தங்களது தாராளம் நீண்டு பெருக வேண்டும் என்று சொல்லிக் கொண்டு முள்ளதைத் தவிர வேறு என்ன இருக்கிறது...."

∎

23. சின்ன மருதுவைப் பற்றி ஜெனரல் வெல்ஷ்

சின்ன மருது அந்த அகன்ற செழிப்பான நாட்டின் உண்மையான தலைவராவார். அவர் சிறு வயலில் தமது அரண்மனையில் வசித்து வந்தார். அவர் கருநிற மேனியர். ஆனாலும் கவர்ச்சி மிக்கவர். அழகானவர்.

அனைவரிடமும் வேறுபாடின்றிப் பழகும் இயல்புடையவர். அவரை அனைவரும் எளிதில் அணுக முடியும். அவரது தலையசைப்பையும் சட்டமாக கருதி அதற்குக் கீழ் படிந்து நடக்க மக்கள் இருந்தனர்.

ஒரு சிப்பாய்க் கூட தம் பாதுகாப்புக்கென்று வைத்துக் கொள்ளாமல் தம் அரண்மனையில் தனித்தே வாழ்ந்தார்.

1795 ஆம் ஆண்டு பிப்ரவரித் திங்கள் நான் சின்ன மருதுவைக் காணச் சென்றபோது மக்கள் அவரது அரண்மனைக்கு எவ்விதத் தடையு மின்றி சென்று வருவதைக் கண்டேன்.

மக்கள் தலைவராக அவர் விளங்கியதையும் நான் கண்டேன். கடவுளின் அருள் அவருக்கு கிட்ட வேண்டும் என்று மக்கள் வேண்டியதையும் நான் அறிந்தேன்.

நான் அவரைத் தற்செயலாகச் சந்தித்த பொழுதிலும் அவர் எனக்கு நல்ல நண்பரானார்.

நான் மதுரையில் இருந்த வரையில் அவர் எனக்குச் சிறந்த அரிசியையும் பழங்களையும் அனுப்புவதை வழக்கமாகக் கொண்டிருந்தார்.

அவர் எனக்கு ஈட்டியையும் வளரியையும் எறியக் கற்றுக் கொடுத்தார். வளரி எறிதல் என்பது வேறு எப்பகுதியிலும் காணப்படவில்லை.

இக்கருவி 100 கெஜம் தூரம் வரையில் குறி தவறாமல் செல்லக் கூடியதாகும். இத்தகைய மனிதரைத் தான் பிற்காலத்தில் நான் ஒரு விலங்கைத் துரத்தி வேட்டையாடுவதைப் போன்ற ஒரு விதி ஏற்பட்டது.

அவ்வேட்டையில் அவர் காயப்பட்டதையும், சாதாரண சேவகர்களால் பிடிப்பட்டதையும், தொடையில் ஏற்பட்ட எலும்பு முறிவுடன் சிறையில் துன்பப்பட்டதையும் காண நேர்ந்தது.

அவரையும் அவரது வீரம் மிக்க சகோதரரையும் அவரது மகனையும் மற்றும் பல ஆதரவாளர்களையும் பொதுத் தூக்கு மரத்தில் தூக்கிலிடப்படுவதையும் காண நேர்ந்தது....."

■

24. வெள்ளை மருதுவின் இளமைக்காலம் பற்றி ஜெனரல் வெல்ஷ் எழுதியது

வெள்ளை மருது நாட்டை ஆளும் ஆட்சிப் பொறுப்பில் எவ்விதப் பங்கும் எடுத்துக் கொள்ளவில்லை. அவர் ஒரு பெரிய வேட்டைக்காரார். அவர் நாள் முழுவதும் வேட்டையாடுவதிலும் சுடுவதிலும் காலத்தைக் கழித்தார்.

உயர்ந்த தோற்றத்தை உடையவர். நல்ல உடல் வலிமையைப் பெற்றவர். காட்டிலுள்ள வலிய விலங்குகளைச் சந்திப்பதில்தான் அவருக்குத் தனி விருப்பம்.

அவர் ஆர்க்காட்டு ரூபாயை தம் விரல்களினால் வளைக்கும் வலிமையைப் பெற்றிருந்தார் என்று அவரைப் பற்றிச் சொல்லப் படுகிறது.

அரசாட்சித் தொல்லைகள் அவருக்கு இல்லாதிருந்ததால் ஏறக்குறைய நாடோடியைப் போன்ற வாழ்க்கையை அவர் மேற் கொண்டிருந்தார். சில சமயம் தஞ்சாவூர் திருச்சிராப்பள்ளி மதுரை முதலிய இடங்களில் இருந்த தமது ஐரோப்பிய நண்பர்களை அவர் சந்திக்கச் செல்வதுண்டு. அந்நண்பர்கள் பெருமளவில் அவரை மதித்தார்கள்.

அவர்களில் யாராவது ஒருவர் வேட்டையாட விரும்பினால் அதற்கு வேண்டிய ஏற்பாடுகளை உடனே பெரிய மருது செய்து தருவார். அவர்களுக்கு வேண்டிய பாதுகாப்பையும் அவரே கவனித்துக் கொள்வார்.

வேட்டையாடும் போது ஒரு பெரிய புலியை சந்திக்க நேர்ந்தால் அவர்களுக்கு எத்தகைய பாதுகாப்பாளர் இருந்தாலும் தாமே முன் சென்று புலியைக் கொன்று விடுவார். வெள்ளை மருது ஐரோப்பிய வேட்டைக்கார நண்பர்களுக்குப் பல வழிகளிலும் வேட்டை ஆடுவதற்கு உதவினார்...."

■

25. கர்னல் அக்கினியூ சென்னை கவர்னருக்கு எழுதிய கடிதம்

"....இன்று காலையில் திருப்பத்தூர் கோட்டை இடிபாடு களுக்கு இடையில் வெள்ளை மருதுவும், அவரது சகோதரர் சின்ன மருதுவும் தங்கள் புரட்சி நடவடிக்கைகளாக மரண தண்டனை பெற்றனர். அவர்களது மக்கள் சிவஞானத்தை கமுதிக் கோட்டை யிலும் உடையணனை திருச்சுழிக் கோட்டையிலும் தூக்கிலிடுமாறு செய்தேன். ஏனெனில் அந்தக் கோட்டைகளுக்கு அவர்கள் புரட்சித் தலைவர்களாக நியமிக்கப்பட்டு இருந்தனர்.

மருது சகோதரர்களால் தஞ்சைத் தரணிக்கு தலைவராக நியமிக்கப் பட்டு இருந்த நிலக்கிழார் சோனமுத்து தஞ்சை சீமைப்பகுதியை கைப்பற்றி கொள்ளையிட்டவன்.

தஞ்சையிலும் சிவகங்கைச்சீமையிலும் இருந்த இவரது சொத்துக்கள் பறிமுதல் செய்யப்பட்டுள்ளன. அவனை கறந்தாங்கி கச்சேரி முன்பாக நிறுத்தி ஐநூறு கசையடி தண்டனை கொடுக்குமாறும் அடுத்த இரண்டு ஆண்டுகள் இரும்புச் சங்கிலியால் பிணைத்து சிறையில் அடைத்து வைக்குமாறும் உத்தரவிட்டு இருக்கிறேன்.

மேலும் தஞ்சைச் சீமையில் கிளர்ச்சி செய்து கிராமங்களை தீக்கிரையிட்ட சாக்கோட்டை வீரப்பன் மரண தண்டனை பெறுவதற்கு ஏற்றவன்.

ஆனால் 2.10.1801 ஆம் தேதி பொது அறிவிப்பின்படி சாக்கோட்டையில் நிறுத்தி 500 கசையடி கொடுக்குமாறு உத்தரவிட்டுள்ளேன். அவனது சொத்துக்கள் யாவும் பறிமுதல் செய்து சிவகங்கை ஜமீன்தாரிடம் ஒப்படைத்துள்ளேன்...."

∎

26. மயிலப்பனை பிடித்துத் தரும்படி மருது சகோதரருக்கு லூசிங்டன் கடிதம்

"......கும்பினியாருக்கு எதிராக கிளர்ச்சிக்காரர்களுக்கு நீர் ஆதரவு அளித்து வருவது பற்றிய அறிக்கைகள் எனக்கு நான் தவறாமல் வந்து கொண்டு இருக்கின்றன.

உமது செல்வாக்கை சிதைப்பதற்காக உமது எதிரிகள் ஏற்பாடு செய்துள்ளவை இவை என நான் கருதியது உண்டு. ஆனால் இப்பொழுது முறையாக லெப்டி மில்லர் மூலமாக சிவகங்கைச் சீமையில் மயிலப்பன் புகலிடம் பெற்று இருப்பதை அறிகிறேன். நம் மீது கொண்டுள்ள விசுவாசத்தை நீர் பகிரங்கமாக மீறும் இந்தக் குற்றத்தின் கொடுமையை எவ்விதம் சகித்துக் கொள்வது என்பதை என்னால் நினைத்துப் பார்க்க இயலவில்லை.

ஏற்கனவே துரைத்தனத்தாரின் மிகுதியாக வெறுப்பைப் பெற்றுள்ள மயிலப்பனையும் அவனது கூட்டாளிகளையும் உடனடியாக கைப் பற்றி ஒப்படைக்குமாறு கோரி இருந்தேன். இதுவரை உம்மிட மிருந்து எந்த பதிலும் இல்லை. ஆதலால் இப்பொழுது மீண்டும் அதே கோரிக்கையை நினைவுறுத்த வேண்டிய நிலையில் இருக்கிறேன்.

மேலும் இந்தக் கட்டளையை மதிக்காவிட்டால் அல்லது அதனை நிறைவேற்றாது அரசாங்கத்தைத் திருப்திபடுத்த இயலா விட்டால் கும்பெனியாரது பாதுகாப்பு உமக்கு எப்பொழுதும் இருக்காது என்பதை நேர்மையான முறையில் எச்சரிக்கை செய்கிறேன்.

உண்மையில் உம்மிடம் பணிவுடமை இருந்தால் உமக்குப் பாதுகாப்பான வழியொன்றையும் கூற விரும்புகிறேன்.

கொடுமைகள், சூழ்ச்சிகளால் உம்மை வழி நடத்துபவர்களது பலவீனமான ஆலோசனைப் படி நடப்பதை விட்டு நீங்கிக் கொள்ளவும் அவை உம் மீது வெறுப்பைத்தான் ஏற்படுத்தும்.

முன்பு கட்டனூரில் சந்தித்த போது உமக்கு ஆதரவும் பாதுகாப்பும் தருவதாக உறுதி சொன்னேன். நீர் கும்பினியாருக்கு கீழ் படிந்து கடமைகளை நிறைவேற்றும் வரை அந்த உறுதி மொழிக்கு மதிப்பு உண்டு.

அதற்குத் தருணம் இப்பொழுது வாய்த்துள்ளது. இப்பொழுது உமக்குத் தேவையானது கும்பினி துரைத்தனத்தாரின் சலுகையா அல்லது சீற்றமா? இதில் ஏதாவது ஒன்றைத் தேர்வு செய்து கொள்ளவும்...."

∎

27. கலக்டர் லூசிங்டன் கடிதத்துக்கு பெரிய மருது பதில் கடிதம்

".....பிப்ரவரி முதல் நாளன்று தாங்கள் அனுப்பிய கடிதத்தைப் பெற்றுக் கொண்டேன். அதில் தாங்கள் கேட்டுள்ளதற்குப் பின்வருமாறு பதில் அளிக்கிறேன்.

உங்களது சேவகர்கள் வழியே அனுப்பப்பட்ட உத்தரவின்படி காலம் சென்ற சிவகங்கை அரசியின் குடிவழிப் பட்டியலை இதனுடன் அனுப்புகிறேன்.

நீங்கள் அழைத்ததற்கு தாமதம் இன்றி வர வேண்டும் என்பது என் விருப்பம். ஆனால் என் கால்களில் சிரங்கு ஏற்பட்டுள்ளதாலும் தலைவலி இருப்பதாலும் என்னால் வர இயலவில்லை.

நீங்கள் ஒப்புக் கொண்டால் நான் என் மருமகனை அனுப்புகிறேன். அவர் வேண்டிய தகவல்களை தங்களுக்கு அளிப்பார். நான் எந்த உத்தரவிற்கும் அடிபணிந்து நடக்கிறேன்.

இதுவரையில் நான் எனது தொண்டில் ஒரு மயிரிழையளவு கூடச் செய்யத் தவறியதில்லை. அவ்வாறே நான் கடைசி வரையில் தாங்கள் ஆணைப்படி நடப்பேன்.

இப்போது தங்கள் உத்தரவுப்படி நடக்கவில்லை என்றால் அதற்கு நான் பொறுப்பல்ல தங்களுக்கு என் மேல் இருக்கும் கோபம் என் பகைவர்கள் என் மீது அவதூறு கூறியதால் ஏற்பட்டிருக்க வேண்டும். நான் தங்களை நம்புகிறேன். வேறு எவரையும் நம்புவதற்கில்லை. நீங்கள் எவரையும் நம்ப வேண்டாம். தங்களது பதிலை எதிர் பார்த்துக் கொண்டிருக்கிறேன்...."

■

28. மேஜர் பிளாக்பர்ன் சென்னைப் பேராயத்துக்கு எழுதிய கடிதம்

"..... மருது சகோதரர்களை விரைந்து அடக்குவதற்குத் தகுந்த நடவடிக்கைகள் மழைக்காலத்துக்கு முன்னரே எடுக்க வேண்டும். கர்னல் அக்கினியூ காளையார் கோயிலை அதன் மேற்குப் புறத்தி லிருந்து தாக்குவார் என்று மருது எப்போதும் நம்பிக் கொண்டு தம்மைத் தயார்படுத்தி வருகிறார்.

தமது ஆட்களையும் தம் குடும்பத்தையும் உணவுப் பொருட் களையும் காளையார் கோயிலுக்கு கிழக்கிலும் வடகிழக்கிலும் உள்ள காடுகளில் மறைத்து வைத்திருக்கிறார்.

கிழக்கே அவருக்கு வசதியாக கடல்வழி இருக்கிறது. அவ்வழியே அவருக்குத் தேவையான வெடிமருந்து கிடைக்கிறது. இராமநாத புரம் பகுதியிலிருந்து அவருக்கு வேண்டிய படைவீரர்கள் கிடைக் கிறார்கள். பல்வேறு வகையான உணவுப் பொருட்களும் கிடைக்கின்றன.

அதனால் தொண்டைமான் கம்பெனியாருக்கு ஓர் அறிவுரை கூறியுள்ளார். அவரது அறிவுரையின் படி காளையார் கோயிலுக்கு

கிழக்கே கிளர்ச்சியாளர்களின் கடல்வழித் தொடர்புகள் அனைத்தையும் துண்டிக்க வேண்டும்.

காளையார் கோயிலின் காடுகளின் உள்ளே ஊடுருவிச் செல்ல வேண்டும். இத்தகைய நடவடிக்கைகளை எடுத்தால் இரு வாரங்களில் போர் ஒரு முடிவுக்குள்ளாகும் என்று தொண்டைமான் கருதுகிறார்.

அவரவர் குடும்பம் இடுக்கண் நிலையில் இருப்பதை உணர்ந்ததும் கிளர்ச்சியார்கள் மருது சகோதரர்களைக் கைவிட்டு ஓடிவிடுவார். மருது பாண்டியனைப் பிடித்து அவர்கள் கும்பினியாரிடம் ஒப்படைக்க முன் வராவிட்டாலும் அவரைக் கைவிட்டு ஓடுவது உறுதி...."

∎

29. பெங்கோலான் தீவு சிறைச்சாலை

சிவகங்கைச் சீமைப் புரட்சியில் நேடியாக சம்பந்தப்பட்ட அனைத்துப் போராளிகளையும் ஆங்காங்கே தூக்கிலிட்டு கொன்று விட்டனர் ஆங்கிலேயர்.

அல்லது கசையடிகள் கொடுத்து கடலுக்கு அப்பால் கொண்டு சென்று சிறை வைத்தனர். கரையும் ஆழமும் காண இயலாத நடுக் கடலில் அவர்களை ஆழ்த்திக் கொன்று போடவும் செய்தனர்.

கிளர்ச்சிகளுக்கு ஆதரவாக இருந்தவர்கள் என சந்தேகப்படும் படியான எழுபத்து இரண்டு பேர்களை கைது செய்து விலங்கிட்டு தூத்துக்குடி முகாமிற்கு அனுப்பி வைத்தனர்.

அவர்களில் சிவகங்கைச் சீமையின் கடைசி மன்னரான சக்கந்தி வேங்கன் பெரிய உடையாத் தேவரும், சின்ன மருது சேர்வைக் காரது இளைய மகனான துரைச்சாமியும் முக்கியமானவர்கள்.

பரங்கியர் தாங்கள் கைப்பற்றி ஆட்சி நடத்தும் நாட்டில் அவர்களுக்கு எதிரான வல்லமை மிக்க கொள்கைக்கும் கும்பினியாரை எதிர்த்துப் போராடிய மக்களும் இருந்தனர் என்ற நினைப்பு தமிழக

மக்களுக்கு இனியும் ஏற்படக் கூடாது என்ற இறுமாப்பில் மறவர் சீமையின் எழுபத்து இரண்டு மக்கள் தலைவர்களையும் நாடுகடத்தி உத்தரவிட்டனர்.

வங்கக் கடலின் கீழ்க் கோடியில் தமிழகத்தில் இருந்து இரண்டாயிரம் மைல்தொலைவில் உள்ள பெங்கோலான் என்ற தீவில் பாதுகாப்பு கைதிகளாக வைத்து இருக்க முடிவு செய்தனர். இந்தத் தீவின் உண்மையான பெயர் பூலேர பினாஸ் என்பதாகும். மலாய் மெரியில் பாக்குத்தீவு என்ற பொருளில் வழங்கப்பட்டது. இந்தத் தீவில் தோன்றி வளைந்து சென்று கடலில் மறையும் சிற்றாறு கூட பாக்குநதி (கங்கை பினாஸ்) என்று வழங்கப்பட்டது.

அந்த அளவுக்கு அந்தத் தீவில் அப்பொழுது பாக்கு மரங்கள் செழித்து வளர்ந்து இருந்தன. மனித இனத்தின் காலடிச் சுவடுகள் மிகுதியாக பதியாத அந்தக் கன்னி நிலம் பாக்கு, லவங்கம், ஜாதிக்காய், மிளகு, ஆகியவை அதிகமாக விளைந்தன.

அவற்றைக் கொள்முதல் செய்தவற்கு ஒரு புறம் டச்சுக்கிழக்கே இந்தியக் கும்பினியரும் மறுபுறம் ஆங்கில கிழக்கிந்தியக் கும்பினியாரும் கச்சை கட்டி நின்றனர்.

கி.பி. 1786 இல் அந்தத் தீயை கெடா நாட்டு சுல்தானிடமிருந்து வெள்ளைப்பரங்கள் ஆயிரம் ஸ்பானிய டாலர் தொகை ஆண்டு குத்தகைக்குப் பெற்றனர்.

உடனே அந்தத் தீவிற்கு 'பிரின்ஸ் ஆல் வேல்ஸ் தீவு' என்ற புதிய பெயர் சூட்டினர். ஆனால் ஐந்தாண்டு காலத்தின் கெடா சுல்தானுக்கு பெரிய நாமம் சாத்தி அந்தத் தீவை தங்கள் தனி யுடைமை ஆக்கிக் கொண்டனர். இந்த தர்ம காரியத்தைச் சாதித்தவன் பிரான்சிஸ்டே என்ற பரங்கியாகும்.

நமது நாட்டில் ஆட்சியாளராக அந்த பரங்கிகளது நிலைமை உறுதிப் படுத்தபட்டு விட்டதால் தூர கிழக்கு நாடுகளான சாவகபுருனை, சீனம், ஜப்பான் ஆகியவைகளுடன் வியாபார தொடர்புகளை வலுப்படுத்துவதற்கு இந்தத் தீவு பயனுள்ளதாக அமையும் என அவர்கள் அப்பொழுது கருதினர்.

ஆனால் நாட்டுப்பற்றும் நேர்மை உள்ளமுங் கொண்ட நல்லவர் களது நச்சுச் சிறையாகவும் அது மாறும் என யாரும் நினைக்கவில்லை.

விரைவில் தங்களது ஆட்சியை வங்காளத்தில் துரோகத்திலும் துப்பாக்கி முனையிலும் தொடர்ந்ததை வன்மையாக எதிர்த்த தேச பக்தர்களை சமுதாயக் குற்றவாளிகள் எனப்பெயர் சூட்டி நாடு கடத்தி தங்களது ஆட்சிக்கு பங்கம் ஏற்படாமல் பாதுகாப்புக் கைதிகளாக வைப்பதற்கு இந்தத் தீவை பயன்படுத்தினர்.

பெற்ற நாட்டையும் பெண்டு பிள்ளைகளையும் பெற்றோருடன் சுற்றத்தையும் பிரிந்து வந்த அவர்களது கண்ணீர்க் கதையின் சிறுபகுதி அரசு ஆவணங்களில் இடம் பெற்றுள்ளன.

அன்றைய நிலையில் தூத்துக்குடிக்கும் மலேயா நாட்டுக்கும் இடைப்பட்ட வங்கக் கடலைக் கடப்பதற்கும் ஆறுவார காலம் கப்பல் பயணம் செய்ய வேண்டியிருந்தது.

ஆதலால் இந்த எழுபத்து இரண்டு கைதிகள், பாதுகாப்பு வீரர்கள் இருபது பேர் மற்றும் கப்பல் பணியாளர்கள் ஆகியோருக்கு தேவை யான குடிநீர், உணவுப் பொருட்கள் அட்மிரல் நெல்சன் என்ற கப்பலில் கொண்டு போய் சேர்க்கப்பட்டன.

பெங்கோலன் தீவில் சிறைப்பட்டார்கள்.

பிடிபட்ட எழுபத்து இரண்டு விடுதலை வீரர்களையும் இருவர் இருவராக இணைத்து அவர்கள் கைகளில் விலங்குள் பூட்டி கப்பலுக்குள் அழைத்துச் செல்லப்பட்டனர்.

11.12.1802 ஆம் தேதி கப்பல் தூத்துக்குடி துறைமுகத்தில் இருந்து பயணம் தொடங்கியது. கப்பலில் உணவு உண்ணும் போது மட்டும் விடுதலை வீரர்களது கைவிலங்குகள் தளர்த்தப்பட்டன.

கரைகாணாத கடலுக்கு ஊரே பயணம் செய்யும் போது கூட அவர்கள் தப்பித்து தாயகம் திரும்பி விடக் கூடாது என்ற பயம் கும்பினியாருக்கு இருந்து வந்தது.

கொடூரமான கடல் பயணத்தின்போது கைதிகளில் மூவர் பாஞ்சாலங்குறிச்சி சின்னப் பிச்சைத்தேவர், ஆதனூர் சுப்பிரமணிய

நாயகர், விருப்பாட்சி அப்பா நாயக்கர் ஆகிய மூவரும் கப்பல் தளத்தில் சுருண்டு விழுந்து மடிந்ததாக கும்பினிக் குறிப்பு காணப்படுகிறது.

பெங்கோலான் தீவிற்கு சிறைப்பிடித்து செல்லப்பட்டவர்களது பட்டியல்.

1. வேங்கன் பெரிய உடையாத் தேவர் - சிவகங்கை
2. முத்து வடுகு என்ற துரைசாமி. த/பெ. சின்னமருது
3. சின்ன லக்கையா என்ற பொம்மை நாயக்கர் - வாராப்பூர்
4. ஜெகநாதஐயன் - இராமநாதபுரம்
5. பாண்டியப்ப தேவன் - கருமாத்தூர்
6. சடைமாயன் - கருமாத்தூர்
7. கோசி சாமித் தேவர் - கருமாத்தூர்
8. தளவாய் மாடசாமி நாயக்கர் - பாஞ்சாலங்குறிச்சி
9. குமாரத் தேவன் - முள்ளூர்
10. பாண்டியன் - பதியான் புத்தூர்
11. முத்துவீர மணியக்காரர் - ஆணைக் கொல்லா
12. சாமி - மணக்காடு
13. ராமசாமி
14. எட்டப்ப தேவர் - நான்கு நேரி
15. பாண்டிய நாயக்கர் - கோம்பை
16. மண்டைத் தேவர்
17. மலையேழ் மந்தன்
18. வீரபாண்டிய தேவர்
19. கருப்பத்தேவர்
20. சுப்ரமணியன்
21. மாடசாமி
22. பெருமாள்

23. உடையாத் தேவர் த/பெ சின்ன பிச்சை தேவர்
24. தேவி நாயக்கர்
25. முத்துக் கருப்பத் தேவர்
26. மண்டந்தேவர் த/பெ சங்கர நாராயண தேவர்
27. பேயன் த/பெ பால உடையாத் தேவர்
28. அழகிய நம்பி
29. ஒய்யக் கொண்டதேவர்
30. சிவனுத் தேவர்
31. காணி ஆழ்வார்
32. மூப்பு உடையான்
33. கொண்டவன்
34. வீரபத்திரன் - நான்கு நேரி
35. சிலம்பன்
36. பேயன்
37. ராமசாமி
38. இருளப்பன்
39. மாடசாமி
40. வீரபாண்டியன்
41. வெங்கட்டராயன்
42. உடையார்
43. முத்து ராக்கு
44. முத்து ராக்கு ஆணைக் கொல்லம்
45. சொக்க தேவர் நான்குனேரி
46. இருளப்ப தேவர்
47. மல்லையா நாயக்கர் இளவம்பட்டி
48. சுப்பிரமணி நாயக்கர் ?- கண்ட நாயக்கன்பட்டி
49. காமாட்சி நாயக்கர்

50. ராமசாமி
51. பிச்சாண்டி நாயக்கர்
52. தளவாய் கமு மந்தன்
53. சின்ன வேடன் - பீசாம்பள்ளி
54. வேதமூர்த்தி
55. தளவாய் பிள்ளை
56. சுப்பிரமணியன்
57. பெத்த நாயக்கர்
58. கிருஷ்ணப்ப நாயக்கர்
59. வேலன் - குளத்தூர்
60. மயிலேறி - அரசடி
61. வள்ளிமுத்து
62. ராமன் - சிறுவயல்
63. பாலையா நாயக்கர்
64. குமரன்
65. வெள்ளையக் கொண்டான் வெள்ளையன்
66. ராமன் - விருபாட்சி
67. அழகு சொக்கு
68. ஷேக் உசைன் விருபாட்சி
69. கிருஷ்ணப் பிள்ளை

■

30. ஜமீன்தார் நியமன அறிவிப்பு

"…..ஆர்க்காட்டு நவாப் வாலாஜா முகம்மது அலியுடன் கையெழுத்திட்டுள்ள 12.7.1792 ஆம் தேதி உடன்பாட்டின் மூலம் பாளையக்காரர் (சிவகங்கை ஜமீன்தார் உட்பட்ட) அனைவரது கப்பத்தொகையை நிர்ணயித்து வசூலித்து வகைப்படுத்தும் உரிமையை கும்பினியார் பெற்று இருப்பதையும், அதனால் சிவகங்கைப் பாளையத்திலிருந்தும் கப்பத்தொகையைப் பெற தகுதி பெற்று இருப்பதையும் தெரியப்படுத்துகின்றனர்.

ஆனால் நாலுகோட்டை பாளையத்தின பணியாளர்களான சின்ன மருதுவும், வெள்ளை மருதுவும் தங்கள் சூழ்ச்சியினால் இந்த உரிமை களும், அதிகாரங்களும் தடைபடுத்தப்பட்டு உள்ளன.

இந்தச் சீமையின் அரசியல் தலைவர் ஒரு பெண்ணாக இருந்ததால் அவர்கள் அந்த அரசின் அமைச்சர்களாகத் தங்களை நியமித்துக் கொண்டு அந்த அரசியினர் மீதும் குடிமக்கள் அனைவர் மீதும் தங்களது பிடிப்பையும் சர்வாதிகாரத்தையும் நிலை நிறுத்தி வந்தனர்.

நாலு கோட்டை பரம்பரையின் கடைசி வாரிசு இறந்த பிறகு வெள்ளை மருதுவும், சின்ன மருதுவும் அடக்கு முறையினால் அரசியல் நடத்தி வந்தனர். இப்பொழுது கும்பினியார் படைகளுடன் நேரடியான மோதல்களை ஏற்படுத்தி சிவகங்கைச் சீமையைத் தவறான வழியில் அழிவிலும் நாசத்திலும் இட்டுச் சென்று கொண்டு இருக்கின்றனர்.

இளவரசியை மணம் செய்து கொண்டதன் மூலம் சிவகங்கை அரசராகிய வேங்கன் பெரிய உடையாத் தேவரும் தம்முடைய நலன்களை இவர்களுடன் இணைத்துக் கொண்டுள்ளார்.

இவர்களை அடக்கி ஒடுக்கி கும்பினியாரது ஆதிக்கத்தை நிலை நாட்ட சகல அதிகாரங்களையும் பெற்றவராக கர்னல் அக்கினியூ நியமனம் செய்யப்பட்டு இருக்கிறார்.

சிவகங்கைச் சீமையில் உள்ள குடிமக்கள் எவரும் பிரிட்டிஷ் அரசின் மானத்தையும் மதிப்பையும் குறைக்கும் வகையில் ஆயுதம் தாங்கினால் அவர்கள் மரண தண்டனை பெறுவாரகள் என எச்சரிக்கை செய்யப்படுகிறார்கள்.

சிவகங்கைச் சீமை மக்கள் அனைவரும் இந்த மருது சகோதரர்களை விடுத்து தங்களது முறையான ஜமீன்தாருக்கு விசுவாசங் கொண்டவர்களாக தங்கள் தொழில்களைக் கவனித்து வர வேண்டியது. அதற்கு பிரிட்டிஷ் அரசு தகுந்த பாதுகாப்பு வழங்கும்..."

∎

31. அடைக்கலம் தந்த பாதிரியாருக்கு நன்றி

கொல்லங்குடி வடக்கே உள்ள முத்தூரில் கும்பினியாருக்கும் சின்ன மருதுவுக்கும் கடும் யுத்தம் நடந்தது. அங்குள்ள ஏந்தல் கண்மாய் வெள்ளப் பெருக்கெடுத்து ஓடியது. இருட்டையும் வெள்ளைத்தையும் பொருட்படுத்தாது இருதரப்பினரும் உக்கிர மாகப போரிட்டனர்.

அப்போது சின்ன மருதுவுக்கு ஒரு செய்தி காதுக்கு வந்தது. சிறு வயலிலிருந்து காளையார் கோவிலுக்கு காட்டில் ரகசிய வழிமார்க்க மாக கும்பெனியர் படை நெருங்கி விட்டது என்பதைக் கேட்டு அதிர்ந்து போனார் சின்ன மருது. கொல்லங்குடி அருகேயுள்ள முத்தூரில் போர் செல்வதை நிறுத்திவிட்டு காளையார் கோவில் நோக்கி குதிரையில் பாய்ந்து மறைந்தார் சின்ன மருது.

1.10.1801 அன்று அதிகாலை புதுக்கோட்டை தொண்டமானும் அக்கினியூவும் ஒய்யாத் தேவரும் தயாரித்த கூட்டுத்திட்டத்தால் காளையார் கோயில் கோட்டையின் நான்கு புறத்திலும் கும்பினி படையினர் சூழ்ந்து கொண்டன.

சுமார் ஒரு மைல் சுற்றளவு உள்ள காளையார் கோயில் மதில் களைச் சுற்றி வளைத்து அணிவகுத்து கும்பினிப் படை நின்றது. தளபதி அக்கனியூ சிவப்புக் கொடியை அசைத்து சைகை செய்தார். பீரங்கி அணியின் பேய் வாய்கள் அக்கினியூ மழையைப் பொழிந்தது. வரலாற்றில் முதன் முறையாக கும்பினியர் இத்தகைய பீரங்கித் தாக்குதலை நடத்தினர். இதனை சந்திக்காத காளையார் கோயில் கோட்டை சிறிது சிறிதாக சிதைந்தது. கடுமையான யுத்த களம்.

கோட்டையின் விரிசல்களுக்குள் புக முயன்ற கும்பினியர் சிவகங்கை போராளிகளுடன் நேருக்கு நேர் பொருதினர். ஆயுதங்களின் உக்கிரத் தாண்டவம் நிகழ்ந்தது.

வீரத்தின் பேராக விளங்கிய காளையார் கோயில் கோட்டையில் வெள்ளையரது வெற்றிக்கொடி பறக்க விடப்பட்டது. எங்கு பார்த்தாலும் விக்கிரகங்களைப் போல வீரர்களது சடலங்கள்.

கோட்டையின் மேற்குப் பகுதியில் எஞ்சி இருந்த வீரர்களும் அவர்களது தலைவர்கள் மருது சகோதரர்களும் சுரங்க வழியைத் தொடர்ந்து சென்று கோட்டைக்கு தெற்கு வெளியே போய் வடக்கே திரும்பி பனங்குடி காட்டுப் பகுதிக்குள் நுழைந்து விட்டது.

காளையார் கோயில் வெற்றிக்குப் பின் சும்மா இருந்து விடவில்லை பரங்கியர். எஞ்சியுள்ள கிளர்ச்சித் தலைவர்களின் தலையைப் பிய்த்து எறிய வெறிகொண்டு அலைந்தனர். அவர்களுக்கு துரோகிகள் மூலம் துப்பும் கிடைத்தது.

மீனங்குடி முத்துக் கருப்பத்தேவர் நயினார் கோவிலிலும், ஊமைத்துரை திருப்பத்தூர் காட்டிலும் மருது சேர்வைக்காரர்கள் வெட்டூர் பெருங்குடி பகுதியிலும் சிவத்த தம்பி குப்பம் ஊர்ப் பகுதியிலும் நடமாடுவதாக தகவல் கிடைத்தது.

சின்ன மருது சருகணியில் இருப்பதாக கிடைத்த தகவலின்படி கேப்டன் காட்பிரே சருகணிக்கு விரைந்து சென்று வீடு வீடாக சோதனை செய்தார்.

மாதா கோயிலை அடுத்த கோயில் பாதிரியார் வீட்டில் பாதிரியார் ஒரு பெட்டி மீது அமர்ந்தவாறு பைபிள் படித்துக் கொண்டிருந்தார்.

பதட்டத்துடன் அப்போது ஓடி வந்த சின்ன மருதுவை இனம் கண்டு கொண்ட பாதிரியார் 'உங்களை ஏற்றுக் கொள்கிறவர் என்னையும் ஏற்றுக் கொள்வார்?' என்று வேதவாக்கினை கூறி அமர்ந்திருந்த பெட்டிக்குள் ஒளிந்து கொள்ளும்படி கூறினார்.

சின்ன மருதுவும் அந்தப் பெட்டிக்குள் அமர்ந்து ஒளிந்து கொண்டார். சிறிது நேரத்தில் அங்கு தேடி வந்த கும்பினித் தளபதியிடம் 'நன்கு உற்றுப் பார்த்துக் கொள்' என்று ஆத்திரப்பட்டவராக கூறினார் பாதிரியார். தளபதி ஏமாற்றத்துடன் திரும்பிச் சென்று விட்டார்.

தமக்கு இக்கட்டான நேரத்தில் அடைக்கலம் தந்த பாதிரியாருக்கு நன்றி தெரிவித்ததுடன் மாதா கோயில் பராமரிப்பதற்காக கிராமம் ஒன்றை அறக்கொடையாக வழங்கி செப்புப் பட்டயம் ஒன்றையும் எழுதிக் கொடுத்துச் சென்றார் சின்ன மருது.

■

32. போராளிகள் பிடிபட்டனர்

வெள்ளை மருது, சின்ன மருது, சிவத்தையா ஆகிய தலைவர் களைப் பிடித்துக் கொடுப்பவருக்கு தலைக்கு ஆயிரத்து ஐநூறு சூளிச்சக்கரம் என்றும் ஏனைய முன்னணி வீரர்களான மருது சகோதரர்களின் மக்கள் சிவஞானம், துரைச்சாமி,முத்துச்சாமி, கறுத்த தம்பி, உடையணன், மோலிக்குட்டி தம்பி, வேங்கன் பெரிய உடையத் தேவர், ஊமை குமாரசாமி ஆகியோரைப் பிடித்துத் தருபவர்களுக்கு தலைக்கு ஆயிரம்சூளிச் சக்கரம் பணம் வழங்கப் படும் என்றும் அந்த விளம்பரத்தில் காணப்பட்டது.

பணத்திற்கு ஆசைப்பட்ட மனித ஓநாய்கள் மருது சகோதரர் தங்கி யிருந்த மறைவிடத்தை மோப்பம் பிடித்துத் திரிந்தனர். இறுதியில் மருது சகோதரர் மறைவிடத்தையும் அக்கினியூவின் கூலிப்படைகள் கண்டுபிடித்தனர். குதிரைக் குளம்புச்சுவடுகளை கவனித்து கிளர்ச்சிக்காரர்களது பாசறை கண்டுபிடிக்கப்பட்டது.

அங்கு நடந்த அடிதடி கைகலப்பில் வெள்ளை மருதுவின் இரு மக்களையும் இன்னும் சிலரையும் மேஜர் ஷெப் பார்டின் அணி மடக்கிப் பிடித்தது. மருது சகோதரர்கள் எப்படியோ தப்பிச் சென்று

விட்டனர்.

தங்களது பெற்றோர்களை தப்புவிக்கும் நோக்கத்தில் வேண்டு மென்றே அகப்பட்டுக் கொண்ட இளம் வீரர்களான வெள்ளை மருது மக்கள் கறுத்த தம்பியும் மோலிக் குட்டித் தம்பியும் அன்றே அங்கேயே தூக்கிலிடப்பட்டனர். அடுத்த இரண்டு நாட்களில் சிவகங்கை மன்னர் வேங்கன் பெரிய உடையத் தேவரை சிறைப் பிடித்தனர்.

பெயரளவில் மன்னராக இருந்த தமக்கும் மருது சகோதரர்களுக்கும் எவ்வித சம்பந்தமும் இல்லையென்றும் தாமே சரணடைய இருந்த தாகவும் அக்கினியூவிடம் அவர் வாக்குமூலம் அளித்தார்.

மருது பாண்டியர்களது அமைச்சர்கள் போல் விளங்கிய கோட்டை சேர்வைக்காரனும் சின்னன்ணன் சேர்வைக்காரர்களும் ஏற்கனவே சரணடைந்திருந்தனர். தாங்கள் பரங்கியருக்கு எதிர் நடவடிக்கை எடுக்கவில்லை என்று உயிர் உத்தரவாதம் பெற்றனர்.

மருது சகோதரர்களை தேடுதல் வேட்டையில் பதுக்கி வைத்திருந்த கருமருந்து வெடி ஆயுத இடுப்புகளை பல ஊர்களில் கைப்பற்றினர் பரங்கியர். அடுத்த இரண்டு நாட்களிலியே அந்த காட்டுப் பகுதியில் தங்கியிருந்த வெள்ளை மருதுவின் பெண்டு பிள்ளைகள் சிலரை கூலிப்படை வளைத்துப் பிடித்தது.

திருப்பத்தூர் பகுதியில் தலைமறைவாக நடமாடிய சின்ன மருவின் மகன் சிவத்த தம்பியையும் அவரது மகன் முத்துச்சாமியையும் கடல்குடி பாளையக்காரர் கீர்த்தி வீரகுஞ்சு நாயக்கரையும் அவர் களது மனைவி மக்களையும் பரங்கியர் சிறைப்பிடித்தனர்.

இந்த மூன்று பேர்களையும்சண்டிரா மாணிக்கம் என்ற சிற்றூரில் ஒரு பொது இடத்தில் தூக்கில் தொங்கவிட்டனர். காட்டிக் கொடுத்த கலவர்கள் கூலி பெற்று சந்தோசமாகக் கூவினர்.

ஊமைத்துரையும் 65 தோழர்களும் திண்டுக்கல் சீமையிலிருந்து பாஞ்சாலங்குறிச்சி திரும்பும் வழியில் வத்தலக் குண்டில் பரங்கியரால் பிடிபட்டனர். பிடிபட்டவர்களை 16.11.1801 அன்று சிறைச் சேதம் செய்து கொன்றனர்.

இராமநாதபுரம் சீமைக்கு பட்டத்திற்கு உரிமை கொண்டாடிய மீனங்குடி முத்துக்கருப்பத் தேவரது தம்பி கனக சபாபதி தேவரை அபிராமத்தில் தூக்கில் ஏற்றினர்.

அனைத்து இடங்களிலும் கிளர்ச்சிக்காரர்களது இழப்புகளும் கும்பெனியரின் கொலைவெறித் தாண்டவங்களும் நடந்து கொண்டே இருந்தன.

சோழபுரத்துக்கும் ஒக்கூருக்கும் இடைப்பட்ட காட்டில் பெரிய மருது தனியாக தங்கி இருப்பதை கும்பினி கூலிகள் கண்டு பிடித்தனர். நிராயுதபாணியாக இருந்த அவரை எதிர்பாராத விதமாக சூழ்ந்து தாக்கி கைது செய்தனர்.

அதே பகுதியில் மற்றோர் இடத்தில் இருந்த சின்ன மருதுவையும் கண்டுபிடித்தனர். அவரிடம் ஆயுதம் இல்லாதபோதும் அவரை நெருங்குவதற்கு அஞ்சியபடி தொலைவில் இருந்தவாறு துப்பாக்கி யால் சுட்டனர். அந்த நிலையிலும் அவர்களோடு மோதி சண்டை யிட்ட சின்ன மருதுவின் தொடையில் குண்டு பாய்ந்து அவர் துடித்த நிலையில் கும்பெனியர் அவரை சங்கிலியால் பிணைத்து சோழபுரம் பாசறைக்கு இழுத்துச் சென்றனர்.

அங்கு மருது சகோதரர் இருவரும் நான்கு நாட்கள் பலத்த பாது காப்பில் வைக்கப்பட்டனர். அவர்களது மனைவி மார்களையும் பெண் பிள்ளைகளையும் கைது செய்து புதிய ஜமீன்தார் படமாத்தூர் கௌரி வல்லப ஒய்யாத்தேவர் பாதுகாப்பில் அடைத்து வைத்தனர்.

அதே நேரத்தில் மருது சகோதரரின் நெருங்கிய நண்பரான மீனங்குடி முத்துக் கருப்பத் தேவரை சாயல்குடி காட்டில் வைத்து கைது செய்தனர். அவரோடு அவரது குடும்பத்தார் 26 பேர்களையும் சிறை வைத்தனர்.

சின்ன மருதுவின் கடைசி மகனான பதினைந்து வயதேயான துரைச்சாமியை மேலூரை அடுத்த கிராமத்தில் பரங்கியர் கைது செய்து தூத்துக்குடி ராணுவ முகாமிற்கு அனுப்பி வைத்தனர்.

பிடிபடும் கிளர்ச்சியாளர்களின் பிணங்கள் ஆங்காங்கே மரங்களில் தொங்கியபடி கிடந்தன. விடுதலைக்கான யுத்தத்தில் ரத்தம் சிந்திய

மாவீரர்களையெல்லாம் கோழிக் குஞ்சுகளை கொதிநீரில் அமுக்கி சாகடிப்பது போல கொன்று குவித்தனர்.

வீரத்திருவுருவாக மான உணர்ச்சிக்கு இலக்கணமாக, மக்களின் சிம்ம சொப்பனமாக விளங்கிய மருது சகோதரர்களுக்கு மரணச் சீட்டு எழுத அக்கினியூ முடிவு செய்தார்.

உற்றார் உறவினர் வாழும் இடங்களில் அவர்களைத் தூக்கிலிட்டால் சினமும் சீற்றமும் குபீரெனக் கிளம்பலாம் என அஞ்சி திருப்பத்தூர் கோட்டையில் தூக்கிலிட முடிவு செய்தார்.

திகை விளங்கும் திருப்பத்தூர் கோட்டையின் மேற்குப் பகுதியில் தூக்கு மரங்கள் நட்டப்பட்டு கொலைக்களம் அமைக்கப்பட்டது.

24.10.1801 ஆம் தேதி வரலாறு தனது கண்ணை மூடிக்கொண்ட நாள். சின்ன மருதுவும், பெரிய மருதுவும் திருப்பத்தூர் கோட்டை யின் இடிபாடுகளுக்கிடையில் தூக்கிலிடப்பட்டனர். அவர்களது மக்கள் சிவஞானத்தை கமுதிக் கோட்டையிலும், டையணனை திருச்சுழிக் கோட்டையிலும் தூக்கிலிடப்பட்டனர்.

சிவகங்கைச் சீமையின் கிளர்ச்சியாளர்களில் நேரடியாக சம்பந்தப் பட்ட அனைத்துப் போராளிகளையும் ஆங்காங்கே தூக்கிலிட்டு விட்டனர். அல்லது கசையடிகள் கொடுத்து இரும்புச் சங்கிலிகளில் பிணைத் கடலுக்கு அப்பால் கொண்டு சென்றனர்.

11.12.1802 இல் வங்கக் கடலில் வங்கக் கடலின் கீழ்க்கோடியில் தமிழகத்தில் தூத்துக்குடி துறைமுகத்திலிருந்து இரண்டாயிரம் மைல் தொலைவில் உள்ள பெங்கோலான் என்ற தீவிற்கு சங்கிலியில் பிணைக்கப்பட்டு எஞ்சியுள்ள 72 போராளிகள் உண்ண உணவின்றி கப்பலில் ஏற்றப்பட்டனர். வாழ்ந்தவர்கள் பேரும் புகழும் பெற் றிருக்கிறார்கள். அந்த அயோக்கியன் மருது எதை எதிர்பார்த்து கலகம் செய்தான் என்பது விளங்கவில்லை.....' என்று எழுதினார்.

மருது சகோதரர்கள் மீது தொண்டைமான் நெடுநாட்களாக கொண்டிருந்த மனக்சகப்பும் காழ்ப்புணர்ச்சியையும் இக்கடிதம் காட்டுகிறது.

■

33. ஊமைத்துரைக்கு அடைக்கலம் தந்த சிவகங்கைச் சீமை

கி.பி. 1792 இல் பிரிட்டிஷ்காரர்களுக்கும் நவாபுகளுக்கு மிடையே ஏற்பட்ட ஒப்பந்தம் தென்னிந்திய வரலாற்றில் பாளையக் காரர்களிடையே மிகப்பெரிய அதிர்வலையை சந்தித்தது மறுக்க முடியாத உண்மை.

ஏற்கனவே பூலித்தேவர் மூட்டிவிட்ட சுதந்திரக்கனல் கொழுந்து விட்டு எரிந்து நீறுபூத்த நெருப்பாக இருந்த இந்தகால கட்டத்தில் பாஞ்சாலங்குறிச்சி பாளையக்காரர் வீரபாண்டிய கட்டபொம்மு அடுத்த கட்டமாக பிரிட்டிஷ்காரர்களை எதிர்த்து புரட்சி தீப்பந்தத்தை தூக்கினார்.

நயந்தும் பணிந்தும் வீரபாண்டியக் கட்டபொம்முவிடம் கப்பம் வசூலித்து பணிய வைக்க பிரிட்டிஷ் அரசாங்கம் எடுத்துக் கொண்ட முயற்சிகள் அனைத்தும் வீணாயின.

வீரபாண்டியனின் விடுதலை வேட்கை ஈனர்களின் பசப்பு மொழி களால் தணிக்க ஒண்ணாததாய் இருந்தது. வீரபாண்டிய கட்டபொம்மனை அடக்கப் போர் ஒன்றுதான் வழி என்று கண்டனர் வெள்ளையர்.

அதன் விளைவாக 1799 ஆம் ஆண்டு செப்டம்பர் மாதம் 5 ஆம் தேதி பாஞ்சாலக்குறிச்சியின் மீது பிரிட்டிஷ் படைகளின் பேய் வாய்ப் பீரங்கிகள் அனல் மழை கக்கின.

பாஞ்சாலங்குறிச்சி சகோதரர்கள், வீரபாண்டிய கட்டபொம்மன், ஊமைத்துரை ஆகியோரின் சுதந்திரப் போர் முழக்கம் விண்ணதிர முழங்கியது. பாஞ்சாலங்குறிச்சிப் போர் பாரதத் தாயின் விடுதலைக்கான போர் நாற்பத்தோரு நாட்கள் மிகக் கடுமையாக நடந்தது.

பிப்ரவரி 2 ஆம் தேதி 1790 ஆம் ஆண்டில் 47218 பாளையக்காரராக கட்டபொம்மன் அரியணை பொறுப்பை ஏற்றார்.

கி.பி. 1797 இல் முதன் முதலாக ஆங்கிலேய ஆலன்துரை பாஞ்சாலங்குறிச்சிக் கோட்டைக்கு வந்தார். 1798 இல் நடந்த முதல் போரில் வீரபாண்டிய கட்டபொம்மனிடம் ஆலன்துரை தோற்று ஓடினார்.

புதிதாக பொறுப்பேற்ற ஜாக்சன் துரை வீரபாண்டிய கட்டபொம்மனை சந்திக்க அழைத்தார். கட்டபொம்மனை அவமானப்படுத்த வேண்டும் என கங்கணம் கட்டிக் கொண்டு திரிந்தான் ஜாக்சன்துரை.

அதன் காரணமாக தன்னை சந்திக்க வருமாறு அழைப்பு விடுத்து பல இடங்களுக்கு வரச் சொல்லி சந்திக்காமல் அலைக்கழித்தார் ஜாக்ஸன் துரை.

இறுதியில் 1798 செப்டம்பர் 10 ஆம் தேதி இராமநாதபுரத்தில் சந்தித்து தந்திரமாக வீரபாண்டிய கட்டபொம்மனை கைது செய்ய பார்த்தது ஆங்கிலப்படை.

∎

34. மருது சகோதரர்கள் தூக்கிலிடப்பட்டன.

சிறுவயல் பாசறையில் இருந்த கர்னல் வெல்ஷ் தமது கைப்பட வரைந்துள்ள நாட்குறிப்புகள் பரங்கிகளை எதிர்த்து போரிட்ட போராளிகளது தாக்குதல்களைப் பற்றி ஓரளவு தெளிவாகப் புரிந்து கொள்வதற்கு சிறந்த சாதனமாக உள்ளது.

சிறுவயல் அரண்மனைக்கும் காளையார் கோயிலுக்கும் இடைப் பட்ட எட்டுகல் தொலைவு காட்டைக் கடப்பதற்கான பாதையை அமைக்க நூற்றுக்கணக்கான பரங்கியரும் ஆயிரக்கணக்கான காடுவெட்டிகளும் முப்பத்திரண்டு நாட்கள் முனைந்தும் தங்கள் உயிரைக் கையில் பிடித்துக் கொண்டு சிவகங்கை சீமைப் போராளி களை சமாளித்ததே பெரிய சாதனையாக கருதப்படுகிறது.

மரணத்தைப் பற்றிச் சிறிதும் சிந்தியாது அந்த மண்ணிற்குரிய மகத்தான மறப் பண்புகளுடன் பயங்கரமாக வெடிக்கும் துப்பாக்கி, பீரங்கி குண்டுகளுக்கிடையில் போரிட்டு மடிந்த போர் மறவர்களின் புனித இடம் அந்த சிறுவயல் காட்டுப்பகுதியைத் தவிர வேறு எங்கும் கிடையாது.

மிக நெருக்கமாகவும் அடர்ந்தும் வளர்ந்துள்ள காட்டு மரங்களை அழித்து பாதை ஏற்படுத்தும் பணி பரங்கியாருக்கு மற்றொரு போர்ப்பணியாக தலையைச் சுற்றியது.

அச்சமயங்கள் ஒரே நேரத்தில் பல இடங்களில் இருந்தும் தொடர்ச்சியாக வெடிக்கும் மற்றவர்களது துப்பாக்கிச் சூடுகள் பரங்கியரின் அந்தப் பணிக்கு பெரிதும் இடையூறாக இருந்தது. அதிகமான எண்ணிக்கையிலுள்ள விடுதலை வீரர்கள் மிக நெருக்கமாக மரப் புதர்களுக்கிடையே மறைந்து இருப்பதைக் கண்டுபிடித்து தாக்குவதும் இயலாததாக இருந்தது.

எத்தனையோ போர்களை வெற்றிக் கொள்ள திட்டம் தீட்டி பரங்கியருக்கு வெற்றியை தவறாது கிட்டச் செய்த கும்பினித் தளபதியான அக்கினியூவின் எதிர்பார்ப்புகள் முற்றிலும் தோல்வியுற்றது. இந்த சிறுவயல் அரண்மனை காட்டுப் போரில்தான்.

போரைத் துவக்கிய அவன் முப்பத்தி இரண்டு நாட்களுக்கு பிறகு தமது வீரர் அணியை ஒக்கூடர் பாசறைக்கு பின்னடையுமாறு கட்டளையிட்டான் தளபதி அக்கினியூ.

இதற்கிடையில் இராமநாதபுரம் சீமையில் கிளர்ச்சியில் ஈடுபட்டு நாட்டுப்பற்று மிக்க வீரர்களை காட்டுமிராண்டித்தனமாக தாக்கினர்.

அன்றைய காலகட்டத்தில் எந்த நாட்டிலும் எந்த ஆக்கிரமிப்பாளரும் மேற்கொள்ளாத மிக மோசமான நடவடிக்கைகளை பரங்கிகள் மேற்கொண்டனர்.

தங்களுக்கு எதிரான நடவடிக்கையில் முனைந்தவர்களையும் அவர்களது உறவினர்களையும் சிறையில் அடித்து கொடுமைப் படுத்துவது, கசையடிகள் மூலம் சித்திரவதை செய்வது, தூக்கு தண்டனை அல்லது கடலுக்கு அப்பால் நாடு கடத்துதல் அவர்களது சொத்துக்களை பறிமுதல் செய்வது போன்ற இழி செயல்களில் ஈடுபட்டனர்.

இத்தகைய கோரமான கொடூரங்களைக் கண்டு பயந்து கும்பினியாருக்கு விசுவாசிகளாக மாறிய கெடுபிடிகளை ஊக்கு

விக்கும் வகையில் அவர்களுக்கு ‘கவுல்’ காணிக்கைகள் விருதுகள் வழங்கப்பட்டன.

கும்பினியாரால் புரட்சிக்காலத்தில் சிவகங்கை மன்னராக்கப் பட்ட படமாத்தூர் கௌரிவெல்லப உடையாத் தேவர் கர்னல் அக்கினியூவின் முன் சாஷ்டாங்கமாக விழுந்து நன்றி தெரிவிக்கும் முகமாக அஞ்சலி செய்து பணிந்து விட்டார்.

சிவகங்கைச் சீமையின் ஒப்பற்ற ராஜ மான்யராக அரசியலை நடத்திய மருது சேர்வைக்காரர்களின் மாண்புகளை மக்கள் மறந்து விட்டனர். கும்பினியரின் சூழ்ச்சிகளை புரிந்து கொள்ளாமல் சிவ கங்கைச் சீமை அரச பரம்பரையினர் பற்றி அக்கறை கொண்டனர்.

சிவகங்கைச் சீமையின் புதிய ஜமீன்தாருக்கு சிவகங்கை மக்கள் தங்களது ராஜ விசுவாசத்தைத் தெரிவித்துக் கொள்ளத் துடித்தனர்.

அரண்மனைச் சிறுவயல் காட்டில் பரங்கியரால் பிடிப்பட்ட போராளி ஒருவன துரோகியாக மாறினான். அவன் பெயர் முகமது கலீல் அவன் கிளர்ச்சியாளர்களைப் பற்றிய செய்திகளையும், காளையார் கோயிலைத் தாக்குதவற்குரிய சூழ்நிலைகளையும் அறியும் பொருட்டு பரங்கியர் அவனை அனுப்பினர்.

அவனுக்குத் துணையாகச் சென்றவர்களும் வேட்டைக்காரர்களைப் போல வேடம் தாங்கி சிறுவயல் காடுகளை சோதனையிட்டு காளையார் கோயில் கோபுரத்துக்கு செல்லும் மறைவு வழியைக் கண்டுபிடித்து திரும்பினர்.

இதைக் கண்டுபிடித்து சொன்னதற்காக கலீலுக்கு பரிசுகளை நல்கினர்.

காளையார் கோயில் காடுகளில் கிளர்ச்சியாளர்களிடம் ஆங்கி லேயர் தோல்வியடைந்ததற்காக தங்களுக்குள்ளேயே அவமானப் பட்டுக் கொண்டனர். உடன் இருந்த புதுக்கோட்டை தொண்டை மானோ அவமானத்தோடு கவலையும் அடைந்தார். வேண்டிய அளவு படையூகாடுகளை அழித்து பாதை தேடுவதற்குரிய பணியாளர்களும் உணவுப் பொருள்களும் அளித்தவரல்லவா தொண்டைமான்!

இத்தனை உதவிகளும் பயன்படாது போனதால் அவர் மருது சகோதரர்களையும் அவரது புரட்சியாளர்களையும் எண்ண அச்சம் கொண்டார். ஆங்கிலேயரை மீண்டும் நிமிர்த்தினால் தான் தம்மை நிலை நிறுத்திக் கொள்ள முடியும் என்ற முடிவுக்கு வந்தார். இதற்கு முன்னர் அளித்த உதவிகளை விடவும் கூடுதலான படைகளையும் உணவுப் பொருட்களையும் ஆங்கிலேயருக்கு அளித்தார்.

மேஜர் பிளாக் பர்னை அறந்தாங்கிக்கு அழைத்து தொண்டைமான் மருது சகோதரர்களைப் பற்றிய அனைத்து தகவல்களையும் கூறியதுடன் அவர்களை அழிக்க வேண்டியதன் இன்றியமை யாமையை வற்புறுத்தினார்.

மேஜர் பிளாக்பர்ன் சென்னைப் பேராயத்துக்கு மருது சகோதரர் களை விரைவில் அடக்க வேண்டும் என்றும் காளையார் கோயிலில் மருது எவ்விடத்தில் தங்குவார் என்றும் மருது சகோதரர்களுக்கு தொண்டித் துறைமுகம் எப்படி கடல் வழியாகப் பயன்படுகிறது என்பதையும் கடிதத்தில் எழுதினார்.

கி.பி. 1801 ஆம் ஆண்டு அக்டோபர் திங்கள் முதல் நாள் காளையார் கோயில் கோட்டையின் கிழக்கு, மேற்கு, தெற்கு பகுதிகளை நோக்கி பரங்கியரும் அவரது கூலிப்படைகளும் அணிவகுத்து ஆரவாரத்துடன் வந்து கொண்டிருந்தார்.

தெற்குப் பகுதி அணிக்கு மக்காலே, மேற்கு பகுதியில் இன்னிங்ஸ், அக்கனியூ, கிழக்குப் பகுதியில் பிளாக் பர்ன் தலைமையில் அந்த அணிகள் சிறிது நேரத்தில் வடக்கே இருந்து துரோகி வழிகாட்டிய இரகசிய காட்டுப்பாதை வழியாக ஷெப்பர்டும், ஸ்பிரேயும் தங்கள் அணியுடன் வந்து சேர்ந்தனர்.

புதுக்கோட்டை தொண்டைமானும் அக்கினியூவும் ஒய்யாத் தேவரும் தயாரித்த கூட்டுத்திட்டம் புரட்சியாளர்களை வியப் படையச் செய்யும் வண்ணம் கோட்டையை நான்கு புறமும் சூழ்ந்து மடக்குவதுடன் அவர்கள் கிழக்கு வடக்குப் பகுதி காடு களில் ஒளித்து வைத்துள்ள இரகசிய ஆயுதச் சேமிப்புகளில் இருந்து மேலுதவி கிடைக்காமல் தடுப்பது என்பதுதான்.

அவர்கள் சுமார் ஒரு மைல் சுற்றளவு உள்ள காளையார் கோயில் மதில்களைச் சுற்றி வளைத்து அணிவகுத்து நின்றனர்.

பரங்கியரும் கூலிப்படையினரும் கிழக்கே அமைந்துள்ள கோட்டை வாசலிலும் கோட்டையின் பத்து கொளத்தளங்களிலும் போருக்கு ஆயுத்தமாக இருந்த மறவர் படை பரங்கியரைப் பார்த்தும் ஆவேசமாக தாக்குதலை தொடுத்தனர்.

அச்சமயம் அக்கனியூ சிவப்புக் கொடியை அசைக்க பீரங்கிகள் வெடிக்கத் துவங்கின. பீரங்கி குண்டு மழையால் காளையார் கோயில் கோட்டைச் சுவர்கள் அலறத் தொடங்கின.

சிவகங்கைச் சீமை போராளிகளுக்கும் கும்பினியர் படைக்கு மிடையே அரசுத் தனமான போர் நடந்தது.

வீரத்தின் பெயராக விளங்கிய காளையார் கோயில் கோட்டை வீழ்ந்தது. சிவகங்கைச் சீமையின் சிறப்பையும் பெருமையையும் சிந்தித்து செயல்பட மானமுள்ள வீரத் தமிழர்களின் சடலங்கள் குவியல் குவியலாக கிடந்தன.

காளையார் கோயில் கோட்டையின் மேற்கு பகுதியில் எஞ்சியிருந்த வீரர்களும் மருது சகோதரர்களும் சுரங்க வழியைத்தொடர்ந்து சென்று கோட்டைக்கு தெற்கே வெளியே போய் வடக்கே திரும்பி மேப்பல பனங்குடி காட்டுப் பகுதிக்குள் நுழைந்து விட்டனர்.

மருது சகோதரர்களை தேடிப் பிடிக்கும் முயற்சியில் கும்பினியர் சோர்ந்து போய்விட்டனர். ஊமைத்துரையின் கிளர்ச்சிப் படை வடதிசை நோக்கி திருப்பத்தூர் வழியே சென்றது.

இராமநாதபுரம் பகுதிக்கு தப்பிச் சென்ற மயிலப்பன் சேர்வைக் காரரையும் இராமநாதபுரம் சீமை மன்னராக அறிவிக்கப்பட்ட மீனங்குடி முத்துக் கருப்பத் தேவரையும் பிடிப்பதற்கான நடவடிக்கைகளையும் கும்பினியார் மேற்கொண்டனர்.

மருது சகோதரர்களை எளிதில் பிடிக்க இயலாது என்பதை உணர்ந்த கர்னல் அக்கினியூ அவர்களுக்கும் சில புரட்சியாளர்களுக்கும் விலையை அறிவித்தார்.

மருது சகோதரர்கள் இருவரையும் உயிருடன் பிடித்துக் கொடுத்தால் ஒவ்வொருவருக்குமென 1500 சூலிச்சக்கரம் வெகுமதி அளிக்கப்படும் என்றும் அவர்களது சடலங்களைக் கொடுத்தால் அதில் பகுதித் தொகை வெகுமதியாகக் கொடுக்கப்படும் என்றும் அறிவித்தார்.

செவத்தம்பி, சிவஞானம், துரைச்சாமி, முத்துச்சாமி, கருத்த தம்பி, உடையண்ணன், மூலிக்குட்டித் தம்பி, வேங்கன் பெரிய உடைய தேவர், இராமநாதபுரம் முத்துக் கருப்பத்தேவர், ஊமைத்துரை, பொம்மி நாயக்கர் ஆகியோரை உயிருடன் பிடித்துத் தந்தால் தலா 1000 சக்கரங்கள் என்றும் அவர்களது சடலங்களைக் கொண்டு வந்தால் அதில் பாதி என்றும் பரிசுத் தொகை அறிவிக்கப்பட்டது.

ஆங்கிலேயரின் அன்பைப் பெறுவதற்கும் பரிசுத் தொகை பெறுவ தற்கும் பலர் அவர்களை பிடிக்கும் பணியில் ஈடுபட்டனர்.

மருது சகோதரர்கள் தங்களது படையை கலைத்து விட்டதாகவும் 200 வீரர்களுடன் சங்கரபதிக் காட்டில் பாதுகாப்பாக இருப்பதாக வும் கும்பினியாருக்கு செய்தி கிடைத்தது.

மீனங்குடி முத்துக் கருப்பத்தேவர் நயின கோயில் பகுதியிலும், பாஞ்சாலங்குறிச்சி ஊமைத்துரை குழு திருப்பத்தூர் காட்டிலும் சிவத்த தம்பி குப்பம் ஊரணிப் பகுதியிலும் நடமாடுவதாக தகவல்கள் கிடைத்த மறுவிநாடியே கும்பினிப் படைகள் சம்பந்தப் பட்ட இடங்களுக்கு விரைந்தன.

அச்சமயம் மருது சகோதரர்கள் சருகணியில் இருப்பதாக கிடைத்த தகவலின்படி கேப்டன் காட்பிரே சருகணிக்கு விரைந்து சென்றான். வீடு வீடாக அவன் சோதனை செய்து வந்தான்.

அப்போது சின்ன மருது மாதா கோயிலுக்குள் புகுந்து தஞ்சம் தேடினார். கோயிலை அடுத்த வீட்டில் கோயில் பாதிரியார் ஒரு பெரிய பெட்டியின் மீது அமர்ந்தவாறு பைபிள் படித்துக் கொண்டு இருந்தார்.

பதட்டத்துடன் ஓடி வந்த சின்ன மருது சேர்வைக்காரரை அவர் இனங்கண்டு கொண்டார்.

ஏனெனில் சில ஆண்டுகளுக்கு முன்னர் தான் அந்த தேவாலயத்தில் ஆண்டுதோறும் நடைபெறும் பாஸ்கல் திருவிழா வின்போது புனித மேரி மாதா ஆரோகணித்துச் செல்ல அலங்காரத் தேர் ஒன்றினை அன்பளிப்பாக சின்ன மருது வழங்கி இருந்தார்.

நிலைமையைப் புரிந்து கொண்ட பாதிரியார் 'உங்களை ஏற்றுக் கொள்கிறவன் என்னையும் ஏற்றுக் கொள்கிறான்' என்ற வேத வாக்கியத்தை நினைத்த படி தான் அமர்ந்திருந்த பெட்டிக்குள் ஒளிந்து கொள்ளுமாறு சைகை செய்தார். சின்னமருதுவும் அவ்வாறே ஒளிந்து கொண்டார்.

தொடர்ந்து ஓடி வந்த கும்பினியனிடம் தளபதி அங்கே வந்து பாதிரியாரிடம் சின்ன மருதுவைப் பற்றி விசாரித்தார். தன்னுடைய அமைதியான படிப்பை குலைத்ததற்கு ஆத்திரப்பட்டவர் போல பாதிரியார் 'நன்கு உற்றுப் பார்த்துக் கொள்' என்று சினந்து பதிலளித்த பாதிரியாரது வெறுப்பை உணர்ந்தவராக கும்பினித் தளபதி அங்கிருந்து அகன்று விட்டான்.

தமது இக்கட்டான நிலையில் அடைக்கலம் அளித்த பாதிரியாருக்கு நன்றி தெரிவித்ததுடன் அந்த மாதா கோயில் பராமரிப்பின் கனக கிராமம் ஒன்றை அறக் கொடையாக வழங்கியும் செப்புப் பட்டயம் ஒன்றினையும் எழுதிக் கொடுத்துச் சென்றார் சின்ன மருது.

கும்பினி ஓநாய்கள் மருது சகோதரர்கள் காட்டில் தங்கியிருந்த மறைவிடத்தை மோப்பம் பிடித்து அலைந்தன. கிளர்ச்சிக்காரர்களின் பாசறையை கும்பினி ஓநாய்கள் கண்டு பிடித்து விட்டன.

அங்கு நடந்த கைகலப்பில் வெள்ளை மருது சேர்வைக்காரரது இரு மகன்களையும் இன்னும் சிலரையும் மேஜர் ஷெப்ரீடின் அணி மடக்கிப் பிடித்தது.

அங்கிருந்த மருது கோவைக்காரர்கள் தப்பிச் சென்றனர். தங்களது பெற்றோர்களை தப்புவிக்கும் நோக்கத்தில் வேண்டுமென்றே அகப்பட்டுக் கொண்ட வெள்ளை மருதுவின் மக்கள் கறுத்த தம்பியும், மோலிக்குட்டித் தம்பியும் அன்றே அங்கேயே தூக்கில் இடப்பட்டனர்.

அடுத்த இரு தினங்களில் வேங்கை பெரிய உடையாத் தேவரை யும் குதிரைகள் மல்லாக்குள் யாவற்றையும் அந்தக் காட்டில் கைப்பற்றினர்.

மருது சேர்வைக்காரர் அரசியலில் தமக்கு சம்பந்தம் இல்லை என்றும் தானே சரணாக இருந்த நிலையில் பிடிக்கப்பட்டதாகவும் உடையத் தேவர் கூறி தனது உயிருக்கு உத்தரவாதத்தை தேடிக் கொண்டார்.

மருது சகோதரரை தேடும் பணியில் கர்னம் வில்லியம் பிளாக்பர்ன் தமது கூலிப்பட்டாளத்தைக் காட்டுப் பகுதிகளை அலசினான்.

மருது சகோதரர்களின் ஒற்றரான மணவாள நாயக்கரையும் அவரது மகன் உட்பட எட்டுப் பேர்களை 5.10.1801 இல் கும்பினிப் படை சங்கரபதியில் கைது செய்தது.

அடுத்த இரு நாட்களில் அந்தக் காட்டுப் பகுதியில் தங்கி இருந்த வெள்ளை மருது சேர்வைக்காரரது பெண்டு பிள்ளைகள் சிலரை கூலிப்பட்டாளம் வளைத்துப் பிடித்தது.

திருப்பத்தூர் பகுதியில் சின்ன மருதுவின் மகன் சிவத்த தம்பியும் அவரது மகன் முத்துசாமியையும் காடல்குடி பாளையக்காரர் கீர்த்தி வீரகுஞ்சு நாயக்கரையும் அவர்களது பெண் பிள்ளைகளையும் பிடித்தனர்.

இந்த முன்னணித் தலைவர்கள் மூவரையும் கண்டிரா மாணிக்கம் என்ற சிற்றூரில் பொது இடத்தில் தூக்கில் தொங்க விட்டனர்.

பாஞ்சாலங்குறிச்சி பாளையக்காரரான சாமி நாயக்கரும், ஊமைத் துரையும் இன்னும் அவர்களுடன் இருந்த அறுபத்தைந்து பேர்களை யும் வத்தலக் குண்டில் வைத்து கும்பினியர் கைது செய்தனர். பாஞ்சாலங்குறிச்சியில் இவர்கள் அனைவரையும் தூக்கிலிடப் பட்டனர்.

இராமநாதபுரம் சீமைப்பட்டத்திற்கு உரிமை கொண்டாடிய மீனங்குடி முத்துக்கருப்பத் தேவரது தம்பி கனகசபாபதி தேவரை அவரது போராட்டக்களமான அபிராமத்தில் தூக்கில் ஏற்றினர் கும்பினியார்.

அக்டோபர் 19 ஆம் தேதி சோழபுரத்திற்கும், ஒக்கூருக்கும் இடைப்பட்ட காட்டில் பெரிய மருது தனியாக தங்கி இருப்பதை கும்பினியர் கைக் கூலிகள் கண்டுபிடித்தனர். உடனே அங்கே சென்ற பரங்கி அணி நிராயுதபாணியாக இருந்த அவரை எதிர்பாராத விதமாக தாக்கி கைது செய்தது.

அதே பகுதியில் மற்றோர் இடத்தில் தங்கி இருந்த சின்ன மருது சேர்வைக்காரரையும் கண்டுபிடித்தனர். அவரிடம் ஆயுதம் ஏதும் இல்லாத நிலையிலும் அவரை நெருங்குவதற்கு அஞ்சிபடி தொலை வில் இருந்தபடி துப்பாக்கியால் சுட்டனர்.

சின்ன மருதுவுக்கு தொடையில் குண்டு பாய்ந்ததால் அவரால் தொடர்ந்து சண்டையிட முடியவில்லை. கும்பினியர் சின்ன மருதுவை சங்கிலியால் பிணைத்து சோழபுரம் பாசறைக்கு இழுத்துச் சென்றனர். அங்கு இரண்டு தலைவர்களையும் பலத்த பாதுகாப்பில் நான்கு நாட்கள் வைத்து இருந்தனர்.

சின்ன மருதுவின் கடைசி மகனை பதினைந்தே வயதே நிரம்பப் பெற்ற துரைச்சாமியை மேலூரை அடுத்த கிராமத்தில் கைது செய்து சிறையில் தள்ளியும் தூக்கில் தொங்கச் செய்தும் கும்பினியர் பழிவாங்கினர்.

திருப்பத்தூர் கோட்டையின் மேற்குப் பகுதியில் தூக்கு மரங்கள் நாட்டப்பட்டு கொலைக்களம் அமைக்கப்பட்டது. ஏகாதிபத்திய எதிர்ப்பு போர்ப்படையாக விளங்கிய மருது சகோதரர்களது இறுதிக் களமாக இந்திய துணைக்கண்டம் முழுமைக்கும் அறிமுகப்படுத்தும் அரிய பணியை கர்னல் அக்கினியூ செய்தான்.

1801 ஆம் ஆண்டு அக்டோபர் 24 ஆம் நாள் அதிகாலையில் திருப்பத்தூர் கோட்டை இடிபாடுகளுக்கு இடையில் வெள்ளை மருதுவும் அவரது சகோதரர் சின்ன மருதுவையும் அவர்களது புரட்சி நடவடிக்கைகளுக்காக கும்பினியர் தூக்கிலிட்டனர்.

அவர்களது மக்கள் சிவஞானத்தை கமுதிக் கோட்டையிலும் உடையணனை திருச்சுழிக் கோட்டையிலும் தூக்கிலிட்டனர்.

■

35. கும்பினியாரை எதிர்கொண்ட ஆயுதக் குவியல்

மருது சகோதரர்கள், ஊமைத்துரை, மயிலப்பன் சேர்வை பான்ற விடுதலைப் போராளிகளை கும்பினியார் தூக்கிலிட்ட பின்னரும் இராமநாதபுரம் சீமை, சிவகங்கைச் சீமை, திருநெல்வேலி சீமை, பாளையங்களில் விடுதலை நெருப்பு அணையாது கனன்று கொண்டே இருந்தது. இந்தச் சீமைகள் மீண்டும் ஒரு ஆயுதப் போராட்டத்துக்கு தயார் நிலையில் இருந்தனர் என்பதை கும்பினியர் பறிமுதல் செய்த ஆயுதங்களின் பட்டியலைப் பார்த்தால் யாவருக்கும் புலப்படும்.

16.1.1802 ஆம் தேதி கும்பினியர் அறிக்கையில் கண்டுள்ளபடி

ஆயுதவகை	நெல்லை சீமை	சிவகங்கை சீமை	இராமநாதபுரம் சீமை	மொத்தம்
1. மஸ்கட்	1602	1050	457	3109
2. மஸ்ஸில் லோடிஸ் துப்பாக்கி	686	-	570	1256
3. கைத் துப்பாக்கிகள்	815	-	19	834
4. வால்பீஸ்	152	-	40	192

5. ஜிஞ்சாலி (பீரங்கி)	3	-	6	9
6. நீண்ட ஈட்டிகள்	2300	-	1900	4200
	5558	1050	2992	9600

21.2.1802 ஆம் தேதிய அறிக்கையில் கண்டுள்ளபடி,

ஆயுதவகை	நெல்லை சீமை	சிவகங்கை சீமை	இராமநாதபுரம் சீமை	மொத்தம்
1. மஸ்கட்	2438	1639	1037	5114
2. பீரங்கிகள்	16	-	-	16
3. மாட்க்லாக்	979	944	1584	3507
4. கைத்துப்பாக்கி	126	19	67	217
5. மஸ்கட் (மாட்ச் லாக்குடன்)	221	8	234	463
6. சருகார்	235	78	147	460
7. ஜிஞ்சாலி	16	14	13	43
8. ஈட்டிகள்	3183	3275	4117	10375
9. ஈட்டி முனைகள்	703	108	425	1236
10. ஈட்டித்தடி	112	-	-	112
11. துப்பாக்கி	426	91	281	801
12. கைத்துப்பாக்கி (குழாய்கள்)	27	1	-	28

31.3.1802 ஆம் தேதிய அறிக்கையில் கண்டுள்ளபடி,

1. துப்பாக்கியும் துப்பாக்கி குழாய்களும்	4149	2096	1848	8094
2. மாட்ச்லாக்	1281	1229	2517	5027
3. வேல், ஈட்டிகள்	4730	3640	5409	13779
4. கைத் துப்பாக்கிகள்	450	42	101	593
5. வாள்	2090	652	856	3598
6. குத்துவாள்	1304	441	630	2375
7. ஜிங்கால்	17	17	11	45
8. ஸரோசர்	268	90	227	585
9. துப்பாக்கி	645	91	180	911

36. லூசிங்கடன் குசும்பு

மருது பாண்டியரை எப்படி வெல்வது என்று தலையைப் பிடித்துக் கொண்டிருந்தார்கள் பரங்கியர். ஆயுதபலம் இருக்கிறது. தமிழகத்தில் தமிழனைக் காட்டிக் கொடுக்கும் தமிழர்கள் இருக்கிறார்கள். பிறகென்ன எப்படியாவது நயவஞ்சக வலை விரிப்போம் என்று திட்டமிட்டனர்.

தென்னாட்டின் ஆட்சிப் பொறுப்பை ஏற்றது லூசிங்டன் வெள்ளை மருதுவை அழைத்துப் பேசினார். சிவகங்கைச் சீமையின் முதல் தலைவராகிய சசிவர்ணத் தேவர் வழி வந்தவரே மருது பாண்டியர் என்பதற்கும் அவர்கள் சீமையை ஆளும் உரிமையைப் பெற்றதற்கும் உரிய ஆதாரங்களைக் காட்டும்படி வற்புறுத்தினான்.

தாம் வேறு சாதியைச் சேர்ந்தவர் என்ற காரணத்தை வைத்துக் கொண்டு வெள்ளையன் சதி செய்ய விரும்புகிறான் என்பதை அறிந்து கொண்டார் வெள்ளை மருது.

நாடோடியாக வந்தவன் நாடாளும் உரிமை படைத்த என்னை அதிகாரம் பெற்ற ஆதாரம் காட்டக் கட்டளையிடுவதா என்ற ஆத்திரங்கொண்டார் வெள்ளை மருது.

பேருந்து வேகத்தடைகளில் தத்தித்தத்தி வளைந்து உள் நுழைந்து கொண்டிருந்ததைப் பார்த்தான். அவசர அவசரமாக சிகரெட்டை முடித்துக்கொண்டபடி இறங்கி வந்தான்.

பேருந்தின் கதவு பிளந்து ஒதுங்க வாசற்படி அருகில் நின்று கண்ணாடி போட்டுக்கொண்டு, இறங்கும் முகங்களைப் பார்த்தான். நிறைய பேர்கள் காரிய விசனங்களுடனும் உடலை தூக்கத்திலிருந்து முடுக்கிக்கொண்டு சென்று கொண்டிருந்தார்கள். அவர்களைத் தவிர்த்தபடி மேலும் வாசனைப்பிடித்துக்கொண்டு நின்றான். அவ னின் கண்ணாடி காட்டியபடி இரண்டு மூன்று முகங்கள் சிக்கின. அதில் எதைத் தேர்வு செய்வது எனக் குழம்பிக்கொண்டு சில நொடிகள் நின்று சுதாரித்து லக்கேஜ் பேக்கோடு செல்லும் நடுத்தர வயது ஆளை நெருங்கித் தொடர்ந்தான்.

“சார் ஆட்டோ வேணுமா?”

அவர் மௌனமாய் சென்றுகொண்டிருக்க பின்தொடர்ந்தபடி ஒட்டிச் சென்றுகொண்டிருந்தான்.

“ரூம் வேணுமா சார் கொறைஞ்ச வாடகை சார்.”

அவர் எதுவும் பேசாமல் சென்றுகொண்டிருக்க தன் நபர்தேர்வு சிதறுகிறதோ என சந்தேகித்தபடி மீண்டும் தொடர்ந்தான். அவர் இவனைத் திரும்பிப் பார்த்தார்.

“டிரிங்ஸ் சாப்பிடுறீங்களா சார். இப்ப எந்தக் கடையும் தெரந்திருக் காது. கடை ரேட்தான் சார்.”

அவர் சென்று கொண்டே அவனிடம் முகம்காட்டி தன் டிராவல் பேக்கை தோளில் மாட்டி சரிசெய்தபடி தோளை ஆசுவாசப்படுத் தினார். அவரைப்பார்த்து தைரியமாக சிரித்து சாதாரணமாய்க் கேட்டான்.

“பொண்ணு வேணுமா சார்?”

“அய்யய்யோ நீ வேறப்பா, தங்கறதுக்கு ஒரு நல்ல சுமாரான லாட்ஜ் மட்டும் போதும்.”

“பயப்படாதீங்க சார் ஒரு ப்ராப்ளமும் வராது. உங்களுக்கு சந்தேகமா இருந்தா சொல்லுங்க. வரச்சொல்றேன். புடிக்கலன்னா விட்ருங்க.”

அவர் தயக்கமாய் அவனைப் பார்க்க அவன் ஆட்டோவை கை காட்டி அழைத்தான். தமயந்தி இயல்பாக வந்து ஏறிக்கொள்ள அவரது லக்கேஜ்களை வாங்கி உள்ளேத் தள்ளி அவரை உட்கார்த்தி னான். ஆட்டோ இரவை எழுப்பியபடி உறுமிக்கொண்டு பறந்தது. ஒரு சிகரெட்டை உருவி தீப்பெட்டியில் தட்டியபடி மீண்டும் பாலத்தின் மீது ஏறிக்கொண்டே பற்ற வைத்து இழுத்தான். தூக்கம் இமைகளை ஒட்டிப் பிரித்து மூடியது. சிரமத்துடன் பிரித்துக்கொண்டு தூங்குவதுபோல் பாவனை செய்யும் நகரத்தின் மேல் புகையாய் ஊதி விட்டுக்கொண்டிருந்தான்.

துர்கா லாட்ஜ் மேலெழும்பி நிற்கும் மஞ்சள் புகை போல் நகர எல்லையின் ஒதுக்குப் புறத்தில் மூன்று நான்கு குள்ளமான கட்டிடங் களைத் துணைக்கு வைத்துக்கொண்டு பனியில் நடுங்கிக் கொண்டிருந் தது. கீழ்தளம் வெறிச்சோடிப் போயிருக்க மைக்காத் தகடு பிரிந்து பொக்கை பொக்கையாய் ஆகிவிட்ட மேசையின் முன்பு நின்றிருந்த மூன்று ஆண்கள் திரும்பிப்பார்த்தார்கள். அவள் மேலே படிக்கட்டு வழி ஏற அவர் லாட்ஜ் சம்பிரதாயங்களை முடித்துக்கொள்ள வந்தார். முன்னால் நின்ற இருவர் விலகி மேசைமேலிருந்த அழுக்கு உறைந்த லெட்ஜரைப் பிரித்துப்போட்டு காட்டினார்கள். முன் பணம் கொடுத்து முகவரி எழுதி கையொப்பமிட்டு பேக்கை சரி செய்தார்.

“மேலப் போங்க 21-ம் நம்பர் ரூம்.”

“சாவி?”

“அந்தப் பொண்ணுகிட்ட இருக்கு.”

அவர் வியந்தபடி படிக்கட்டுகளை ஏறினார். மறுபடியும் ஒரு வளைவு வளைந்து ஏறும்போது படிக்கட்டில் இரண்டு மூன்று பெண்கள் படிக்கட்டு வரிசையாய் உட்கார்ந்திருந்தார்கள். வளைவின் ஓரத்தில் இரண்டு சிறுமிகள் தூங்கிக் கொண்டிருந்தார்கள். இவர் நுழையும் அறைக்கும் சில அறைகள் தள்ளி நடைபாதையில் ஒரு ஆணும் பெண்ணும் உட்கார்ந்திருப்பதைப் பார்த்தார். அவன் சிகரெட் புகைத்துக் கொண்டிருந்தான். அவள் அவனை வாஞ்சை யோடு கழுத்தில் கட்டிக் கொண்டிருந்தாள்.

அவர் உள்ளே வந்ததும் கதவை சாத்தி தாழிட்டாள். பேக்கை வைத்துவிட்டு சன்னல் பக்கம் சென்று எட்டிப்பார்த்தார். பிராந்தியம் இருளில் ஒளிந்து கிடந்தது. சுவற்றை ஒட்டிய இணைவில் பாய் தலையணைகள் குமிந்து கிடக்க ட்யூப்லைட் வெளிச்சத்தில் மாலினி தூங்கிக் கொண்டிருந்தாள். தன் உடலுக்குப் பொருந்தாத மார்புகள் பெருத்த உடலுடன் ஒருக்களித்துப் படுத்திருந்தாள். மூலையில் இருந்த குப்பைத்தொட்டியில் எச்சில் இலைகள் கிடந்தன. சன்னலை சாத்திவிட்டு அவர் கட்டிலில் வந்து உட்கார அவள் எழுந்து இரவு விளக்கிட்டு ஆடைகளை கழற்றத் தொடங்கினாள். புல் டைமும் இருப்பீங்களா என்றதற்கு இங்க ரெய்டு வருமா என்றார். இந்த மாசம் வராது என்றாள். அவள் மார்பு கச்சையுடனும் பாவாடையுடனும் அவரருகே வந்து உட்கார்ந்தாள். அவர் காத்திருந்தவர் போல் கச்சையின் ஊக்குகளை நிருடிப்பிடித்து விடுவித்து மார்புகளை உற்றுப்பார்த்தார். மெல்ல வருடி விசை கூட்ட ஆரம்பித்தார். அவள் சரிந்துபடுத்து அவரை தன்மேல் ஏற்றிக்கொண்டாள். மீண்டும் புல் டைம் இருப்பீங்களா என்றாள். ஏன் இதையேத் திருப்பித் திருப்பிக் கேக்கற என்றார். சும்மா கேட்டேன் என்று கூறி அவர் குறி விறைப்புத் தன்மையுடன் தட்டுப்பட ஆரம்பித்தவுடன் தலை மேல் பகுதியில் வைக்கப்பட்டிருந்த கைப்பையை எட்டி எடுத்துத் துழாவினாள். அவளின் செய்கைகளை கவனித்துக் கொண்டிருந்தார். அவருக்கு உடலைக் கொடுத்தபடி தீவிரமாக பையின் வெவ்வேறு அறைகளில்

துழாவி ஆணுறை ஒன்றை வெளியே எடுத்தவுடன் அவரது இயக்கம் சட்டென்று நின்றது.

"ஒனக்கு வியாதி இருக்கா?"

"ஒங்க பொண்டாட்டியத் தவிர யார் கூட படுத்தாலும் இதப் போட்டுக்கங்க."

அவர் வியப்பாய் அவளைப்பார்க்க அவள் அவரின் குறிதேடி ஆணுறை கொண்டு சென்றாள். அது சுருங்கிவிட்டிருந்தது. அவர் எழுந்து உட்கார்ந்து கொண்டார். அவர் அவளை உற்றுப்பார்த்தார். அவரின் முகத்தைப் பார்த்தவுடன் அவளுக்கு சிரிப்பு வந்தது. மெலிதாக வாய்விட்டு சிரித்தபடி மீண்டும் அவரை தன் உடல் மீது சாய்த்தாள்.

"பின்னால படுத்துத் தூங்குதே அது யாரு?"

"மாலினி. ஏன் அது வேணுமா?"

"இல்ல சும்மாதாங் கேட்டேன்."

"அது வராது."

"ஏன்?"

வாய்தாண்டி குதித்த முதல் வார்த்தையை நிறுத்தி உளறி விட்டோமோ என சிரித்து முத்தம் கொடுத்தாள்.

"ஏன் வராது?"

வரவழைத்துக்கொண்ட கொஞ்சலில் ஏன் நான் நல்லால்லியா? என்றாள். நல்லாதான் இருக்கே. அதுக்கு எவ்ளோ ரேட் என்றார். அவள் மௌனமாக இருந்தாள்.

"ஏன் சொல்ல மாட்டேங்குற?"

"நான் வேணாமா?"

"ஒனக்கு வேண்டிய காசு குடுத்துடறேங்."

"நீங்க ஒண்ணும் ஓசில குடுக்க வேணாம்."

அவள் முகம் சுருங்கிப்போனது. அழகரின் ஞாபகம் வேறு வந்தது. இன்னும் சிறிது தாமதித்தாலும் தன் உழைப்பு முழுதும் வீணாகிவிடும் என்பதாய் யோசித்து அவரின் குறியை கையால் பிடித்து விரைப்படையச் செய்தாள். அவர் பிறகு பேசிய எந்தப் பேச்சுக்கும் அவள் சிரிக்க மட்டுமே செய்தாள். ஆணுறையை மாட்டி தன் மேல் ஏற்றிக்கொண்டாள். விடியும் வரை ஒப்பேற்றி அலைச்சலில்லாமல் கூட சிறிது பணம் பெற்றுக் கொள்ளலாம் என்ற நினைப்பு அவளுக்குப் பொடிந்து போய்விட்டது. வலுக் கட்டாயமான உடலுறவுதான். அவர் சீக்கிரம் தன்மேல் கவிழும் சூழலை எதிர்பார்த்து அனைத்துத் தூண்டுதல்களும் செய்து கொண்டிருந்தாள்.

சிறிது நேரத்தில் ஒரு நுரைதள்ளியத் தவளைபோல் அவள் மீது ஓய்ந்து கவிழ்ந்தார் மூச்சிரைத்தபடி. அழுக்குச் சட்டையை

கழற்றுவது போல் அவரை இறக்கி கிடத்தினாள். அவர் அவளை ரகசியமாகப் பார்த்துக்கொண்டிருக்கவே எழுந்து ஆடைகளை பூட்டிக்கொள்ள ஆரம்பித்தாள். அவருக்கு என்னவோபோல் இருந்தது. கதவைத் திறந்துகொண்டு வெளியே சென்றாள். சிறிது நேரத்தில் முகம் கை கால் அலம்பிய ஈரத்துடன் அறைக்குள் வந்தாள். அவர் கொடுத்தப் பணத்தை வாங்கிப் பையில் வைத்துக்கொண்டு கைப்பையிலிருந்து கண்ணாடி எடுத்துப் பார்த்தாள். அவர் நிறைய பணம் வைத்திருப்பதைப் பார்த்தாள். அவர் அவசர அவசரமாக ஜட்டிப்பாக்கெட்டுக்குள் வைத்தார்.

“இன்னொரு தரம் இருக்கீங்களா நான் கௌம்பட்டுமா?”

“அந்தப் பொண்ணு வருமா?”

அவள் சில வினாடிகள் அவரைப்பார்த்துவிட்டு அனுப்புவதாக சொல்லிக்கொண்டு கிளம்பினாள். அவள் மூடிவிட்டுச் சென்ற கதவைப் பார்த்துக்கொண்டிருந்தார். பிறகு எழுந்து சன்னல் ஓரம் சென்று தடுப்பைத் தள்ளி உறங்கிக்கொண்டிருந்த இடத்தைப் பார்த்தார். அவளைக் காணவில்லை. தேடிப்பார்த்து நீங்கும்போது மூலையில் இரண்டு பெண்கள் மெதுவாகப் பேசிக்கொண்டிருப் பதைப் பார்த்தார். மாலினி முகத்திற்கு பௌடர் பூசிக்கொண்டு நின்றபடி மற்ற இரண்டு பெண்கள் சொல்வதை உன்னிப்பாய் கேட்டுக்கொண்டிருந்தாள்.

மாலினி கதவைத் திறந்துகொண்டு உள்ளே வந்து கதவைத் தாழிட்டுத் திரும்பினாள். அறையில் ஏதோ மர்மம் சூழ்ந்தது போலான எண்ணம் உண்டாகி அவருக்குள் ஏதோ எச்சரிக்கை சொற்கள் மேலெழுந்து அடங்கின. அவரது புத்தி சாதுர்யத்தின் மேல் அவருக்கு அபார நம்பிக்கை இருந்திருக்க வேண்டும். அவள் கடந்து வந்த நேரத்தில் அவர் அவளை கூர்ந்து பார்த்தார். அவளது முகம் பருவப்பெண் போலவும் சிறுமிபோலவும் மாறி மாறித் தெரிந்து கொண்டிருந்தது. மார்பின் மேலே ஒரு துணியை பெயருக்கு சுற்றியிருந்தாள். அவள் வெட்கப்படுவது போலிருந்தது. அம்முக பாவனை அவருக்கு அதிகக் கிளர்ச்சியைக் கொடுத்தது. தன் சக்தி செலவழிக்கப்படாத முதன் முதலாக தான் கொள்ளும் உடலுறவாக மிக நிதானமாக நடத்தப்பட வேண்டியதாக இருக்கவேண்டும் என எண்ணிக்கொண்டார். ஆனாலும் அவர் உடலுக்கு சற்று ஓய்வு தேவை என்பதை உணர்ந்தவராய் அவளைப்பார்த்து உன் பெய ரென்ன என்றார். அவள் தன் பெயரைச் சொன்னாள். பெயரில் எதுவும் பித்தலாட்டம் நடக்கவில்லை என யோசித்தவராய் தன்னைப் பற்றி சந்தோஷித்துக் கொண்டார். மேலாடையைத் தொட்டவுடன் கையோடு சுருட்டிக்கொண்டு வந்தது. பெருத்து கனத்த மார்பை பார்த்தவுடன் தன்நிலை மறந்து கண்கள் அனிச்சையாய் விரிந்தது. மேலிருந்து தடவி மார்புகளின் மையத்தைப் பற்ற முனைந்தவராய் விரல்களையும் உள்ளங்கைகளையும் மார்பில் வைத்து தழுவியபடி வந்தார். அவரது முகத்தைப் பார்த்துக் கொண்டிருந்தாள் அவள்.

அவரது கரங்கள் மேலிருந்து நழுவி கீழே வந்து இன்னும் மார்பின் மையத்தைத் தொட முடியாத அளவுக்கு மார்பு பருமனாகிக் கொண்டே வந்தது. அவர் மீண்டும் தன் கரங்களை கீழ்நோக்கி இழுத்து வந்தார். அவர் கைகள் முடிவில்லாமல் சரிவாய் கீழிறங்கிக் கொண்டிருந்தது. அவர் நம்ப முடியாமல் கைகளை மார்புகளின் காம்புகளைத் தேடிக் கொண்டு சென்றார். அவர் திகைத்தபடி இப்படி ஒரு உடல் இருக்க முடியுமா என்ற ரகசியக் கேள்வியுடன் கைகளை இறக்கிச் செல்லச் செல்ல அது முடியாமல் வழுக்கிச் செல்லும் சதைப்பரப்பாகவே நீண்டு கொண்டிருந்ததை உணர்ந்த வராய் அவள் முகத்தைப் பார்த்தார். காம்புகளைப் பற்றாமல் எப்படி விசைக்கூட்டுவது என்று புரியாமல் அசட்டுத்தனமாக அவளைப் பார்த்து சிரித்தார். மீண்டும் கரங்களை எடுத்துவிட்டுப் பார்த்தார். சராசரி மார்பளவுகளைவிட சற்று பெரிதாக இருந்ததே தவிர முடிவுறாத பருமனில் விரிந்து செல்லும் சதைப்பரப்பாக அவரால் யூகிக்க முடியவில்லை. கைகளை கொண்டு சென்றவுடன் அவர் பழையபடி தோல்வியைத் தெரிந்தபடி ரகசியங்கள் திறக்கும் உபாயமாக உன் மார்புகள் ஏன் இத்தனைப் பெரிதாய் இருக்கிறது என்று கேட்டார். அவள் பதிலேதும் சொல்லாமல் குனிந்து கொண்டாள். மீண்டும் மீண்டும் அக்கேள்வியைத் திருப்பிக் கேட்டும் அவள் வாய் திறக்காமல் இருப்பது அவருக்குப் பயத்தைக் கொடுத்தது. இறுதிவரை இதன் பிரச்சினையிலேயே விடிந்துவிடுமோ என்ற யோசனையில் அவர் அவளின் மேலாடையை பலவிதச் சிக்கலுடன் கழற்றி வைத்தார். அவள் மார்புகள் காம்புகள் தெரியாதபடி உடல் முழுதும் பரவி சுருண்டிருப்பது போலிருந்தது. அதை எப்படிக் கையாள்வது என்று அவர் பீதியுறைந்தவராய் அவளைப் பார்த்தார். அவள் என்னவோ சொன்னாள். அக்குரல் அவருக்குப் பழக்கப்பட்ட குரல்போல் இருந்தது. யோசித்தவர் சற்று முன்பு வந்து சென்றவளின் குரல்தான் என உடனே கண்டு பிடித்தவராய் மீண்டும் அதை உறுதி செய்ய அவளிடம் பேச்சுக்கொடுத்தார். மீண்டும் அவள் முனகியதையே கவனமாக முனகினாள். அம்முனகலின் பொருள் உணர்ந்து சட்டைப்பையை எழுந்து சென்று எடுத்து வந்து ஒரு நூறு ரூபாய் தாளை உருவிக் கொடுத்தார். அவளுக்கு முதுகு காட்டி ஜட்டிப்பாக்கெட்டிலிருந்து பணத்தை எடுத்து பாதி பிரித்து சொக்காயில் வைத்தார். அவள் முகத்தைத் தூக்கிப்பார்த்தார். அவள் பணத்தை கவனமாக சுருட்டி கையில் வைத்து மூடிக் கொண்டாள். மீண்டும் அம்மார்புகளை நிமிர்த்த எத்தனப் பட்டார். சில்லென்று பனியில் நனைந்த சிற்பக்கல் போல் ஆகிவிட்டிருந்தது. விடுபட்ட இடைவெளியில் உறைந்திருக்கும் என எண்ணி அவள் முகத்தோடு முகம் வைத்துத் தேய்த்தார். அவளும் அவருக்கு செய்யும் பதிலுதவி போல் திருப்பிச் செய்தாள். கையை தழுவியபடி முதுகுப் பகுதிக்கு கொண்டுவந்தார். எலும்புகளற்ற புழுபோல் மென்மையாக இருந்தது. கைகால்களை பின்புறத்தை வருடி மார்புப் பக்கம் கொண்டுவந்தபோது சொரசொரப்பாகத் தட்டுப்பட்டது. நிறைய

ஆண்விரல்களின் தடயங்கள் போல் தட்டுப்பட்டது. பயம் பீடித்தவராய் அவள் முகத்தை விலக்கிப் பார்த்தார். அவள் இன்னும் சிறிது நேரத்தில் அழுதுவிடுவாள் போலிருந்தது. சங்கடமாக உணர்ந் தார். ஏன் இப்படி மாறுகிறது என்றார். மௌனமாக உட்கார்ந்திருந் தாள். எப்படியும் இன்றிரவு பிரிவதற்குள் ரகசியத்தை அறிந்து கொண்டு விட வேண்டும் என்று கங்கணம் கட்டிக்கொண்டவராய் சட்டையைத் தட்டிக்காட்டி இதில் உள்ள ரூபாய்களெல்லாம் உனக்குத்தான் என்றார். அவள் முகத்தில் சந்தோஷத்தை உற்றுப் பார்த்தார். ஒரு புன்னகை ஓடி மறைந்தது. அவள் சட்டைப்பையையே உற்றுப்பார்த்தாள். அவர் மீண்டும் ஒரு நூறு ரூபாய்த் தாளை உருவி அவளிடம் கொடுத்தார். பழையபடி சுருட்டி வைத்துக் கொண்டாள். அவள் அவரைக்கிடத்தி முத்தங்கள் இட்டு வந்தாள். சிறிதுநேரம் அந்தக் கனிவான முத்தத்தை விரும்பியவராய் எதுவும் பேசாது ஊக்குவித்தபடி இருந்தார். அவள் நிறைய முத்தங்கள் கொடுத்துவிட்ட தாய் சொல்லி வைத்ததுபோல் விலகினாள். அவர் எழுந்து அவளு டலைத் தழுவிச் சாய்த்தார். அவள் பயம் கொண்டவளாய் அவரைப் பார்த்தாள். அவர் முத்தங்கள் இட்டு மார்பின் வழி வந்து அவள் இடுப்புக்கு வந்தவுடன் அவரின் விரல்களை அவள் அவசரமாகப் பற்றிக் கோர்த்து இழுத்து மீண்டும் தன் மார்புகள் மேலிட்டு வைத்து இடுப்புப் பகுதியை மரவட்டையைப் போல் சுருட்டிக் கொண்டாள். அவரை மார்புப் பகுதியிலேயே இருத்திவிட முனைவ தாய் வந்த சந்தேகத்தில் மீண்டும் அவர் அவளின் இடுப்பைத் தழுவி விரல்கள் அலைந்தபோது சுருட்டிக்கொண்ட பின்பாதி உடலை நீட்டமுடியாது சிரமப்பட்டார். இருவரும் மர்மமாக ஒற்றைப் புள்ளிக்கு வந்துவிட்டதுபோல் உணர்ந்தவராய் சுருட்டிக்கொண்ட பின்பாதி உடலை நீட்டிவிட்டால் புதிர்கள் அனைத்தும் உடைந்து விடலாம் என்றுணர்ந்தவராய் பிரயத்தனப்பட்டார். அவள் பிடிவாதமாக இருந்தாள். சலிப்புற்று எழுந்தவரை இழுத்துப் பிடித்து மார்மீது கிடத்தினாள். அவர் பிடிவாதமாக பிரித்துக்கொண்டு எழுந்து காற்றாடி சுழற்சியை கூட்டிவைத்து பையிலிருந்து சிகரெட் ஒன்றை எடுத்துப் பற்ற வைத்துக்கொண்டு புகையை உள்ளிழுத்து வெளிவிட்டபடி அவளைப் பார்த்தார். அவள் தன் உடல் முழுதும் குறுக்கி வைத்துக்கொண்டு அவரைத் தன்மேல் பரிதாபம் வரும்படி பார்த்துக்கொண்டிருந்தாள். இந்தப் பார்வைதான் தன்னை மீண்டும் மீண்டும் நிலை குலைத்துப் போடுவதாக நினைத்தார். அவள் அவரது சட்டைப் பையை கை நீட்டி எடுத்து பணத்தை எடுத்தாள். அவர் சாவகாசமாக புகையை ஊதியபடி அச்செய்கைகளைப் பார்த்தார். அவருக்கு அவள் ஒரு குறும்புகள் செய்யும் குழந்தை போலவே பட்டது. ஒயிலாகப் படுத்தவாறே ரூபாய்த் தாள்களை எண்ணினாள். அதில் பாதியைப் பிரித்து அவர் கண்முன்னேயே அவரது சட்டைப்பையில் வைத்துவிட்டு மீதியை தன் கையில் சுருட்டி அடைத்துக்கொண்டாள். அவர் எதிர்ப்பு எதுவும் சொல்லாது புகைத்துக்கொண்டிருந்தார். சிகரெட் முடிந்தவுடன் சன்னல் வழி

வெளியெறிந்துவிட்டு புதிய தந்திரங்கள் நிரம்பியவராய் அவளை அணுகினார். அவள் அதை உணர்ந்து கொண்டவளாய் அவரின் உடலுக்குள் ஒரு பூனையைப் போல் ஒண்டினாள். அவர் ஆதுரமாகத் தழுவி அவளைத் தன்னிடமிருந்து பிரித்து பின்பாதி உடலை ஒரு குயுக்தியுடன் நெட்டி நீட்டினார். அவள் பலமிழந்து நீண்ட தன் பின்பாதி உடலை சரேலெனத் திருப்பி அவருக்கு முதுகுக் காட்டிப் படுத்தாள். அதையும் கையாளத் தெரிந்தவராய் அவள் உடலைக்குப் புறத்தள்ளி கட்டிலைவிட்டு கீழிறங்கினார். அவள் சட்டெனக் கவிழ்ந்து கால்களை மடக்கி ஆமைபோல் தன் உறுப்புகளை தனக்குள் இழுத்துக் கொண்டாள். அவருக்கு எரிச்சல் வர ஆரம்பித்தது. அவளின் ஆமை உடலை பார்த்தவாறு நின்றிருந்துவிட்டு அவளைப் புரட்டிப் போட்டார். அவள் நீர் துளிர்த்த விழிகளுடன் வெளிறிய முகத்தோடு அவரைப் பார்த்தாள். அவள் அழுதழுது சாதகம் செய்து கொள்ளும் பெண்ணாக கருதினார். கட்டிலில் ஏறிப்படுத்து அவளை அணைத்தார். அவளும் அணைத்தாள். அவரின் கைகளை அவளே இழுத்து மார்புகள் மேலிட்டு விசைக் கூட்டும்படியான செய்தியை அவள் விரல்களால் அவர் விரல்களில் வைத்து செய்து காட்டினாள். அவர் அச்செய்கையில் வெறுமை படர்ந்தவராக விருப்பமின்மை யோடு அவளுக்காக சிறிதுநேரம் செய்துவிட்டு அவளைத் தன் உடலுக்குப் பாதியாக கீழிறக்கி ஒரு முடிவுக்கு வந்தவராய் மேலெழும் பினார். இழந்த பணத்திற்கு ஈடாக ஏதேனும் செய்யவேண்டுமென நினைத்து அக்காரியத்தை செய்ய ஆரம்பித்தார். மொழி எழ முடியாமல் அடைத்துக்கொண்டு மூச்சுத் திணறியபடி கைகளை ஆட்டினாள். தன் உயிரின் அபாயத்தை விழிகளில் திறந்து போட்டு உருட்டி உடலைத் திமிறினாள். இனி தாமதிக்கும் ஒவ்வொரு நொடியும் தன் பணத்தை இழந்ததாகும் என்று கருதியபடி வேகமாக இயங்கினார். சில வினாடிகளில் அவளின் கைகள் சோர்ந்து விழ சப்தமும் மறுப்பும் வராது நிற்க இயக்கத்தை நிறுத்தி அவளைப் பார்த்தார். அவள் விழிகள் பிளந்து நிலைத்திருக்க செயலற்றுக் கிடந்தாள். சட்டென்று எலும்புகள் உதற நடுக்கமான மனதுடன் வியர்த்து எழுந்து அவளைப் பார்த்தார். அவள் பிணம் போல் கிடந்தாள். அவள் முகத்தில் முன்பு வந்து போனவளின் சாயைகள் படிந்து கிடக்க சுவாசமிருக்கிறதா என கை வைத்தவர் அதிர்ந்தவராய் பேண்ட் சட்டைகளைப் போடத்தொடங்கினார். நிதானம் தவறி விட்டோம் என தன்னைத்தானே நொந்துக்கொண்டார். கதவுத் தட்டப்படும் சப்தம் கேட்டவுடன் அவருக்கு அழுகை வர ஆரம்பித் தது. அவரை அவரே சமாதானம் செய்தபடி அவளை இழுத்து கட்டிலுக்கு மையமாக ஒருக்களித்து கிடத்தினார். தட்டப்படும் சப்தம் வலுவாக ஓடிக் கதவைத் திறந்தார். கீழே பார்த்த ஆண்கள் நின்று கொண்டிருந்தார்கள். விடிந்திருக்கும் போலிருந்தது. அதனால் தான் தட்டியிருக்கிறார்கள் என நினைத்தார். லட்சுமியும் தமயந்தியும் அவர்களின் பின்னிருந்து வெளிவந்து உள்ளே நுழைந்தார்கள். மாலினியைப் பார்த்த லட்சுமியின் கேவல் ஒரு நொடியில் லாட்ஜின்

நிறத்தை மாற்றிப்போட்டது. அவர் அடிவாங்கும் சப்தத்தை தமயந்தி அவளின் முதுகுக்கும் பின் உணர்ந்தாள். அறையில் கும்பல் சேர்ந்து கொண்டிருந்தது. மாலினியின் முகத்தில் யாரோ தண்ணீரை அடித் தார்கள். குரல்கள் உயர்ந்து கொண்டிருந்தன. தமயந்தி எதையும் பொருட்படுத்தாது மாலினியை விரல்களால் தடவி சிறிய பொரு ளாக்கி அலாக்காகத் தூக்கிக் கொண்டு வெளியில் வந்தாள். தனிய றைக்கு வந்தவுடன் கனிந்து அழ ஆரம்பித்தாள். லட்சுமி அருகில் நின்று அவளைத் தடவி ஆறுதல் சொன்னாள். தமயந்தி தன் ஜாக்கெட் ஊக்குகளை விடுவித்து தனது மார்பை எடுத்து மூடாமல் திறந்து கிடந்த மாலினியின் உதடுகளில் நிரப்பி பால் பெருக்கி புகட்டத் தொடங்கினாள். இன்னும் புணர்ச்சிக்கு வழி திறக்காத மாலினியின் குழந்தை உடலை பாயில் கிடத்தி மிருதுவான தடவலாய் உடலெங்கும் நீவிவிட்டு விசிறத் தொடங்கினாள். சாயங்காலம் லாட்ஜில் இருந்த பொறுப்புகள் அறியாத சிறுமிகளை மாலினிக்குக் காவல் வைத்துவிட்டு உப்புக்கரைசல் படிந்துவிட்ட முகத்தை அலம்பி பௌடர் பூசி கைப்பையைத் தோளில் மாட்டியபடி வெளிக்கிளம்பினாள்.

புலியீர்ப்பு விசை

வனத்தில் மிச்சமிருந்த மங்கலான வெளிச்சத்தையும் அடர்ந்து சுரந்து பெருகிய இருள் அழித்துவிட்டதை உணர்ந் தான். கருந்துகளால் காடு நிரப்பப்பட்டுவிட்டது. புதர் சரிவிலிருந்து பெரிய மரத்தை அண்ணாந்து பார்த்தான். உச்சி தெரியாது நீண்டு சென்று கொண்டிருந்தது. இரவு வண்டுகள் கத்திப்பாட ஆரம்பித்துவிட்டதில் பீதி உள் நுழைந்தது. மேலேற வேண்டுமென்ற எண்ணத்தை கைவிட முடியாது போலுணர்ந்தான். ஏன் அம்மரத்தில் ஏற வேண்டு மென்ற எண்ணம் எழாமலில்லை. காரணத்தை யூகித்து கண்டறிந்துவிட்டவன் போலவும் தெளிவாகச் சொல்ல இயலாத ஏதோ ஒரு மயக்கத்தை அடைந்து விட்டவன் போலவும் மனம் குழறிக் கொண்டிருந்தது. தடித்த சுரசுரப் பான மரப்பட்டைகள் வரிவரியாய் வெடித்து பிதுக்கிக் கொண்டு மிக திடமாக ஒட்டிக் கொண்டிருந்தன.

கறுப்பில் கறும்பச்சை இலைகள் அசைகின்றன. மெது வாய் அசைதலில் கவிழ்த்தி மூடிய நட்சத்திரங்கள் அற்ற அடர் சாம்பல் வானம் சிறு சிறு இடுக்குகளின் வழி தெரிந்தது. மனதுக்கு சிறிது ஆசுவாசமாக இருந்தது.

மரம் ஏறுதலைத் தவிர்த்து காட்டைவிட்டு வெளியேற முடியாத இம்மனநிலையை உணர்ந்தபோது திடுக்கிட்டான். மட்கிய மொட்டைக்குச்சி ஒன்று மூளி போல் நின்றது. ஏறத் தொடங்கினால் முதல் பற்றுதல் அதுதான். இவன் கனம் தாளாது முறிந்தும் போகுமென அறிவுறுத்தியது. மரத்தை இரு கைகளாலும் அணைத்துப் பிடித்தான். மரம் பெருத்து நின்றது. கால்வாசி மரத்தைக்கூட அணைக்க முடியவில்லை. வலதுகால் கட்டை விரலை மரப்பட்டை ஒன்றில் ஊன்றி ஒரே கணத்தில் எகிறவும் மொட்டைக் குச்சியைப் பற்றவும் திட்டமிட்டபடி பிடித்தான். வலுவாக இருந்தது. அவனது கனம் அவனுக்கு உறைத்தது. தலையை ஒருக்களித்து மரப்பட்டை மேல் வைத்து மூச்சிழுத்து ஆசுவாசப்படுத்தி பின்பு ஏறினான். அவனும் கறுப்பின் ஒரு துளியாய் காட்டின் உறுப்புபோல் ஆகிவிட்டிருந்தான்.

மேலேற மேலேற வேறு மரங்களின் கிளைகள் இடைபுகுந்து உறவு கொண்டிருந்தன. இவனது ஏற்றத்தை தடைசெய்தபடி குறுக்காய் நீண்டு நுனி தெரியாது இருளில் ஒளிந்திருந்தன. திடீரென பறவை களின் சடசடப்பு கேட்டபோது மனம் பயம் கொள்ள ஆரம்பித்தது. ஆனால் ஏதோ ஒரு உந்துதல் பெற்றபடி மேலேறிக்கொண்டிருந்தான். கிளைகளை விலக்கி உச்சிக்கு செல்ல இன்னும் எத்தனை தூரமென அண்ணாந்து பார்த்தபோது மரம் வளர்ந்துகொண்டிருந்தது.

மரத்தின் உச்சிக்கு சென்றுவிட்டால் அம்மா கோபம் மறந்து கூப்பிடுவாள். அழுவாள். சமாதானமடைந்துவிட்டதாய் ஒப்பாரி வைப்பாள். இறங்கிவந்து சோறு சாப்பிடலாம்.

ஏறிய வலி களைப்பைத் தந்தது. கை கால்கள் பலம் இழந்ததைப் போல லேசாக நடுங்க ஆரம்பித்தன. எங்கிருந்தோ ஒன்றிரண்டு பூச்சிகள் கட்டெறும்பு கனத்தில் விரல்களிலும் கைகளிலும் ஊரத் தொடங்கின நுண்ணியமாய். உதறி உதறி மேலேறத் தொடங்கினான். நிறைய கிளைகளைத் தாண்டி மேல்தெரியும் சிறு சிறு பிடிப்புகளை வைத்து மரத்தின் மைய பாகத்திற்கு சென்று கொண்டிருந்தான்.

காட்டில் யாரோ செருப்புப் போட்டுக்கொண்டு நடந்துவரும் ஓசை கேட்டது. அவ்வொலி மெல்ல மெல்ல ஒலித்திறனோடு கூடி வந்துகொண்டிருந்தது. அம்மாதான் வருவாள். வரட்டும். மரத்தில் ஏறிவிட்டதற்காக அவள் அழுவதைப் பார்க்க ஆவலாக இருந்தான்.

பித்தளைத்தூக்கில் சோறு தூக்கிக் கொண்டு வருகிறாள் விளக்கில்லாமல் கண்களின் ஒளித்திரனோடு.

'சின்னு நீ எங்கேடா இருக்க?'

அம்மாவின் குரல் பரிதாபமாய் கரைகிறது காடெங்கும். குரல் அம்மாவிடமே திரும்பிப் பேசுகிறது. அம்மா மேலும்மேலும் செடிகளை விலக்கி மரங்களின் அடிவாரத்தில் அழுதபடி நடக்கிறாள்.

'சின்னு அம்மா அடிக்கமாட்டேண்டா எஞ்செல்லம்ல வந்திருடா கண்ணு.'

காடே அழுகிறது அம்மாவின் கரைதலொலியில். அம்மாவிடம் பேசக்கூடாது. அழு. நன்றாக அழு. அப்போதுதான் இறங்கி வருவேன் என்று நமுட்டுச் சிரிப்புடன் முணுமுணுத்தான்.

மேலேறியப் பூச்சிகளின் கூட்டுத்தொகை அதிகமாகிக் கொண்டிருந் தது. தடவி தடவி நசுக்கினான். கை பிசுபிசுத்தது. அருவருப்பாக விரல்களை மரக்கிளைமீது தீற்றினான். பூச்சிகள் அவன் நசுக்கும் எண்ணிக்கையை தாண்டி ஊரிக்கொண்டிருந்தன.

'அய்யோ எஞ்சாமி நீ இல்லன்னா அம்மா செத்திருவெண்டா.'

நன்றாக அழ ஆரம்பித்துவிட்டாள். இனியும் தாமதித்தால் அம்மா ஏதாவது செய்து கொள்வாள். இறங்கி விடலாமெனத் தீர்மானித்து ஏறிவந்த மரக்கிளைகளை பார்த்தான் பற்றி இறங்கு வதற்கு.

மரம் கிளைகள் எதுவுமில்லாது வழவழவென்றிருந்தது.

பயம் பீடித்துக் கொள்ள உடனடியாக இறங்க வேண்டிய அவசியத்தை உணர்ந்து நெஞ்சினை மரத்தின் மீது வைத்து சறுக்கினான்; தோல் புரண்டு எரிந்தது நமைச்சலுடன். ரத்தம் சிராய்ப்புகளின் வழி கசிவதை உணர முடிந்தது. கை கால்கள் திடீரென வலுவற்று ஆட, கண்கள் இருள எப்படி கைப்பிடிப்பை விட்டோமெனத் தெரியாமல் தலை கீழாய் விடுபட்டான். பூமி வெகு தொலைவில் இருப்பதாக கற்பனை செய்து கண்களை மூடிக்கொண்ட போது, மறைந்திருந்த கிளைகளில் அவன் உடல் தட்டுத்தடுமாறி ஒரு ஜடப்பொருள் போல அதற்குரிய எல்லையில் விழும் ஆவலுடன் பாய்ந்து கொண்டிருந்தது.

இறந்துவிட்டதாக திடமாக நம்பியபின் மேலே பார்த்தபோது வெள்ளைநிற சிமிண்டு கூரைத்தகடுகள் நெளிநெளியான இருளோடு அவனைப் பார்த்துக்கொண்டிருந்தன. சட்டென்று திடுக்கிடலான உற்சாகம் பரவி எழுந்தது. உந்துதல் பெற்று எழுந்து வெளியில் சென்று உறுதிப்படுத்திக்கொள்ள தடுமாறி ஓடினான். தாழிட்டிருந்த கதவில் மோதி வலியின் அதிர்வோடு முனகி தேய்த்தான். வலி உயிரிருப்பதை உறுதி செய்தது. அவனே அவனது பயத்தில் வெட்கி அசட்டுப் புன்னகையுடன் தாழைத் திறந்தான். நகரத்தின் ஒலியுடன் வெளிச்சம் உள் நுழைந்தது. கண்கூச வாசலைப் பார்த்தான்.

சிமெண்ட் தீப்பெட்டி வீடுகள் அலங்கோலமாய் கலைந்து கிடந்தன பிராந்தியம் முழுக்க. கூரைகளின் தலைகள், மொட்டை மாடிகள், உலர்ந்தும் எடுக்காத துவைத்த துணிகள், சரஞ்சரமான வண்ண வண்ணப் புடவைகள், குழந்தைகளின் பள்ளிச் சீருடைகள், அதிகமும் நீல கட்டம் போட்ட லுங்கிகள். நெருக்கடியில் வசிக்கும் தீவு. கீழே தேனீர்கடை சுறுசுறுப்பாக இயங்கிக் கொண்டிருந்தது. சில சிறுமிகள் அலம்பாத முகத்தோடு திருகு செம்பை பிடித்துக்கொண்டும் வாய் திறந்த டீப்பன் குவளையை பிடித்துக் கொண்டும் டீ ஆற்றுவதை பார்த்துக் கொண்டிருக்க, யாரோ உள்ளிருந்தபடியே வாய்க்கொப்பளித்து பிசுக் பிசுக்கென துப்பினார்கள். ஒரு சிறுமி விலகி, தேனீரின் சூட்டுக்காக தினசரி செய்தித்தாளின் கிழிப்பை வாய்மூடி, ஒரு கை சற்று விளங்காதவள் போல் தேனீரை தூக்கிக் கொண்டு சென்றாள்.

இவனைப் போலவே எதிர்சாரியில் பலர் கீழ்மாடிகளில் தெருவை வேடிக்கை பார்த்தபடி நிற்கிறார்கள். கறுப்பு உடலுடன் தொந்தி குலுங்க வாயில் பற்பசை நுரை பொங்கி வழிய வழிய பல்துலக்குபவர் இவனைப் பார்த்தபோது பார்வையை அவரிடமிருந்து விலக்கிக் கொண்டான்.

இவனின் கீழ் மாடியில் தங்கியிருக்கும் பிரம்மச்சாரிகளைப் பார்த்து வீட்டு உரிமையாளரின் மனைவி அவள் சக்தி முழுதும் திரட்டி கத்திக் கொண்டிருக்கிறாள்.

சரியாக வானொலி செய்திபோல் இந்த நேரத்திற்கு கத்தத் தொடங்குகிறது அவளின் குரல். அவர்கள் இவளின் கத்தலையும் மற்றும் சிறிது நாசுக்கு சேர்க்கப்பட்ட வசைகளையும் பொருட்படுத்து பவர்களாய் இல்லை. மூன்று பேரெனத் தங்கி ஆறுபேர் தங்குவதாக வும் மேலே நீர்த்தேக்கத் தொட்டிக்கு நீரேற்றும் வேலை மும்மடங்கு அதிகரித்துவிட்டதாகவும் கழிவறை மேலும் நாற்றமெடுத்துவிட்ட தாகவும் கூறுகிறாள். முறைவாசல் பணம் மாதம் முப்பந்தைந்து ரூபாய் தரவில்லையென்றும் பஞ்சாயத்துப் போடுகிறாள். அவர் களுக்கு ஒரே ஒரு சிறு படிக்கட்டுதான் வாசல். அதில் அவள் வேண்டாவெறுப்பாக ஒரு செம்பு தண்ணீரை ஊற்றிவிடுவாள். தூரத்தில் நின்றுகொண்டே. அதற்காக ஒரு நாளைக்கு ஒரு ரூபாய் வீதம் முப்பது ரூபாய் என்றாலும் ஐந்து ரூபாய் என்ன கணக்கு என்று தெரியவில்லை.

இவன் உள் திரும்பிப் பார்த்தான். வீட்டின் தட்டுமுட்டு சாமான் களுடன், இரவு உணவு விடுதியில் பிளாஸ்டிக் பாட்டிலில் பிடித்து வந்த நீர்ஊற்றிக் கிடந்தது. பிளாஸ்டிக் பாட்டில், நீளவாக்கில் சிறிது நீருடன் படுத்திருந்தது. உள்ளிருக்கும் அனைத்தும் வீட்டுக் காரரின் பொருட்கள். பிளாஸ்டிக் பாட்டில் தவிர்த்து.

கதவை வெறுமனே சாத்திவிட்டு படிக்கட்டில் ஒருக்களித்து மேலேறினான். காலைக் காற்றில் உலவுவது இதமாக இருந்தது. மெல்லிய தகரத்தாலான, துரு ஏறி கோணலாய் அரித்துவிட்ட கழிவறைக் கதவைத் தள்ளினான்.

'உள்ற ஆளிருக்கு.'

கழிவறைக்குள்ளிருந்த ஒரு கிழவி திறந்துவிட்ட உணர்வு ஏது மில்லாது நிதானமாக சாத்திக் கொண்டாள். கழிவறையைத் தாண்டி முன்பக்கம் வந்தான். காற்று நெருங்கி வந்தது. காற்றுக்கு உடல் கொடுத்து முன்பக்கம் வேடிக்கை பார்த்துக் கொண்டிருந்தான்.

தீப்பெட்டி வீடுகளுக்குள் வேலைக்குச் செல்லும் நபர்களின் அவசரங்கள் நெரியும் நேரம். கூட்டுத் தொகுப்பு வீடுகளில் குளியல றையும், கழிவறையும் காலியாகும் சமயங்களுக்கு கள்ளத்தனமாய் கண்கள் துழாவும். எதிர் வீட்டில் மதிய உணவு தயாரிப்புகள் வேலைப் பயணத்திற்கு இரு கை நீள சமையலறையில் சிக்கனமான பரபரப்புடன் அலைந்து கொண்டிருந்தன. குழந்தைகள் உறங்கும் போர்வையோடு தெருபார்த்தபடி நிலைத்த விழிகளோடு உட்கார்ந் திருந்தன வரிசையாய் கம்பிகளுக்குள்.

புகைபோக்கிகள் உள்ளே கறுப்பாய் வெந்தபடி ஆவியை புகைத்துக் கொண்டிருந்தன கோடு கோடான பொக்கைப் பற்களோடு. புகை போக்கிகள் வெப்பமான ஆவிகளுடன் வசித்தபடியும், எதிரெதிர் புகைபோக்கிகள் பேசிக் கொள்ள முடியாத துக்கத்திலும் காற்று வெளியில் உறைந்திருந்தன.

இவனுக்கும் அருகாமையில் நின்ற பழுப்பு நிற மர ஏணியில் கை வைத்துப் பார்த்தான். அது மேலே நீர்த்தேக்கத் தொட்டியில்

நீர் நிறைந்துவிட்டதாவெனப் பார்ப்பதற்கு உதவியாய். மர ஏணியில் மெல்ல கால் வைத்து ஏறினான். நீர்த்தேக்கத் தொட்டியைச் சுற்றி யுள்ள விளிம்புகளற்ற சிறுதிட்டில் காலை வெய்யிலில் ஒருக்களித்து உறங்கிக் கொண்டிருந்தார் வீட்டின் உரிமையாளர். முதுகில் மணற் துகள்கள் ஒட்டிக்கொண்டிருந்தன. நீர்த்தேக்கத் தொட்டியைச் சுற்றிலும் உடைந்த செங்கற்கள் சிதறிக்கிடந்தன. புரண்டு படுக்கும் போது கைகால் தவறி கற்களின் மீது விழுந்து தள்ளினால் கல் தங்கு தடையற்று தரைநோக்கி செல்லும் அபாயம் இருந்ததைப் பற்றி அவரின் தூக்கம் ஒரு போதும் கவலைப்பட்டதாய் தெரியவில்லை. காற்றுக்காக அவர் படுக்கை இங்குதான் நள்ளிரவுக்கு மேல்.

இணைந்த சிமிண்டு கூரையில் வார் அறுந்து தேய்ந்த கறுப்புநிற மிதியடி மழையில் நனைந்தும் வெய்யிலில் காய்ந்தும் கருவாடு போல கிடந்தது. பழைய உபயோகமில்லாத மிதிவண்டி டயர்கள், சிதைந்த உள்ளாடைகள், சிமிண்டு தூக்கும் பாண்டுகள், துண்டு துண்டான குழாய்கள், நெளிந்த அலுமினிய ஆண்டனாக்கள், கூர்மையும் உயரமும் தேய்ந்த கறுத்த கட்டை விளக்குமாறுகள் ஆகியவற்றோடு அவரும் ஒரு பழம் பொருளாய் படுத்துக் கிடந்தார்.

கழிவறைக் கதவு காற்றிலாடி சுவரில் மோதும் சப்தம் கேட்க மெதுவாக ஏணிவிட்டு இறங்கி கழிவறைக்குள் சென்று தாழுக்காக கதவில் ஒரு கை வைத்துக் கொண்டு உட்கார்ந்தான். துர்நாற்றமான வெப்பவாடை அவனைச் சூழ்ந்தது. யாரோ படிக்கட்டில் செருப் பொலியுடன் ஏறிவரும் சப்தம் கேட்க கூர்ந்து கேட்டான். யாரோ அவன் மலமிருப்பதை உற்றுப்பார்ப்பதாய் வந்த உணர்வில் ஆசன வாய் கூசி உடல் ஒருமுறை நடுங்கியது.

தடாலென்று கதவு தள்ளப்படும் ஓசையும் விசையும் வர உடல் அதிர்ந்தது.

“உள்ற ஆளிருக்கு.”

“சீக்கிரம் வெளில வா.”

வெளியில் இருந்தவன் புகைத்த சிகரெட் புகை கழிவறை கதவு மேல் திறந்திருந்த இடைவெளி வழி உட்புகுந்தது.

2

தன் காலை விட்டு நீண்டு தரையில் புரண்ட முழுநீள கால் சட்டையின் நீளத்தை மூன்று மடிப்புகள் சுருட்டிவிட்டான். இடுப்புப் பகுதியின் அளவிற்கு கால் சட்டையை அரைஞாண் கயிற்றில் இறுக்கினான். பாவாடைபோல் சுருங்கி விரிந்திருந்தது. மேல் சட்டை போட்டு இழுத்து மூடினான். சொக்காயில் புழுக்கை பென்சிலையும் உடைந்த முகம் பார்க்கும் துண்டுக் கண்ணாடியையும் எடுத்து வைத்துக் கொண்டான்.

நள்ளிரவுகளில் சற்று சுதந்திரம் பெறும் நகரப் பேருந்துகள் இருக்கைகளை காட்டிக்கொண்டு வலம் வருகின்றன. பயணத்தில்

உப்பிப் பெருத்து மூச்சுவிடத் திணறி காற்றுப் பரிந்து கொண்டு புலம்பிக் கொண்டே ஓடுகின்றன. வாகனப்போட்டிகள், மனோ நிலைக்கு ஏற்ற வாகனங்கள், சொகுசு வண்டிகள், குட்டி வண்டிகள், நடுத்தர வண்டிகள். வாகனங்களின் கதறல் மேலெழும்பி மறைந்து கொண்டிருந்தது. உயவு எண்ணெய் மற்றும் எரி பொருட்களின் வாடைகளோடு சாலை அலறுகிறது பகல் வேளைகளிலும் முன்னிர விலும். நடுநிசியில் மெர்க்குரி விளக்குகளின் கீழ் மௌனமாய் பரந்த தார்சாலை எல்லையற்று நீண்டு படுத்திருந்தது; நாளைய பகல் வேளைப் பீதியில் உறைந்தபடி.

சுய ஜீவனத்திற்கு தொடங்கப்பட்ட உணவுக்கடைகள் சொக்காய் களை தடவிப் பார்த்துக் கொண்டிருந்தன. எத்தனை ரூபாய் வந்தாலும் கல்லாப்பெட்டி வாய்மூடாமல் காசுக்காக காத்திருந்தது. சில்லரை விழும் சப்தங்கள் அதன் வாழ் இருப்பின் அடையாளங்கள்.

மிதக்கும் கைகள், எச்சில் தட்டுக்கள் வழி இவன் தட்டும் மிதந்தது.

தள்ளுவண்டி தற்காலிகமாய் நின்று கொண்டிருந்தது; இரண்டு பக்கமும் அரைக்கல்லில் முட்டுக் கொடுக்கப்பட்ட தடையில். தள்ளு வண்டியின் மேல் தளத்தின் எச்சிலாகாத துண்டு வாழையிலைகள் கூட்டமாக சுருண்டு படுத்திருந்தன.

பேருந்துக்கு சில்லரை ஒதுக்கி சாப்பிட்டான். கடவுளின் வருகைக் காக காத்திருப்பதுபோல் பேருந்து வரும் திசையில் நிலைத்திருந்தன கூட்டத்தின் கண்கள். நெரிசலில் செத்துவிடும் பயம் உள்ளவர்கள் பிரிவு பிரிவாய் காசு சேர்த்து ஆட்டோவை நிரப்பிக் கொண்டு பறந்தார்கள். ஒரு ஆட்டோவில் ஒலிநாடா பாடியபடி கிழிந்து கொண்டிருந்தது.

பேருந்து நிறுத்தம் வந்தபோது தன் உடமைகள் மற்றும் உறுப்பு களையும் மீட்டெடுக்கப் பாடுபட்டான். பிசின்போல் கூட்டத்தின் உறுப்புகள் அவனை உள்ளே இழுத்தன.

புற நகரம் சற்று ஆசுவாசம். அகன்ற பாலம் வழி நடக்கத் தொடங்கினான். பாலத்தின் உச்சமேடு வந்தபோது வானத்தை முட்டிக் கொண்டு பீதியை கரும்புகையாய் வெளியிட்டபடி தொழிற் சாலை புகைபோக்கி நின்று கொண்டிருந்தது. சிறு காகிதக் கட்டிடம் போல் பெரும் ஏக்கர்களின் பரப்பை நிரப்பிக்கொண்டு நிற்கிறது தொழிற்சாலை. கரும்புகை பந்துபந்தாய் மேலெழும்பி வான மண்ட லத்தை கரியாக்கியபடி சென்று கொண்டிருக்கிறது.

தொழிற்சாலையின் பரப்பைவிட அதிகமடங்கு வானத்தில் கரும்பரப்பு படர்ந்திருக்கிறது. நெருப்பின் ஆதி சக்தியில் இயங்கத் தொடங்கி, இயங்கு உறுப்புகளின் ஆயுளைத் தேய்த்துக்கொண்டு வெளிவரும் உற்பத்தியில் மயங்குகிறது தொழிற்சாலை. நெருங்க நெருங்க வேதிக் கழிவுகளின் துர்வாடை மூலம் தொழிற்சாலை தன் இருப்பை பிராந்தியம் முழுக்க அதிகார பூர்வமாய் கூறிக்

கொண்டே இருக்கிறது. திசை தெரியாது சுழலும் காற்று துர் வாடையை அள்ளிக்கொண்டு பறக்கிறது.

மரங்களில், தாவரங்களில், செம்மண் சாலைகளில், தந்திக் கம்பங்களில், மைல் கற்களில் தொழிற்சாலையின் கழிவுநீர் வாடை படிந்துவிட்டது. துர்வாடை நாசியில் ஏறியதும் தொழிற்சாலையின் உள்வரைபடமும் உறுப்புகளும் அவனுக்கு மனதில் விரிந்தன.

பாலத்தின் இறுதிக்கு வந்ததும் சட்டைப்பையில் இருந்து புழுக் கைப் பென்சிலும் துண்டு கண்ணாடியும் எடுத்துக்கொண்டு எருக்கஞ் செடி மறைவிற்காக சரிவில் இறங்கினான். உருவம் மறைக்கப்பட்டு விட்டதாய் எண்ணியவுடன் உட்கார்ந்து கண்ணாடி பார்த்து மீசை யிட்டான். உதட்டை உள் மடித்து பென்சிலால் அழுந்த இழுத்தான். அரும்புவிடும் மெல்லிய மீசை மயிர் போன்ற எண்ணத்தை உரு வகித்து திருப்தி அடைந்து கண்ணாடியை சற்று நீட்டி முகத்தைப் பார்த்தான். இயல்பான அரும்பு மீசை போலவும் பென்சில் மீசை போலவும் இருப்பதான வந்த குழப்பத்தில் உதட்டை மடித்தும் வெளியிட்டும் சிறிது நேரம் கண்ணாடி பார்த்துவிட்டு எழுந்து நடக்க ஆரம்பித்தான்.

தொழிற்சாலையின் முகப்பு கேட்டில் காவலாளி சாம்பல் நிற சீருடையில் விழிகளை எங்கோ நிறுத்தி வெறித்திருந்தான் அலுப்பாக. அவன் முகம் எப்போதும் அப்படித்தான். கால் பர்லாங் தூரத்திற்கு சற்றுக் குறைவான தார்சாலை தொழிற்சாலையின் உள்நுழைவு வாசலுக்கு அழைத்துச் செல்கிறது. ஓரிருவர் உதிரிகளாய் நடந்தும், மிதிவண்டியிலும் எதிரெதிராய் கடந்து கொண்டிருந்தார்கள்.

பிரதான வாயிலுக்கும் சற்று தள்ளி அலுவலக கட்டிடம். நிரந்தர மற்ற தொழிலாளர் கூட்டம் சத்தமிட்டு பேசிக்கொண்டிருந்தது. தொழிற்சாலையின் இரைச்சல் அவர்களோடு கலந்துவிட்டிருந்ததில் மற்ற சமயங்களில் கூட சத்தமிட்டே பேச பழகிவிட்டிருந்தார்கள்.

வேலைக்கான டோக்கன் கொடுக்க இன்னும் சிறிது நேரமிருக் கிறது. கூட்டத்தில் கலந்து ஒருவனானான். ஓரப்பார்வையால் சன்னலுக்கும் நேர் கீழே கிடக்கும் சிமிண்டு கல்லைப் பார்த்தான். யாரும் தூக்கிப்போடாமல் அப்படியே கிடந்தது நிம்மதியாக இருந்தது. ஒவ்வொரு நாளும் வந்தவுடன் அக்கல்லை பார்த்தவுடன்தான் மற்ற சிந்தனைகள் தொடங்கும். யாரும் அக்கல்லை ஒரு பொருட்டாக கருதாதது அவனுக்கு சந்தோஷத்தையும் ஆச்சர்யத்தையும் கொடுத்துக் கொண்டிருந்தது. உண்மையில் அனைவருமே அக்கல்லைப் பொருட் படுத்தாதிருந்தார்கள். அக்கல் அவனுக்கு மட்டும் இந்த ஒரு வாரமாய் வேலை வாங்கிக் கொடுத்துக் கொண்டிருக்கிறது. சிறுநீர்விடும் இடைவெளி நேரத்தில் அவன்தான் அக்கல்லை தூக்கிவந்து சன்னலுக் கும் நேர்கீழே போட்டான். டோக்கன் வாங்கியவர்களுக்கு மட்டும்தான் வேலை. வரிசை சன்னலை ஒட்டி வால்போல் நீளும்; சுவற்றை உரசிக்கொண்டு. சன்னல் வழியாக டோக்கன் வழங்குவான்

மேலாளன். இவனது குள்ளம் சன்னலில் முகம் தெரியாமல் கீழே நிற்க வைத்துவிட, மேலாளன் கீழே ஒருவன் நிற்பதே தெரியாமல் அடுத்தாள் அடுத்தாள் எனக் கத்துவான்; இடைவெளி இருப்பதாய் நினைத்துக்கொண்டு. எக்கி எம்பி மேலாளனைப் பார்ப்பான். ஆளாக இல்லை என்று வேலையை நிராகரித்து டோக்கன் மறுப்பான். இவன் கெஞ்சிக் கொண்டிருப்பான்.

தான் செய்துவிட்ட புத்திசாலித்தனங்களால்தான் தனக்கு டோக்கன் கிடைத்துவருவதாக அவன் நம்பிக் கொண்டிருந்தான். அதிகமும் மேலாளனுக்கு தலை கணக்குதான்.

தூரத்தில் உயரமான சற்று கூன் விழுந்த மனிதன் போல மேலாளன் வருவதை யாரோ கூற, எல்லோரும் வரிசையில் நிற்க மோதிக் கொண்டார்கள். சன்னலுக்கு நேராய் கல்லை ஒதுக்கி வரிசை கோணலாக இரைவிழுங்கிய பாம்புபோல் நின்றது. வரிசைக்கு இடைஞ்சல் என்று கல்லை யாராவது தள்ளிவிட்டுவிடுவார்கள் என்ற பயம் தத்தளிக்கும் ஒவ்வொரு நாளும்.

மேலாளன் தினமும் கூட்டத்தை அலட்சியமாக பார்த்தும் பார்க்காததுமாய் மேலேறி உள் சென்று மறைந்தான். அந்நேரத்தில் அவன் முகத்தில் பெரும் முதலாளி களை மேலெழும்பும்.

வரிசையில் பரபரப்பு தொற்றிக்கொண்டது. முன்னும் பின்னும் நெட்டிக்கொண்டார்கள். வரிசைக்குப் பேய் பிடித்ததுபோல் ஒழுங்கில்லாமல் நெளிந்து ஆடி பிட்டுக்கொண்டு பின் ஒட்டிக்கொண்டு ஆய் ஊய் என உளறியபடி இருந்தது. அது கலவரத்தின் தொடக்கம் போலவும் இருந்தது.

வேலைக்கான உளறல்கள் தொழிற்சாலை முகப்பில் கரைந்து கொண்டிருந்தன. கரைதலொலியை காதில் கொள்ளாது மேலாளன் நடந்து வந்த களைப்பில் சீலிங்பேனில் உடலைக் காட்டியபடி கூட்டத்தைப் பார்த்து வரிசையின் ஒழுங்கை போதித்தான். காரா சேவுப் பொட்டலங்களும், நீர் நிரம்பிய தேனீரும், பட்டை சாதமும், பீடி சிகரெட்டும் விற்கும் சிற்றுண்டி விடுதியிலிருந்து நான்கு பேர் வெளிவந்ததை இக்கூட்டம் கண்டு கொண்டவுடன் மேலும் பரபரப்பானது. ஒருவரை ஒருவர் இடைவெளியற்று கெட்டியாக கட்டிப் பிடித்தபடி விடாதீங்கடோய் விடாதீங்க என்று கத்தியது. வந்தவர்கள் அதிகாரமாக வரிசையின் குறுக்கே புகுந்து நின்று கொண்டனர்; மிச்சமிருந்த பீடித்துண்டுகளை கீழே போட்டுவிட்டு. ஒருவன் மூக்காலும் வாயாலும் ஒரே நேரத்தில் அடக்கி வைத்திருந்த புகையை கொஞ்சம் கொஞ்சமாக வெளியிட்டான். இவர்கள் உள் நுழைந்ததும் வரிசை இன்னும் மூர்க்கமாக நெளிந்தது முன்னும் பின்னும். கலவரத்தின் மையம். வரிசையில் தன்னை சமனப்படுத்தும் பொருட்டு வரிசையில் அலையும் உடலை தாங்கி நிறுத்த தரையில் காலை ஊன்ற, புழுதியை சீய்த்துக்கொண்ட நெருக்கடியில் அல்லாடின விதவிதமான கால்கள். முழங்கால்வரை புழுதி படிப்படியாக மேலெழும்பிக் கொண்டிருந்தது.

கடைசியில் இருந்தவர்கள் இருவர் சட்டென விலகி முன் பகுதிக்குள் திட்டிக்கொண்டே நுழைய, கூட்டம் முகத்தை மேலாளன் பக்கம் திருப்பிக் கொண்டு “சார், சார்” என ஒருமையுணர்ச்சியுடன் கெஞ்சியது. வரிசை நெகிழ்ந்து இடம் கொடுக்காத எரிச்சலில் இருவரும் உயிருள்ள சுவற்றில் முட்டுவது போல உடலை நுழைக்க கால்களை பின்புறம் உந்தி புழுதியை சீய்த்தபடி போராடினார்கள். வரிசை ஆக்ரோஷமாக எதிர்த்தது. இவன் வரிசையின் யாரோ ஒருவனின் இடுப்பை கெட்டியாகப் பிடித்துக்கொண்டு வரிசையின் முறுக்கல்களில் அலைந்தான். சில சமயம் கெட்டியாக கண்களை மூடிக்கொண்டு கத்தவும் செய்வான்.

திடீரென சட்சட்டென முகத்திலறையும் ஓசை கேட்டது. வினாடியில் வரிசை உடைந்து கூட்டமானது. யார் யாரோ புகுந்து புழுதி பறக்க அடித்துக் கொண்டார்கள். விலக்குவதற்கு சென்ற கூட்டமும் நுழைந்து அடித்தது.

அடிதடிக்கு விலகிய கூட்டம் புதிய வரிசை ஒன்றை உருவாக்கி மேலாளனையும் சண்டையையும் மாறி மாறிப் பார்த்தது.

கூட்டத்தில் யாரோ கல்லை உருட்டி வரிசைக்கு வெளியே தள்ளினார்கள்.

வசைகள் நிறைந்தன. தொழிற்சாலை முகப்பில் மேலாளன் வாரத்தில் மூன்று நான்கு முறையாவது செய்துவிடும் அக்காரியத்தை அன்றும் செய்தான். இவன் எதிர்பார்த்ததும் அதுதான்.

மேலாளன் டோக்கன்களை வாரி தூரத்தில் புழுதியில் விசிறி எறிந்தான். சண்டை போட்டுக்கொண்டிருந்தவர்கள், வரிசையில் நின்று கொண்டிருந்தவர்கள், வேடிக்கைப் பார்த்துக்கொண்டிருந்தவர்கள் அனைவரும் சடாரென கலைந்து டோக்கன்கள் சிதறிய இடத்திற்கு கத்திக்கொண்டு ஓடினார்கள். புழுதி புகையாய் மேலெழும்பியது டோக்கன் திட்டில்.

இவன் ஓடி இரண்டு டோக்கன்கள் தென்பட்ட இடத்தில் கவிழ்ந்து வீழ்ந்தான். யார் யாரோ சட்சட்டென்று மேலே கவிழ்ந்து வீழ்ந்தார்கள்.

இவனின் காலை யாரோ தரதரவென இழுத்தார்கள். அவனின் உயிர் நிலையை யாரோ சொடுக்கி இழுத்தது போலிருந்தது. துள்ளி முனகினான். குறி மிகவும் வலித்தது. வலுவான இழுப்பில் உயிர் அதிர்ந்து வதைந்து கொண்டேயிருந்தது. வாய்விட்டுக் கத்த எத்தனித்த போது தலைமேல் எதுவோ அமர்ந்தது. கலவரத்தின் உச்சத்தில் உருட்டித் தள்ளப்பட்ட ஒருவனின் தலைகீழான பிருஷ்டம். முகம் புழுதியை முகர்ந்து பதிந்து பொதிந்தது. அவசர அவசரமாய் திணறிய சுவாசிப்பில் புழுதி வாய்வழியிலும் நாசி வழியிலும் சட்டென்று உள்ளே ஏறி மூளைவரைத் தாக்கி இருமலும் கண்ணீரும் ஒருசேரப் புடைத்தெழுந்தது. வெளிப்படுத்த இயலாமல் முனகித் தவித்தான். அவனின் விதையைப் பற்றியிருப்பவனின் கையைப்

பற்றி விடுவிக்க முயன்று புரண்டால் டோக்கன்கள் கை நழுவி போய்விடலாம் என்ற பயத்தில் கை கால்களை உதறி அசைக்க முடிந்த வகையில் முறுக்கி திமிறினான். அசைவுகள் எதுவும் இல்லாமல் இருந்தவுடன் உயிர்மேல் பயம் வந்தது. எழ வேண்டும். இரைச்சல் காதை அடைத்தது. யாரோ அழும் சப்தம் கேட்டது; ஒரு விலங்கின் பிலாக்கணம்போல். எழுந்து பார்க்க ஆவல் கொண்டான். பிணமான கைகள் எழ மறுத்தன. நாசி வழி ஏறிய புழுதி உயிரின் அடியாழம் வரை சென்று சுழன்றது. அவனது பென்சில் மீசை புழுதியால் போர்த்தப்பட்டுவிட்டது. அசைவற்றுக்கிடக்கும் கரங்களையும், குறியையும் மீட்டுக்கொண்டு எழுந்து ஓடிவிடலாமெனத் தோன்றியது. உயிர் கூட்டி எழுந்தான். பலர் டோக்கனை எடுத்துக் கொண்டு வெற்றிகரமான சிரிப்புடன் சென்று கொண்டிருந்தார்கள். மேலெங்கும் புழுதி அப்பியிருந்தது. தட்டிவிட்டபிறகு சட்டையைக் கழற்றி உதறினான். சிலர் காலால் புழுதியைக் கீறிப் பார்த்துக்கொண்டிருந்தார்கள். இதில் அதிர்ஷ்டமும் டோக்கன்கள் வழி கிடைப்பதுண்டு. சிகப்பாய் இவன் வயதொத்த ஒருவன் உருட்டி தள்ளப்பட்டிருந்த கல்லில் கன்னத்தில் கைகளை ஊன்றிய படி அமர்ந்திருந்தான். எப்படி விழுந்து புரண்டு டோக்கன் எடுப்பது என்று வெட்கப்பட்டிருக்கலாம். இன்னும் சில நாட்களில் விழுந்து புரண்டு டோக்கன் எடுத்தால்தான் வேலை என்று உணர்ந்துவிட்ட பிறகு டோக்கன் பொறுக்குவது எப்படி என்பது பற்றி மற்றவர்களுக்கு புதியவன் விளக்கவும் கூடும்.

டோக்கன் வேணுமா?

அவன் முகத்தில் பிரகாசம் வந்தது. இரு டோக்கன்களில் ஒன்றைக் கொடுத்தான். அவன் ஆங்கிலத்தில் நன்றி சொன்னான். புழுதியை தட்டிக்கொண்டே தொழிற்சாலை உள் வாயிலை சென்றடைந்தான். எடுத்த டோக்கனை வாயிலில் உள்ள சோதிப்பாளன் வாங்கிக் கொண்டு உட்பிரிவின் பகுதிக்கு அனுப்பினான்.

3

தொழிற்சாலையின் உள் உறுப்புகளின் இயங்கு சப்தம் உள் நுழைந்தவுடன் கூடுதல் ஒலித்திறனோடு அமுக்குகிறது ஆட்களை. எந்திர உறுப்புகளின் இரைச்சல் மொழியில் மனிதர்களின் பேச்சொலி வெறும் வாயசைப்புகளாகவும் பெரும் பசியில் காதடைத்தவனின் பலகீனமான குரல் கசிவுபோலும் இருக்கின்றது.

குல்லாய்களை மாட்டிக்கொண்ட சூப்பர்வைசர்கள் கைக்குறிப்பு நோட்டுகளுடன் நோட்டம் விடுகிறார்கள். எந்திரங்களின் பேரோசையிலும் இயக்க அசைவுகளிலும் தொலைந்துபோய்விட்ட ஆட்கள் எந்திரங்கள் மிச்சம் வைத்த வேலைகளைச் செய்வதற்கு உடுப்புகளுக்குள் கருஞ்சிலைகளாய் உறைந்திருந்தார்கள்.

பாதாள அடுப்பின் வாய்முன் அமர்ந்தான். சவுக்கு விறகுகள் சிறு குன்றென முட்டாடப்பட்டு சரிந்து கிடக்கிறது. விறகுகளை

அகன்ற வாய்வழியே அள்ளி வீச நெருப்பு நாவைச் சுழற்றி சாப்பிடு கிறது. நெருப்பின் பூதாகரத்தின் முன்னால் எரியப்போகும் இரையின் ஒரு துளியைப்போல் சிகப்பொளியில் இருந்தான். தொழிற்சாலையின் ஆதிசக்தி அங்கிருந்துதான் தொடக்கமென்றான் ஒரு சூப்பர்வைசர்.

கடிகாரமற்றவர்கள் மணியைக் கேட்கும்போது, பதில்களை பத்தரை மணியை பத்து விரல்களை காட்டி, பின் தனது கன்னத்தில் தானே அறைந்து காட்டுவதும், கால் கணக்குகளுக்கு எண்ணிக்கையை விரல்களால் காண்பித்து காலைத் தொட்டுக் காட்டுவதையும் முக்கால் கணக்குகளுக்கு மூக்கையும் காலையும் தொட்டுக் காட்டுவது மாக இருந்தார்கள். இது ஒரு வகையில் புதிதில் அனைவருக்கும் அதிக சிரிப்பை வரவழைக்கும் விதமாகவும், பிறகு பழகியும் ஒருவித புன்சிரிப்பைத் தருவதாகவும் இருந்தது.

மதியமாய் ஒரு சூப்பர்வைசர் வந்தான். ஒரு பகுதியில் எந்திரப் பற்கள் சுற்றவில்லை என்று கூறி அந்தந்த இடத்திற்கும் ஒருவனை இருவேலை பார்க்கக்கூறி அழைத்துச் சென்றான். ஏற்கெனவே அந்த மாடிப்பகுதியில் மூவர் நின்றுகொண்டிருந்தார்கள். அனைவரும் இவனைப் பார்த்தார்கள்.

சூப்பர்வைசர் பெரிய பத்தாயம் போன்ற ஆழமான கொப்பறை ஒன்றைக் காண்பித்தான். அக்கொப்பறைபோல் அடுத்தடுத்த கொப் பறைகள் வரிசையாக நீண்டு சென்றன. வேதிப்பொருட்களின் பாகு தடதடவென தேன் வண்ணத்தில் இருந்தது. திடீரென கிணறுபோல தோன்றியது. மனிதன் மூழ்கும் ஆழம் இல்லையென்றாலும் எல்லோருக்கும் இடுப்புயரம் என்றால் இவனுக்கு நெஞ்சுவரை இருக்கும்.

“ம் எறங்கித் தள்ளிவுடுங்க.”

அனைவரும் விழித்தார்கள். ஆடைகளை கழற்றிப்போட்டு இறங்கச் சொன்னான். மேல்சட்டைகளைக் கழற்றினார்கள். ஒருவர் உடலை மற்றொருவர் பார்த்துக்கொண்டார்கள். சூப்பர்வைசர் எல்லோர் உடலையும் பார்த்தான்.

“பேண்ட்டையும் கழட்டுங்க.”

கிழிந்த உள்ளாடையை எப்படிக் காட்டிக்கொண்டு நிற்பது என்று யோசித்தான். சூப்பர்வைசர் அதட்டினான். அனைவரும் ஜட்டியோடு சிறைக்கம்பியின் உள்ளிருப்பவர்கள் போல் விழித் தார்கள். இவனது உள்ளாடை வட்டு வட்டாய் பொத்தல்களுடன் பிருஷ்டத்தைக் காட்டிக் கொண்டு தொளதொளவென்றிருந்தது. யாரும் இவனது நிலையைப் பார்க்கும் சூழலில் இல்லாதது சற்று நிம்மதியாக இருந்தது.

வேதிப் பாகு இறங்கிய மூவரின் இடுப்பையும் விழுங்கிக்கொண் டது. இவனும் இறங்கினான். சூடு கதகதவென்றிருந்தது. முழங்கை நீளத்திற்கு கால்களில் தட்டுப்பட்டது சக்கரத்தின் இரும்புப்பட்டை பற்கள். அதில் ஏறி நின்று அழுத்தச் சொன்னான். ஆளுக்கொரு

திசையில் அழுத்தினார்கள். ஒரே திசையில் அமுக்குங்கள் முட்டாள் களே என்றான். எல்லோரும் ஒரு பக்கமாக ஏறி நின்று அழுத்தினார் கள். உடலைக் குலுக்கி, மேலெழும்பி மீண்டும் அழுத்தம் கொடுத்து உந்துகையில் வழவழவென பாகு வழிந்தது அருவருப்பாய் இருந்தது. தடியாய் இருந்தவன் உள்ளேயே சளித்துப்பினான். அவனின் சளித்துப் பலுக்கு மேலே எதிர்ப்பு வருமென சூப்பர்வைசரை அண்ணாந்து பார்த்தபோது இவன் பார்க்கும் கணம் உணர்ந்து திரும்பிக் கொண் டதைக் கவனித்தான். சூப்பர்வைசருக்கு பற்சக்கரங்கள் சுற்ற வேண்டும். அவ்வளவுதான்.

மீண்டும் மீண்டும் வியர்வை பொங்க பொங்க பாகினுள் அமிழ்ந் தெழுந்து பற்களை அசைத்தார்கள். அது அசையாதிருந்தது. மீண்டும் குதிப்பு. சூப்பர்வைசர் கீழே வேடிக்கைப் பார்த்துக் கொண்டிருந்தான்.

வேலை முடிவிற்கு சங்கு ஊதியபோது பாகினுள் நின்றவர்கள் உற்சாகமடைந்தார்கள். விடுதலையுணர்வு வந்தது. சூப்பர்வைசர் அவர்களை மேலேறி வரும்படி பணித்தான். பற்சக்கரத்தின் இயங்கு தளத்திற்கு கூட்டிச் சென்றான்.

தானியங்கி சக்கரம் இரு இரும்பு வட்டங்களால் மெல்லிய கோட்டிணைவில் பிணைக்கப்பட்டிருந்தது. அவ்வட்டங்கள் ஒவ் வொன்றையும் எதிரெதிர் திசையில் சுற்றி அதன் இறுக்கமான தன்மையை இலகுவாக்கச் சொன்னான்.

அடுத்தப் பகுதிநேர வேலைக்கு ஆட்கள் நுழைந்துவிட்டிருந்தார் கள். இவர்களுடன் வந்தவர்களில் இவர்களைத் தவிர்த்து அனைவரும் சென்றிருந்தார்கள்.

உடலில் ஒரு தோல்போல் ஒட்டிக் கொண்டிருந்த வேதிப் பாகின் உலர்தன்மை அரித்தது. மேலெல்லாம் வழியும் பாவனையில் வழித்து வழித்து விட்டுக் கொண்டிருந்தார்கள். பிசுபிசுப்புக் கூடி சொறிந்தான்.

மூச்சைக்கூட்டி அவ்வெந்திரத்தின் பளுவோடு போட்டியிட்டார் கள். சக்கரம் அழுத்தத்திற்கு தகுந்தாற்போல் அசைந்தது.

இலகுவாகச் சுற்றத் தொடங்கிவிடும் என்ற எண்ணம் மெல்ல மெல்ல கரைந்துகொண்டிருந்தது.

உள்ளங்கை கன்னிச் சிவந்தது. பாகினுள் சளித்துப்பியவன் கைகளில் எச்சிலைத் துப்பிக் கொண்டு கசகசவென இருகைகளையும் சப்தமெழ சூடேற்றித் தேய்த்துக்கொண்டு தானியங்கிச் சக்கரங்களை பல்லால் கடித்து தூக்கிவிடும் வித்தைக்காரனைப்போல் குனிந்து முக்கினான். சக்கரம் அசைந்து பழைய நிலைக்கே திரும்பியபோது அவநம்பிக்கையோடு சூப்பர்வைசரைப் பார்த்தான். அனைவரும் அவனையும் சூப்பர்வைசரையும் மாறி மாறிப் பார்த்தார்கள்.

“ம். ட்ரை பண்ணுங்க”

“என்னத்த ட்ரை பண்றது? ஒரு ஷிப்டுல பாதி நேரத்துக்கு மேல சுத்தியாச்சி, நகரக்காணும்.”

“ஓ. டி. போட்டு வாங்கிக்கோங்கய்யா கமான் க்விக்.”

மீண்டும் சுற்றத் தொடங்கினார்கள்.

கண்கள் காட்சிகளின் கடுமையைக் கண்டு கொண்டிருந்தது. சிற்றுண்டி விடுதிக்குச் சென்று ஒரு காராசேவுப் பொட்டலமும் தேனீரும் சாப்பிட்டால் சற்றுத் தெம்பாக இருக்குமெனத் தோன்றியது. வழக்கமாக உள்ளே வரும் தேனீர்காரன் மேல் பகுதியில் ஆட்கள் இருப்பது தெரியாமல் சென்றிருப்பான் என நினைத்தான். கூட்டத்தின் புறப்பகுதியில் சப்தம் கேட்டது. சூப்பர்வைசர் இறங்கி ஓடினான். இவர்கள் கதை பேசத் தொடங்கினார்கள். ஒருவன் எந்திரத்தின் மேலே உட்கார்ந்து கொண்டான்.

கீழே துப்புரவுப் பணிப்பெண்கள் இவர்களைக் கடந்து செல்கையில் தடியன் கையசைத்தான். அவர்கள் சிரித்துக்கொண்டு போனார்கள்.

சூப்பர்வைசர் வருவதை இங்கிருந்து பார்த்தார்கள். கைகளில் எச்சில் துப்பித் தேய்த்தான் மற்றொருவனும். சுற்றுவதற்கு உற்சாகம் அளித்துக் கொண்டிருப்பதுபோல் முகத்தை வைத்துக்கொண்டு சூழ்ந்தார்கள் மற்றவர்கள். சூப்பர்வைசர் வந்து பார்த்துவிட்டு கீழிறங்கிப்போனான். கதைபேசத் தொடங்கினார்கள். சிறிது நேரத்தில் திரும்பி வந்தான் சூப்பர்வைசர்.

“நீங்கல்லாம் போலாம்.”

“அடுத்த ஷிப்டுக்கு ஜாஸ்தி ஆளுங்க வந்திருக்காங்க. நீங்க இனிமே சுத்த மாட்டீங்க. நான் அவுங்கள வச்சிப் பார்த்துக்றேங்.”

“ஓ. டி. க்கு கையெழுத்து வாங்கலியே.”

“என்ன ஃபுல் டைமா ஒர்க் பண்ணீங்க. ஓ.டி.யெல்லாம் போட முடியாது.”

கீழிறங்கி சென்றான் சூப்பர்வைசர். இவர்கள் திகைத்து நின்றபடி சார் சார் என கேவினார்கள். அவன் வெறுமனே சென்று கொண்டிருந்தான்.

“ஏ தேவடியாப்பயலே.”

சொடுக்கி இழுத்ததுபோல் திரும்பினான் சூப்பர்வைசர். இவர்கள் அவனைப்பார்த்தார்கள் சிவந்த முகத்தோடு மேலேறி வந்தான். முனையில் நின்றவனை சடாரென அறைந்தான்.

“சார் நானில்ல.”

“அப்ப யார்ரா சொல்லு.”

அடுத்தவனை அறைந்தான். தடியன் எட்டிக் கையைப் பிடித்தான். சூப்பர்வைசர் ஆத்திரம் மூண்டவனாய் இடது கையை ஓங்க அதையும் பிடித்துக் கொண்டான். சூப்பர்வைசர் பலமில்லாது திமிர தடியன் அலட்சியமாய் பார்த்தான். சூப்பர்வைசர் தடியனை பின்னோக்கித் தள்ளியபடி சென்றான். மற்றவர்கள் பிரித்துவிட போராடினார்கள். சூப்பர்வைசர் காலால் தடியனை எட்டி உதைக்க

தடியன் குனிந்தான். சூப்பர்வைசர் சுதந்திரமாக அடிக்கத் தொடங் கினான். காலால் எத்தவும் செய்தான். மற்றவர்கள் சூப்பர் வைசரை உள்ளே இழுக்க, தடியன் ஒரு பயிற்சி பெற்ற குத்துச் சண்டைக் காரனைப்போல் ஓடி வந்து குத்தினான் முகத்தில். இவனைத் தவிர்த்து மற்றவர்களும் சூப்பர்வைசரை அடிக்கத் தொடங்கினார்கள். தொழிற்சாலையின் உள்கட்சி விவகாரம் புரியாது இவன் மலங்க மலங்க விழித்தான். தடியன் காலால் ஒரு எந்து எந்த சுருட்டி எறியப்பட்ட பழந்துணிபோல் சூப்பர்வைசர் வேதி கொப்பறைக்குள் விழுந்தான். பாகு எம்பித் தெறித்து வீழ்ந்தது. இவன் துணிகளை வாரிக்கொண்டு இறங்கி ஓடினான். மேலே சப்தம் கேட்டு ஆட்கள் ஓடுவது பிறகு தெரிந்தது. அவசர அவசரமாக ஆடைகளை மாட்டிக் கொண்டான். மேலும் ஒரு இருபது ரூபாய்க்காக என்னென்னவோ நடந்துவிட்டது என எண்ணினான். நாளைக்கு வேலைக்கு வருவது பற்றிய பீதியினுள் அமிழ்ந்தபடி ஓடத் தொடங்கினான். சூப்பர்வைசர் சாகாதிருக்க கடவுளை பதற்றத்துடன் வேண்டிக் கொண்டான்.

4

பாலத்தில் வந்து மெதுவாக நடக்க ஆரம்பித்தான். ஓடி வந்ததில் வியர்வை பெருகி வழிந்தது. செருப்பை விட்டுவிட்டு வந்ததை அப்போதுதான் உணர்ந்தான். பெரும்பாலும் தேய்ந்து விட்டிருந்தா லும் அதன்மேல் அவனுக்கு ஒரு பிரியம் இருந்தது. பாலத்தின் சிமிண்டு வேலியில் கையை வைத்து இழுத்தபடி நடந்தான். வேதி கழிவின் வாடை, உடலில் பெருகிய வியர்வையுடன் வேதி பாகு கலந்த நாற்றம் அனைத்தும் அவனுக்கு முகச் சுளிப்பைத் தந்தன. அங்கிருந்தபடி தொழிற்சாலையைப் பார்த்தான். கறுப்புப் பிராந்திய வானின் கீழ் காகித வீடுபோல் ரொம்ப சாதுவாய் தெரிந்தது. பேருந்தில் அனைவரும் அவனைப் பார்ப்பதாய் தோன்றியது. தொழிற்சாலை ஆட்கள் துரத்திக் கொண்டுவந்து பிடித்துச் சென்று சிறையில் வைத்துவிடுவார்கள் என பயந்தான்.

இறங்கு வெயிலில் அறைக்கு வந்து சேர்ந்தான். பகல் முழுக்க சுவர் களிலும் கூரைகளிலும் வெறிக்கும் வெயிலை இரவு முழுக்க அறைச் சுவர்கள் பாதுகாத்து வைத்திருக்கும். வெளியிலிருந்து உள்நுழையும் போதே பாதுகாத்து வைத்திருந்ததை உடல்மேல் கவிழ்க்கும். வியர்வை ஊறிப் பெருகியது. தாகமெடுத்தது. பாட்டிலில் சொச்சமிருந்த நீரை எடுத்து தொண்டையை நனைத்துக்கொண்டான். அழுக்கு மஞ்சள் நீரை பிளாஸ்டிக் வாளியில் நிரப்பி மொண்டு குளித்தான். பிறகு கதவை அடைத்துக்கொண்டு உட்கார்ந்திருந்தான். காற்று சுத்தமாக வரவில்லை. என்ன செய்வது இனிமேல் என்ற குழப்பம் தத்தளிப்பாக மிதந்து அலைக்கழித்தது. சோர்வு ஆட்கொண்டது. வீட்டுக்காரரின் மனைவி இவன் பெயரை அழைத்தபடி படிக்கட்டில் மேலேறிவரும் ஓசை கேட்டது. கதவைத் திறந்து எட்டிப்பார்த்தான்.

“இந்த மாசத்திலேந்து இந்த ரூம்புக்கு குடிவராங்க. ஒன்ன வேறெங்காச்சும் தங்கிக்க சொன்னாரு.”

அதிர்ச்சியாய்ப் பார்த்தான். தலையாட்டினான்.

“என்ன செய்றது. பாவமாருக்குன்னுதாங் கூட்டியாந்து வச்சிது. வர்றவங்ககிட்டயும் கேட்டுப்பாத்தாச்சி. சின்னப்பையன்தான். ஒண்ணும் பிரச்சனை இருக்காது. கடை கண்ணிக்கி ஒட ஓடியார ஒத்தாசையா இருப்பான்னு.”

“யாருதாங் ஒத்துக்குவா முன்னபின்ன தெரியாத பையன வீட்ல வச்சிக்க.”

“கௌம்பி ஊருக்குப்போ. டிக்கட்டு எடுத்துக் குடுக்கச் சொல்றேங்.”

வெறுமனே நின்றுகொண்டிருந்தான்.

“அவருக்கு சொல்றதுக்கு கஷ்டமா இருக்குன்னுதாங் என்னை சொல்ல சொன்னாரு. எனக்கும் கஷ்டமாத்தாங் இருக்கு.”

படிகளில் ஒருக்களித்து இறங்கி சென்று கொண்டே பேசிச் சென்றாள்.

“அதுவும் எங்கப் பக்கத்துப் புள்ளையா இருக்கேன்னுதாங் இதுங்கூட இத்தினி மாசமா இங்க வச்சிருக்கு. வேற தெரியாத ஊரா . . .”

அவள் குரல் தேய்ந்து மறைந்தாள். மீண்டும் கதவைச் சாத்திக் கொண்டான். இருள் சூழ்ந்தது. சுருண்டு படுத்துக் கொண்டான்.

5

விடிந்தெழுந்து கதவைத் திறந்தான். சருகுபோல் மெல்லியதான ஒரு ஜீவனாகிவிட்டதுபோல் உணர்ந்தான். நகரத்து இயக்கத்திற்கு விலகியவனைப் போல் காட்சிகளை ஒட்டாமல் பார்த்துக் கொண்டிருந்தான். பசி கண்களை வளையமிட்டிருந்தது. சன்னலிலிருந்த சில்லரைகளை எண்ணினான். காலையில் சாப்பிடுவதைத் தவிர்த்தால் ஒரேயடியாய் இரவுக்குமாய் சாலையோரத்துக் கடையில் மதிய சாப்பாடு சாப்பிடலாம் என நினைத்தான். வெகு நேரம் குளிக்காமல் உட்கார்ந்திருந்தான்.

வீட்டுக்கு குடிவரப்போகிறவர்கள் வந்தார்கள். வீட்டை துழாவித் துழாவிப் பார்த்தார்கள். இவன் வெளியே நின்று கொண்டிருந்தான். போகும்போது அவர்கள் இவனை எதேச்சையாகப் பார்ப்பதுபோல் பார்த்து சென்றார்கள். அவர்கள் போவதையே பார்த்துக்கொண்டிருந்தான்.

நடக்க ஆரம்பித்தான். பையில் பதினைந்து ரூபாய் இருந்தது. கடைசி இருப்பு. மேற்கொண்டு வேலையும் தங்குமிடமும் தேட வேண்டும்.

பிரதான சாலை ஓரத்தில், சந்துகளில் சாலை ஓர உணவுக்கடைகள் ஊதா வண்ணத்திலும், மஞ்சள் வண்ணத்திலும் வெள்ளை வண்ணத்

திலும் சாக்குகள் தலைப்பந்தலாய் விரிந்து தொங்க துரிதமாக இயங்கின. சாக்குகளின் மடிப்புகளில் நெளிநெளியாக நகரப் புழுதி படிந்து படிந்து கறுப்பாகிவிட்டது. சாக்குகளின் மேல் தூங்குமூஞ்சி மர இலைகள் கொட்டிக் கிடக்கிறது. புதிய மஞ்சள் ஊசிப் பூக்களை அசைதலில் உதிர்க்கிறது மரம். மரத்தின் நிழலில் கடைகள் ஆவியை வெளியிட்டபடி கறுத்துக் கிடக்கின்றன. கடைக்குக் கடை தடுப்பாக ஒரு பெஞ்சோ அல்லது அட்டைப்பெட்டி விரிப்போ நின்று கொண்டிருக்கிறது. நடைமேடை கடைவாசிகளால் கைப்பற்றப்பட்டு செங்கல் முட்டு அடுப்புகளில் தீ கொதிக்கிறது. தீயில் செங்கல்லும் பாத்திரங்களும் கறுப்பாய் போய்விட்டன. கடை முகப்பில் சோறு குவிக்கப்பட்ட அண்டாவின் பின்னால் அன்னவெட்டியை ஆயுதம் போல் கையில் கெட்டியாகப் பிடித்திருக்கிறான். சோறுபோட்ட இடைவெளியில் அண்டாவில் அன்னவெட்டியால் மேளம் கொட்டுகிறான். சோறு குவிக்கப்பட்டதை விட உயரம் கம்மியாக இருந்தான். கள்ளிப் பலகை பெட்டிமேல் ஏறி ஈர கசகசப்பை விடுத்து நிற்கிறான். தரையில் சுரந்து கொண்டிருப்பது போல் சதா ஈரம் இருந்து கொண்டிருந்தது. எச்சில் பண்டத்தில் கொத்தாய் மொய்க்கும் ஈக்கூட்டம்போல் கடைக்குக்கடை மனிதக்கூட்டம் நெருப்பை அள்ளித்தின்பது போல் வேர்த்து வழிய சாப்பிடுகிறது சோற்றை. முதல் கடையில் டோக்கன் வழங்க ஒருவன் இடிந்த கண்களுடன் ஈரத்தில் நிற்கிறான் முண்டாபனியனோடு. பார்சல் கட்டுவதற்கு ஊசபோடும் பாலிதத்ன் தாள்கள் முன் ஒருவன் பழுதுபடாத எந்திரம்போல் சோறு மடிக்கிறான். சோற்று மலையை கீறிக்கீறி தூள் தூளாக்குகிறான் அன்ன வெட்டியால். ஈயத்தட்டுகள் பாலித்தீன் தாள்களில் பளபளக்கின்றன. சோற்றை வெட்டிப் போடப்போட அண்டாவில் குறையாமல் வளர்ந்து கொண்டிருந்தது. போதாமையின் குரல்கள் தட்டேந்தி மிதக்கும் கரங்களின் வழி ஒலிக்கின்றன. தட்டுக்களில் வேகவேகமாய் பொத்பொத்தென்று விழுகிறது சோறு. தேனீர் ஆற்றும் தோரணையில் குழம்பும் ரசமும் ஊற்றுகிறான். எக்ஸ்ட்ரா சாப்பாடு குரல்கள் எச்சில் தட்டுகளோடு சோறு வெட்டுபவனின் முகத்தைச் சுற்றி மிதக்கின்றன நெருங்கிக்கொண்டு. சாப்பாடு ஏழு ரூபாய். துண்டாடப் பட்ட கத்தரிக்காய், கொத்தவரை, நைந்துபோன பருப்புகளின் உதிரிகள் இருந்தது. சந்தையில் அன்றைய குறைவு விலை காய்கறியில் பொறியல், அழுக்கு மஞ்சளில் உள்ளங்கை அளவு அப்பளம். எக்ஸ்ட்ரா சாப்பாடு நான்கு ரூபாய். வாகனங்கள் சத்தத்தையும் புழுதியையும் இரைத்தபடி சீறிக்கொண்டிருந்தன.

பத்து ரூபாய்த்தாளைக் கொடுத்து ஒரு சாப்பாட்டுக்கான டோக்கன் வாங்கினான். கருநீலநிற வட்ட பிளாஸ்டிக் டோக்கன். மீதம் சில்லரைக்காக காத்திருந்தான். மீதம் மூன்று ரூபாயை சில்லரை இல்லை சாப்பிட்டு வாங்கிக்கொள் என்றான். இவன் நின்றதைக் கவனிக்காதவன்போல் வாகனங்கள் நெரிந்து சீறும் சாலையைப் பார்த்துக் கொண்டிருந்தான். பிளாஸ்டிக் டப்பாவை அலுப்பாய் துழாவி ஒரு ரூபாய் எடுத்துக் கொடுத்து மிச்சம் இரண்டு ரூபாயை

சாப்பிட்டு வாங்கிக் கொள்ளச் சொல்லி வியாபாரம் கவனித்தான். பணத்தை வாங்கிப் போடுவதும் டோக்கனை, குவளை மூடியில் அடித்து சப்தமெழுப்பி வைப்பதுமாய் இருந்தான். டபடப்பென சில்லரைகளையும், டோக்கனையும் குவளையில் அடித்து வைப்பது அவனது வேலையின் இருப்பைக் கூறிக்கொண்டிருந்தது.

டோக்கனை நீட்டினான்.

கும்பல்களுக்கிடையில் சோறிடும் கரம் எதை எதையோ வாங்கும் போது இவன் கையிலிருந்து டோக்கனையும் பிடுக்கிக்கொண்டது. சோறிடுபவன் சோற்றை வெட்டி தட்டில் பரப்பி சாம்பாரைத் தூவுவதுபோல் பரப்பி ஊற்றினான். இவன் முதுகில் எச்சில்தட்டு இடித்தது. கிழவர் கண்ணாடிப் போட்டுக்கொண்டு வேர்த்து வழிய வெயிலில் நின்றுகொண்டு மேலுதடிலும் கீழுதடிலும் சோற்றுப் பருக்கைகள் ஒட்டிக்கொண்டிருக்க சிரித்தார். சாப்பாட்டை வாங்கி ஓரமாய் வந்தபோது அப்பளம் காற்றில் எழுந்தது. சுதாரித்துப் பிடித்தான். நொறுங்கிய அப்பளத்தை சாதத்தில் நுழைத்து தக்க வைத்து சாப்பிடத் தொடங்கினான். வேர்க்கத் தொடங்கியது. மஞ்சள்நிற பிளாஸ்டிக் குவளையில் வெளிர்பழுப்பு குடிநீர் உள்ளே சோற்றுப் பருக்கையுடன் இருந்தது. ஒருவர் குடித்துத் தரக் காத்திருந் தான். குடிநீர் குவளை வெவ்வேறு கரங்களுக்குத் தாவிச் செல்வதும் சிமிண்டு கட்டையில் அமர்வதுமாய் இருந்தது. கடையிலிருந்து, கூன் விழுந்த மனித முதுகுபோல் உப்பிய வயிறுடன் பெருச்சாளி ஒன்று உருளை ரம்பம் போலிருந்த வாலுடன் எட்டிப்பார்த்தது. ஒருவர் அதிசயித்தவர்போல் பெருச்சாளி பெருச்சாளி என்று கடைக்காரரிடம் கத்தினார். அவன் சாவகாசமாய் வேண்டுமென்றால் பிடித்துச் செல் என்றான். எல்லோரும் சிரித்தார்கள்.

எச்சில் தட்டுகள் சாலை மூலையில் குவிகின்றன. சிறுவன் பாலித் தீன் தாள்களையும் தட்டுகளையும் பிரித்து அருகில் உள்ள குவளை நீரில் முங்கி முங்கி எடுக்கிறான். எச்சில் தாள் குவிந்த பகுதியில் பருக்கைகளையும் ஒதுக்கப்பட்ட காய்கறிகளையும் காகங்கள் தத்தித் தத்தி பொறுக்கித் தின்கின்றன. சிறுவன் கையில் தண்ணீர் எடுத்து காகங்கள்மேல் விசிறினான். காகங்கள் அவனுக்குப் போக்குக் காட்டின.

எக்ஸ்ட்ரா சாப்பாடு கேட்டான்.

தட்டு பிடுங்கப்பட்டு ஒரு குறை அன்னவெட்டி சோறு விழுந்தது. ரசம் ஊற்றினான். சாப்பிட்டு முடித்து கையலம்பி முழுக்கால் சட்டை சொக்காயினுள் கை நுழைத்துத் துடைத்தான். வாயை இடது பக்க தோள் பட்டையாலும் வலது பக்கத் தோள்பட்டையாலும் துடைத்தான். சட்டைப்பையிலிருந்து இரண்டு ரூபாய் எடுத்துக் கொடுத்தான்.

"என்ன ரெண்ரூவா?"

"நீங்க எனக்கு ரெண்ரூவா தரணும்."

"எப்போ?"

"பத்து ரூபா குடுத்தேங். சில்ற இல்லேன்னு ஒரு ரூபா குடுத்துட்டு ரெண்டு ரூபாய் சாப்பிட்டுட்டு வாங்கிக்க சொன்னீங்க."

"ம்."

"ஒரு எக்ஸ்ட்ரா சாப்பாடு வாங்கினேங்."

"நாலு ரூபா."

"அதாங் நீங்க ரெண்டு ரூபா தரணும். இந்த ரெண்டு ரூபாயோட கணக்கு சரியாப் போச்சி."

டோக்கன்காரன் யோசித்தான்.

"நான் ஒனக்கு ரெண்டு ரூபா தரணுமா?"

"ஆமா."

"சில்ற இல்லேன்னா மொத்தமா மூண்ரூபா குடுக்குறேன்னு சொல்லிருப்பேங். ஒரு ரூபா குடுத்துட்டு ரெண்டுரூபா தரேன்னு சொல்லிருக்கமாட்டேங்."

"இல்லிங்க நீங்க அப்படித்தாங் சொன்னீங்க."

"மாஸ்டர் இத நேர் பண்ணு."

உள்ளிருந்து தடியன் ஒருவன் வந்தான். இவன் சிறு மனக்குலைவு அடைந்தான். அவனைப் பார்த்தவுடன் பீதி படர்ந்தது உடலெங்கும். சாப்பிட்ட உணர்ச்சி அற்று சட்டென எச்சில் வறண்டு உதடு உலர்ந்தது.

தடியன் ஆரம்பத்திலிருந்து கதைகேட்பவன்போல் கேட்டுவிட்டு டோக்கன் கொடுப்பவனைப் பார்த்தான்.

"இல்ல மாஸ்டர் அவங் பொய் சொல்றாங்."

"இல்லீங்க சத்தியமா அவரு ரெண்ரூபா தரணுங்."

பின்புறத்தில் யாரோ கொத்தாய் சட்டையைப் பிடித்து இழுத்தார் கள். திரும்பிப் பார்க்க முடியாத சிரமத்தில் தலை திருப்பினான். முன்புறம் ஒரு அறை விழுந்தது. யார் அடித்தது என யூகிக்குமுன் இடுப்பில் எட்டி உதைத்தான் டோக்கன் வழங்குபவன்.

"ஏங்க சத்தியமா அவரு ரெண்டுரூபா தரணுங்க."

உதையினிடையில் பேச்சு அறுந்து துண்டு துண்டாக முனகினான்.

"தேவிடியாப்புள்ள பிச்சை எடண்டா."

"இல்லங்க அவரு சத்தியமா ரெண் . . ." முகத்திலறைந்தான். கூட்டம் சிதறியது. கிரீஸ் படிந்த ஒரு ஆள் ஓடிவந்து விலக்கினான். எல்லோரும் வேடிக்கைப் பார்த்துக்கொண்டு சாப்பிட்டார்கள். கிரீஸ் சட்டைக்காரன் ஆரம்பத்திலிருந்து நிதானமாக கேட்டுவிட்டு சொன்னான்.

"துட்டு தானே நாந்தரேங், அவன விடு. தம்பி போப்பா."

"எதுக்கு சார் நீங்க தர்றீங்க. இந்த மாதிரி ஏமாத்தர பயலுங்கள விடக்கூடாது சார்."

"நான் ஏமாத்தலைங்க."

"தம்பி போப்பா."

கண்ணாடி போட்டக் கிழவன் போகும்படி தலையட்டினான். கசங்கிய சட்டையை சரிசெய்தபடி கிரீஸ் சட்டைக்காரனைப் பார்த்தான்.

"ரொம்ப நன்றிங்க."

கிரீஸ் சட்டைக்காரன் அவனை உற்றுபார்த்தான்.

"பரவால்ல போ."

சாலை ஓரமாய் அழுகையை அடக்கியபடி நடந்தான். புத்தகக் கடை அருகே வந்து நின்றான். அம்மாவின் ஞாபகம் வந்தது. கசிந்து அழுதான். அவனைப் பார்த்துக்கொண்டு கடந்தார்கள் சிலர். எங்காவது தனியாய் சென்று உட்கார்ந்து கொள்ளவேண்டும் போலிருந்தது. சாம்பாரும் சோறும் சட்டையில் ஒட்டிக் கொண்டிருந்தது. தட்டிவிட்டபடி நடக்கத் தொடங்கினான்.

6

பகல் முழுதும் பூங்காவினுள் கழித்துவிட்டு அறைக்கு வந்தான். வீட்டின் உரிமையாளர் படிக்கட்டில் இறங்கிச் சென்றார். இவன் அவரைப் பார்த்து மரியாதை செய்தான். திருமணம் ஒன்றிற்காக ஊருக்குச் செல்வதாகவும் நாளை இரவு வந்துவிடுவதாகவும் விசாரிப்புக்கு பதில் சொல்லிச் சென்றார்.

பூங்காவில் அதிக நாழிகை அம்மாவின் நினைவு வந்து கொண்டிருந்தது. சுரக்கும் வியர்வையை சகித்தபடி உட்கார்ந்திருந்தான். வீட்டுக்காரர் ஊருக்குச் சென்றிருப்பதை உணர்ந்ததும் ஒரு மகிழ் பொறி தட்டியது. எழுந்து கதவை சாத்தி படிக்கட்டில் ஏறி மேல் தளத்தை அடைந்து மர ஏணியில் ஏறினான். மொட்டை தளத்தில் தலை முளைத்து மேலேறும் போதே காற்று சிறு குழந்தைபோல் மோதியது. ஒவ்வொரு படி நிலைக்கும் காற்று படிப்படியாய் உடலைச் சூழ்ந்தது. மிகவும் ஆறுதலாக உணர்ந்தான். உடல் முழுதும் மேல் தளத்திற்கு வந்தபோது காற்று ஊதி ஆடைகள் புடைத் தெழுந்தது சிறுசிறு சடசடப்பான ஒலிகளுடன். கீழே பிராந்தியம் மஞ்சள் வெளிச்சப் புள்ளிகளால் கறுப்பில் மிதந்தது. தூரத்தில் வாகனங்கள் மௌனப்படம்போல் ஓசை தராது சென்று கொண்டிருந்தன. அருகருகே உள்ள மொட்டைமாடிகளில் சன நடமாட்டம் தெரிந்தது. பெரியவர்கள் நாடா கட்டிலிலும் சாய்வு நாற்காலிகளிலும் உட்கார்ந்து காற்று வாங்கிக் கொண்டிருந்தார்கள். குழந்தைகள் மொட்டை மாடியில் ஓடிப்பிடித்து கூச்சலிட்டுக் கொண்டிருந்தார்கள்.

சட்டையைக் கழற்றி அருகே வைத்து உட்கார்ந்தான். காற்றுடன் உட்கார்ந்திருந்தது ஆனந்தமாக இருந்தது அவனுக்கு. நீர்த்தேக்கத் தொட்டியில் சாய்ந்து உட்கார்ந்தான். நீர் நீரம்பிய உட்சுவரின்

குணம் வெளிச்சுவரில் தெரிந்தது. முதுகு சில்லென்றதில் சிரித்துக் கொண்டான். அவனின் நெருக்கடிகள் அனைத்தையும் மறந் திருந்தான்.

அருகாமை மொட்டை மாடியில் குழந்தைகள் உறங்க ஆரம்பித்த போது பெரியவர்கள் பனிக்கு அஞ்சி குழந்தைகளை கீழே தூக்கிச் சென்றார்கள். இளைஞர்கள் மேல் தளத்திற்கு பாய் தலையணை யோடு வந்து சேர்ந்தார்கள். தெரு விளக்குகளின் தலையில் இருள் உட்கார்ந்திருந்தது. வாகனங்கள் உதிரிகளாகிவிட்டிருந்தன தூரத்தில்.

கால்களை நீட்டிப்படுத்துக்கொண்டான். சட்டையை சுருட்டி தலைக்குக் கீழ் வைத்துக் கொண்டான். கண்மூடினான். இருள் கவிந்தது. நடுநிசியில் குளிர் உருட்டியது அவனை. தொடை இடுக்கில் கை நுழைத்து சுருண்டு கொண்டான். கதவு தட்டப்படும் ஓசை கேட்டு வீட்டுக்காரரின் மனைவி எட்டிப்பார்க்கிறாள். எதிரே நான்கைந்து ஆட்கள் நின்றிருக்கின்றார்கள். இவனின் பெயரைக் கூறிக் கேட்கிறார்கள். அவள், இவன் இங்குதான் தங்கியிருப்பதாக கூறுகிறாள். அவர்கள் தொழிற்சாலையில் நடந்ததைக்கூற வீட்டுக்காரி அதிர்ந்து முகம் விகாரமடைகிறாள். சூப்பர்வைசர் இறந்து விட்ட தாகவும் இவன்தான் தள்ளிவிட்டுவிட்டு ஓடிவந்துவிட்டதாகவும் முறையிடுகிறார்கள். தப்பிக்க நினைத்தால் போலீஸிடம் சொல்லி விடுவோம் என்றும் மிரட்டுகிறார்கள். பின்புறத்தில் நின்றவள் அழுகிறாள். அவன் அம்மா என வெளிச்சத்தில் தெரிகிறது. “என் மகன் மீது எந்தத் தவறும் இருக்காது” என அழுகிறாள்.

மூத்திரப்பை துடிப்புடன் நீர் நிரம்பி அதிர்ந்தது. அவன் அம்மா வின் அழுகுரல் அனைவரும் பரிதாபப்படும்படியானதாகத்தான் இருந்தது. வீட்டுக்காரி மேலே கை காட்ட படிக்கட்டில் ஏறுகிறார்கள். அம்மா முண்டிக்கொண்டு ஏறுகிறாள்.

மூத்திரப்பையிலிருந்து சிறுநீர் சிதறிவிடும்போலிருந்தது.

அம்மா அழுது கொண்டே படியேறுகிறாள். உயிர்த்துடிப்பு துரிதமாகி டக்கென நின்றது போலிருந்தது. சடக்கென எழுந்தான். கறுப்பு வானம் மஞ்சள் புள்ளிகளோடு இருந்தது. சிறுநீர் விடவேண் டிய துரிதத்தை உணர்ந்து எழுந்து நடந்தான். உடலில் பதற்றம் தொற்றியிருந்தது.

வெடுக்கென்று அவன் காலை யாரோ பலமாக கீழ்நோக்கி இழுப்பதைப்போல் உணர்ந்தபோது அதிர்ந்து வீறிட்டான். மூத்திரம் சிதறியது.

தலித், மே - ஜூலை 2002

ஆட்டத்தின் விதிமுறைகள்

அகலமான சாலையின் ஓரத்தில் நெளிந்து கிடக்கும் பாம்பு போல் ஏரி வற்றிப் போயிருந்தது. ஜோசியன் கலியன் வற்றிய ஏரியின் மறுபுறம் படுத்திருந்தான். காலை வெயில் ஏறி விட்டிருந்ததில் அவனுக்கும் அருகே நின்ற அவன் பழைய மிதிவண்டி தன் நிழலை அலை அலையான மணலில் நெளிய விட்டிருந்தது. கலியனின் ஜோசியப்பை மிதிவண்டியில் சுருட்டி தொங்கிக்கொண்டிருந்தது. அழுக்குப் படிமங்களில் வண்ணம் மாறிவிட்ட பையின் காதுகள் வெயிலில் பளபளத்தது. ஊர் ஜோசியனை அறிந்ததை விடவும் பையும் மிதிவண்டியும் தான் அவனை அதிகமும் அறியும். அதிகமும் நரைத்துப் போய்விட்ட முடி, ஓடாகி விட்ட நெஞ்சு, ஒற்றை நாலுமுழ வேட்டி, நீள துண்டு, அழுக்குப் பூணூல் எல்லாமும் மணலைத் தொட்டுக் கொண்டிருந்தன. இதுவரை குடி வாசனை அறியாத கலியன் எப்பொழுது குடிக்கத் தொடங்கினான் என ஏரியில் மலமிருக்க வந்த ஆட்கள் விவாதித்துக் கொண்டு சென்றார் கள். ஜோசியனின் கோலம் ஊரில் சுழலும் காற்றில் மெல்லப் பரவிக் கொண்டிருந்தது. எத்தனையோ நபர்கள் எழுப்பியும் அவனால் எழ முடியவில்லை. சிலரின் அதிகப் படியான தூண்டுதலில் எழுந்தமர்ந்து விழித்துப் பார்த்து, இமைகளைத் தொடர்ந்து பிரித்திருக்க முடியாத சூழலில் மீண்டும் கண்மூடி சுருண்டு படுத்துக்கொண்டான். ஒரு வகையில் அனைவரும் அவனுக்காகப் பரிதாபப்பட்டார் கள். குடிக்கத் தொடங்கிவிட்ட அவன் ஜோசியத்தை இனி எப்படி நம்புவது என்றார்கள். கலியனின் ஜோசியமும், வெகுளிப் பேச்சும் தான் கலியனை மக்களோடு பிணைத் துப் போட்டது. நடக்கும் தெரு, நிற்கும் மரத்தடி, வயல்கள் என எங்கு நிறுத்திக் கேட்டாலும் வெடிச்சிரிப்பும், கிரக நிலைகளும் புரண்டு வரும். வெற்றிலைக் காவியால் பழுப் படைந்து விட்டது பற்கள். ஜோசியத்தை கிண்டல் செய்யும் சில நபர்களுக்குக் கூட வலுக்கட்டாயமாக ஜோசியம் சொல்லி ஏற்றுக் கொள்ளாமலிருக்க முடியாமையில் திணறி இருக்கின்றார்கள். "ஐயா இது என் தாத்தா வீர சிவ

என் வீட்டின் வரைபடம் .139.

சண்முகத்துகிட்டேயிர்ந்து கத்துக்கிட்டது. பொழப்புக்காக கட்டத் தூக்கல. உங்கப்பாவுக்குத் தெரியும் என் தாத்தனப் பத்தி. அவன் இந்த ஊருக்கே சித்தன்; ரிஷி" என்று சொல்லி கடகடவென சிரிப்பார்.

இருபது வருடங்களுக்கு மேலாக அவரின் மக்கல் மிதிவண்டி இந்த வட்டாரத்து கிராமங்களைச் சுற்றி வருகிறது. அது அறியும் பாதைகள் ஏராளம். பிரேக், பெல் எதுவுமில்லாத அது கலியனுக்கு மட்டுமே கட்டுப்படும். சைக்கிளின் பின்புற வெள்ளையில் வாடகை சைக்கிள் போல் "கலியன் ஜோசியர்" என்று சிவப்பு நிற எழுத்துக்கள் ஜுரம் அடிப்பது போல் அதிர்ந்து நெளிந்து கொண்டிருக்கும். சைக்கிளில் ஏறி உட்கார்ந்தால் இதுவரை வேகமாக போனதாக எந்த வரலாறும் கிடையாது. அரச உலாதான் பராக்கு பார்த்துக் கொண்டு. சைக்கிள் அவர் ஏறி அமர்ந்து அசைந்து அசைந்து ஓட்டுவதில் "கயக், முயக்" என்று அவருடன் பேசிக் கொண்டே வரும். ஏறும்போது ஒரு முனகல் இறங்கும் போது ஒரு பிரிய வெளிப்பாடு என இணக்கம் கொண்டிருந்தது. ஏறுமுன் எப்போதும் சைக்கிள் இருக்கையை வலது கரத்தால் ஒரு தட்டு தட்டுவதில் அதிரும். உண்மையில் அந்த மிதிவண்டியோடு மானசீகமாக ஒட்டிக் கொண்டிருந்தார். "என்னோட சைக்கிளை எந்த ராஜாவும் தொட முடியாது" என்பார். ஊர் ஆண்களை விட வும் பெண்கள் அவரோடு பிணைந்திருந்தார்கள். குழந்தைக்கு பெயர் வைப்பு, பள்ளிக்கூட சேர்ப்பு, ருதுவானது, சுபகாரிய நாட் குறிப்பு, திவசம், காரியம், இளைஞர்களுக்கு விளையாட்டு நாள் குறிப்பது உட்பட அவரது முகம் பல மனதில் படர்ந்திருந்தது. இத்தனைக்கும் பார்ப்பதற்கோ, நாள் குறிப்பதற்கோ யார் என்ன கொடுக்கிறார்களோ அதுதான். கும்பிட்டு வாங்கிக் கொள்வார். காரியங்களில் குடித்துவிட்டு சட்டம் பேசும் மனிதர்களை சிரித்துச் சிரித்துப் பேசி கையாளும் ஒரு லாவகம் அவரிடம் படிந்து போயிருந்தது. குறிப்பிட்ட கிராமங்களின் அனைத்து குடும்ப விசேஷங்களோடும், துக்கங்களோடும் ஒன்றாகக் கலந்துவிட்ட ஒரு ஜீவன் கலியன்தான். முதல் நாள் சண்டை போட்ட வீடாக இருந்தாலும் மறுநாள் சைக்கிளை நிறுத்தி பேசி விட்டுத்தான் செல்வார். ஊரின் ஒரு உறுப்பாகிவிட்ட ஜோசியனுக்கு அவர்கள் பிரித்துப் பார்த்தறியாத உரிமையையும் பிரியத்தையும் வழங்கியிருந்தார்கள். ஜோசியனின் நான்கு பிள்ளைகளில் மூன்று ஆண்களும் இத்தொழிலை விடுத்து வெளியூர் சென்று விட்டார்கள். கடைசிப் பெண் கன்னியம்மாள் கணவன் வீட்டிலிருந்து வந்து விட்டிருந்தாள்.

2

அன்று ஆசிரியர் வீட்டில் ஆசிரியரின் நான்கு பையன்களுக்கும் ஜோசியம் பார்த்து விட்டு பிறகு தலைப்பிள்ளை ஜாதகப்படி தந்தைக்கு மாரகதசை பார்த்து சொல்லிவிட்டு கிளம்பிவிட்டிருந்தார்.

வெயில் தகதகத்துக் கொண்டிருந்தது. வாசல் வரை வந்துவிட்ட கலியனை ஆசிரியர், "சாத்தமங்கலத்தில கலா பையனைத் தெரியுமா ஜோசியரே" என்றார். கலியன் திரும்பி, "சதாசிவம் சொந்தக்கார பையன் தானே; டைலர் பையன்," என்றார்.

"அவனேதாங் ... டவுன்ல இப்ப கடை போட்டிருக்கானாம். பொண்ணு இருந்தா சொல்லுங்கன்னு சொன்னாங்க." ஜோசியர் நெற்றிச் சுருக்கி யோசித்து 'ம்" என்றார்.

"பையன் நல்லப் பையன்தாங். கலியனுக்கு சரின்னா கன்னியம் மாளை பேசிப் பார்க்கலாமா?" என்றவுடன் கலியன் திடுக்கிட்டவர் போலத் தெரிந்தது. "உங்கப் பொண்ணுக்கும் வயசாயிட்டுப் போவுது. நல்ல குடும்பம் தாங்" என்று சொல்லிக் கொண்டிருக்கும் போதே கலியன் சைக்கிளை ஸ்டாண்ட் போட்டு நிறுத்திவிட்டு விடுவிடுவென மீண்டும் வீட்டுக்குள் நுழைந்தார். "வாத்தியார்கிட்ட சொல்றதுக்கு என்ன இருக்கு? கன்னியம்மாளுக்கு வர தை வந்தா வயசு முப்பது முடியப் போவுது" என்று இழுத்தார். திடீரென பரபரப்பாகிவிட்டவர் போல தோன்றியது. "பையன நானும் பார்த்திருக்கேன். நல்ல மாதிரிதாங். போனா வந்தா வழியில மரியாதையா பேசுவாபடி" என்றார். "எதுக்கும் ஜாதகத்தை எடுத்திட்டு வரச்சொல்லுங்க. போட்டு பார்த்திருவோம்" என்றார் ஆசிரியரின் முகத்தைப் பார்த்த படி.

"என்ன ஜாதகம்? மனம் ஒத்தா இனம் ஒத்தபடி." சட்டென மறுத்தார் கலியன். "படிச்சவுங்க நீங்க. நீங்களே இப்படிப் பேசக் கூடாது. கிரகம் இல்லாம எதுவும் இல்ல. நீங்க சொல்றபடி பாத்தா கன்னியம்மாள் ருதுவான ரெண்டாம் வருஷமே கட்டிக் குடுத்திருக் கணும். ஏகப்பட்ட ஜாதகம் வந்திச்சு. ஒண்ணும் பொருந்தி வரல. எனக்கே சில நேரம் ஏண்டா இவ பொறந்தான்னு ஆயிடுது."

"இப்போ வாத்தியாரே நம்ம உள்ளங்கை இருக்கு. இந்த மொழங்கை மாதிரியே உள்ளங்கை இருந்தாயென்ன? அதுல ஏன் ரேகை கோடுங்க இருக்கணும்?"

"உங்க கைய காட்டுங்க" என்று டக்கென்று நீட்டி ஆசிரியரின் கரத்தைப் பிடித்து உருட்டியும் திருப்பியும் உற்றுப் பார்த்தார்.

"ரேகையெல்லாம் பார்ப்பியா கலியா?"

"கொஞ்சம் கொஞ்சம் வாத்தியாரே ... ஆனா ஜாதகம் மாதிரி தெரியாது" என்று கூறி "டீச்சரம்மா உள்ற இருக்காங்களா?" என்றார் கிசுகிசுப்பாய்.

"இல்ல"

கலியன் "ஒங்களுக்கு டீச்சரம்மாவ கல்யாணம் பண்றதுக்கு முந்தியே வேறொரு பொண்ண பொண்டாட்டி அந்தஸ்தில வச்சிருந் திருக்கணும் நீங்க" என்றார். "தாலி கட்டிருந்தாலும் ஆச்சரியப் படறதுக்கில்ல." ஆசிரியர் திடும்மென அதிர்ந்தவராய் கையை சாதாரணமாக இழுத்துக்கொண்டார்.

“நீங்க தப்பா எடுத்துக்கக் கூடாது. ஏதோ சொல்லிட்டேங். நான் சொன்னது தப்பா ரைட்டான்னு ஒங்க மனசாட்சிக்குத் தெரியும். எங்கிட்ட சொல்லவேணாம்.”

கலியன் மேல் இதுவரை இருந்த அபிப்ராயம் நொடியில் மாறி, முகத்தைக் காட்டவே என்னவோ போல் இருந்தது. சங்கடத்தைப் புரிந்து கொண்டவர் போல் “நான் கௌம்புறேங் வாத்தியாரே” என வெளியே வந்தபடி, “ஜாதகத்தை கொண்டு வரச்சொல்லுங்க. போட்டுப் பாத்து பொருந்தி வந்தா முடிச்சிருவோம்” என்றபடி சைக்கிளைத் திருப்பி இருக்கையில் ஒரு அடி அடித்தார். “ஆங்” என்றார் ஆசிரியர் உள்ளிருந்தபடி. கலியன் உக்கிரமான வெயிலில் அசைந்து அசைந்து மிதித்துக் கொண்டு சென்றார். செம்மண் புழுதியில் நிழல் சைக்கிள் மிதித்தபடி கூடவே சென்றது.

3

சதா வெய்யிலிலேயே நின்று வேலை செய்து பொழுதை தீர்த்து விட்டு வரும் கன்னியம்மாளின் முகம் எப்போதும் ஒரு நிழல் போலவே இருந்தது. அரைப் பொம்பிளை, அரை ஆம்பிளை என்பார்கள் ஊரில். ஒரு வகையில் தற்போது அவளை அரைப் பொம்பிளை என்று கருதுவதும் சரிதான். அவள் பருவங்களைக் கடந்து அரைப் பொம்பிளை போலவே இருந்தாள். முதிர்ச்சி என்றார்கள் அவளை. பூப்பெய்திய ஆறாம் மாதத்திலிருந்து மாப் பிள்ளைத் தேடும் அவர்கள் கன்னியம்மாளை கிழவியென்றாலும் ஆச்சர்யப்படுவதற்கில்லை.

கன்னியம்மாள் கறுப்பு அழகு. அவள் முகத்தை பார்க்குமுன் அவள் மார்பைத்தான் பார்த்தார்கள். ஒரு காலத்தில் அவளுக்கு சங்கடமாக இருந்தது. பின்பு பழகிப் போனது. ஆம்பளைங்கன்னா பார்க்கத்தாங் செய்வாங்க என்றாள். காடு கழனியில் புராதனப் பெண்கள் உலகத்தோடு குழுமிக் கிடப்பவளுக்கு இந்த வார்த்தையை யாரோ லகுவாக கற்றுக் கொடுத்திருந்தார்கள். உச்சிப் பொழுது இறங்கி வெய்யலின் கொடூரம் குறைந்து கொண்டிருந்த நேரத்தில் அடுப்புக்குக் குச்சி பொறுக்கிக் கொண்டிருந்தாள்.

கன்னியம்மாளுக்கு படிப்பு ஏறவில்லை. நான்கும் மூன்றும் எத்தனை என்றால் “ஏழு” என்பாள். மூன்றும் நான்கும் எனத் திருப்பிக் கேட்டால் “அது என்ன கணக்கோ” என்பாள். அவளின் அண்ணன்கள் படித்து கரையேறிச் சென்றார்கள். இவள் அடுப் படியில் அம்மாவின் இடத்தை நிரப்பிக் கொண்டிருந்தாள். தாய்மை அவளுக்கு முகத்திலும், பேச்சிலும், விரல்களிலும் சொட்டிக் கொண்டிருந்தது. கருமை படிந்த சமையல்கட்டும் அவளும் பிரிக்க முடியாதபடி இருந்தார்கள். “காடு கழனியில் வேலை செய்றதுக்கும் சமைக்கறதுக்கும் தெரிஞ்சிகிட்டா போதும். யாராவது கட்டிக் குவாங்க” என்பாள் அப்பாவியாய் சிரித்தபடி. பருவக்கனவுகளுடன் கழிந்த காலம் போய் விட்டது அவளுக்கு. அவளின் தோழிகள்

அனைவருக்கும் நடையில் ஒன்றுமாய் கையில் ஒன்றுமாய் குழந்தைகள் இருக்கிறது. பிரியமாக வாரிக் கொள்வாள் குழந்தைகளை. "இவ்ளோ ஆசை இருக்கிறவ ஒப்பங்கிட்ட சொல்லேண்டி" என்பார்கள் கிண்டலாக. "நீ பெத்தத குடுத்துட்டுப் போயேங்" என்பாள். பிறகு "அது என்ன சோசியமோ கண்றாவியோ" என்பாள். விரக்தியின் சரடு அவளிடம் ரகசியமாக நெளிந்தோடிக் கொண்டிருந்தது. உலகின் நவீனச் சமாச்சாரங்கள் யாவும் அவளுக்கு கட்டுக்கதைகள் தாம். புளிச்சைக் கீரையும், இட்லி தோசையும் தான் அவளுக்கு யதார்த்தமான உண்மைகள். புதிய சமாச்சாரங்களிலும் அவளுக்கு ஈடுபாடும் இல்லை. கேட்டுக் கொள்ளவும் மாட்டாள். சில சமயம் நள்ளிரவு வரை கிழவிகள் சொல்லும் குடும்பக் கதைகளை கிழவியாகவே மாறி "உம்" போட்டுக் கேட்டுக் கொண்டிருப்பாள். இன்னும் சொல்வதானால் கிழவிகளுடன் தான் அவளுக்கு சகவாசம் அதிகம். "அவுங்கெல்லாம் கல்யாணம் பண்ணி, புள்ள பெத்து, அதை வளர்த்து ஆளாக்கி, காரியம் கணக்குப் பாத்து, பேரப்புள்ள கண்டவுங்க. அவுங்களுக்கு தெரியாததா?" என்பாள்.

அவளுக்கும் திருமணமாகியிருந்தால் இன்று இரண்டு மூன்று குழந்தைகள் பெற்றிருப்பாள் என்றாள் தட்டா நடை கிழவி. குச்சிகள் இன்று சற்று பெரிது பெரிதாகவே கிடைத்தன. வாழை தோப்பில் நார் பட்டைக்கிழித்து, முடிச்சிட்டு உருட்டி அலக்கிக் கட்டினாள் இரு பக்கமும். குனிந்து, நெம்பித் தூக்கி கால் முட்டில் தத்தி, தலை குனிந்து தூக்கி நிமிர்ந்தாள். சமனப்படுத்தி தலையில் நிற்க வைத்துவிட்டு, ஒரு கரத்தால் சோற்று வாளியை குனிந்து எடுத்துக் கொண்டு நடக்கத் தொடங்கினாள். படுகையிலிருந்து வீட்டுக்கு வரும் வரையில் ஒரு ஒப்புக்குக் கூட விறகைத் தொட்டுப் பார்க்க மாட்டாள். அது அவளுக்கு கௌரவக் குறைச்சல். சாயங்காலத்தில் தெரு கலகலவென்றிருந்தது. இருபக்கமும் தாழங்கட்டைகள் பெருகிய, நீர் சுழித்தோடும் வாய்க்காலுக்கும் அருகே இரண்டு வீடுகளின் பின்புறத்தில் அவள் வீடு இருந்தது. தெரு வழியே வீடுகளை கடந்து சென்றுகொண்டிருந்தாள். ஆண்களின் விழிகள் அவள் மார்பைத் தீண்டிச் சென்றன. ஆரம்பத்தில் குறுகுறுப்பும் அரு வெறுப்பும் இருந்தது. தற்போது அவளால் பார்த்த மாத்திரத்தில் ஒரு ஆளை எடை போட்டுவிட முடியும். "இந்த ஆம்பளைங்கள கண்டா சிரிப்புதாங் வருது. ஒருத்தி ஊட்டுக்காரனும் ஒழுங்கு கெடையாது" என்பாள்.

வீட்டுச் சந்தின் சுவற்றில் கூரையை உரசிக் கொண்டு சைக்கிள் சாய்ந்து கிடந்தது. கலியன் வீட்டுக்குள் இருப்பதான அடையாளம். விறகுக்கட்டை பொதீரென்று சாய்த்து கீழே தள்ளிவிட்டு தலை முடியை பரபரவென சொறிந்து விட்டுக் கொண்டாள். உச்சந்தலை முடிகள் கொத்து கொத்தாய் கலைந்து மேலெழுந்து நின்றது. "யாரு?" என்றார் கலியன். "ஆங்" என்றாள் பதிலாய்.

அந்த வார வெள்ளிக்கிழமை ஜோசியர் வீட்டில் கள்ளு வாடை நிரம்பியிருந்தது போலவே ஆட்களும் நிரம்பியிருந்தார்கள். கன்னியம்

மாள் வழக்கம் போலதான் என்று பெண்களுடன் சமையல்கட்டில் உட்கார்ந்திருந்தாள். இடையில் ஆசிரியர் வந்து கலியனைக் கூட்டிச் சென்றார். கன்னியம்மாள் தன் தகப்பன் குடித்திருப்பதாகக் கேள்விப் பட்டபோது அதிர்ந்து, அனைவரையும் பார்த்தவுடன் சமநிலைக்கு வந்தது. இத்தனை பேரும் சேர்ந்து கொண்டு தன் தகப்பனுக்கு வாங்கி வற்புறுத்தி ஊற்றியிருப்பார்கள் என எண்ணினாள். ஒருத்தி கிண்டலடித்ததற்கு "ஆம்பளைவோ குடிக்கிறாங்க. எங்கப்பாவும் ஆம்பளை தான்" என்றாள். மாப்பிள்ளையை அவளுக்கு மட்டுமல்ல அனைவருக்கும் பிடித்திருந்தது. "மணியங்கிற பேருக்கு ஏத்தமாதிரி எங்க புள்ள மணிதாங். ஆமாம் எங்க தங்கமணி, பவுனுமணி, வைரமணி" என்று ஒருத்தர் புறங்கையை வாயில் வைத்து கொட்டாவிவிட்டு சொல்லிக் கொண்டிருந்தார். மணியன் கறுப்பு நாற்காலியில் நாற்காலியோடு பிணைக்கப் பட்டவன்போல் உட்கார்ந்திருந்தான். கன்னியம்மாளும் ஊர் பெண்களும் திருட்டுத்தனமாக மாப்பிள்ளையைப் பார்த்தது போல் மணியனுக்கு வாய்ப்பு வராமல் உட்கார்ந்திருந்தான். அவன் துணி தைப்பவன் போல் தான் இருந்தான். வலது கை விரல் முட்டிகள் கத்திரிக்கோல் பிடித்துப் பிடித்து காப்புக் காய்ச்சிப் போயிருந்தது. ஆட்கள் உள்ளே செல்வதும், வாசலில் நிற்பதும், சந்தில் நின்று கூடிப் பேசுவதுமாய் இருந்தார்கள். "இந்த வாட்டியாவது ஜாதகம் ஒத்துக்கிட்டாப் பரவாயில்ல" என்றாள் ஒருத்தி. மாப்பிள்ளை வீட்டுத் தரப்பில் ஒரு ஜோசியனை கூப்பிட்டு வந்திருந்தார்கள். அவனது பட்டை மூக்கில் லத்தையாய் மூக்குக் கண்ணாடி அழுந்தி தொங்கிக் கொண்டிருந்தது. கண்ணாடியுள் உருளும் அவன் விழிகள் அவனது அசைவுகளுக்கேற்ப சிறிதும் பெரிதுமாக சில சமயம் விழியே அற்றவன் போல தெரிந்து கொண்டிருந்தான். அவனும் குடித்திருந்தான். "பொண்ணோட தாய்மாமன் யாரு?" என்றான் புதிய ஜோசியன். கன்னியம்மாளின் தாய்மாமன் ஜோசியனின் அருகில் நின்று கொண்டே "என்னப் பார்த்தா தாய் மாமனா தெரியலையா?" என்றான். அவனும் குடித்திருந்தான். "சொன்னாதானப்பா தெரியும்" என்றார் சதாசிவம். பிறகு "ஆமாமா" என்று அடிமைபோல் தலையாட்டினான். "கலியன் எங்கப்பா?" என்றதற்கு "வாத்தியார் கூட்டிப் போயிருக்கார்" என்றார்கள். "காரிய நேரத்தில் அங்கென்ன வேலை?" என்றான் ஒருவன், பொறுப்பாய். "ஏதோ முக்கியமான விஷயமாம்." "அப்படி என்ன முக்கியமான விஷயம்?" "யாருக்குத் தெரியும்." "அதுசரி." மறுபடியும் ஊறிக்கொண்டு கிடந்தார்கள். மணியன் நாற்காலியில் உட்கார்ந்தபடியே கண்களை உள்ளே பாய்ச்சியும் இருளில் அவனால் பெண்ணை கண்டுபிடிக்க முடியாதிருந்தான். பெண்களின் கூட்டுச் சிரிப்பு வெளியே மிதந்து வரும்போது தன்னைப் பற்றித்தான் என்று வெட்கம் கொண்டான். "நேரமாச்சிப்பா" என்றார் சதாசிவம். "எதுக்கு?" என்றான் ஒருவன். "எதுக்கா? அட ஓம் பொண்டாட்டிய நண்டு கடிக்க" என்றார். கூட்டம் வெடிச்சிரிப்பை அலை அலையாய் தவழவிட்டது.

வாத்தியார் கலியனைக் கூட்டிக்கொண்டு சந்தில் நுழைந்த போது கலியனின் முகம் நரகலைத் தின்றவன்போல் இருந்தது. “ம் பொண்ணோட அப்பா வந்தாச்சி” என்று கலைந்து கிடந்த ஆட்கள் முன்னறையில் குழுமினார்கள். கலியன் எதிலோ தீவிரமாக ஆட்பட்டவர் போல் இருந்தார். குடித்தது போலவே தெரியவில்லை. கூட்டத்தை விலக்கிக் கொண்டு உள்ளே சென்றவர் கன்னியம்மாளை இருட்டில் நின்று பார்த்தார். அவர் நெஞ்சு தடதடவென துடிக்கத் தொடங்கியது. கன்னியம்மாளை வளர்ந்த பிள்ளை என்ற வரம்பை அவரது குடி போக்கியிருந்தது. அருகில் சென்றவுடன் கன்னியம்மாள் எழுந்து நின்றாள். அவர் அழ ஆரம்பித்தார். கன்னியம்மாளும் பெண்களும் திகைத்து பின் பிள்ளையை அனுப்பும் சந்தோஷத்தில் அழுகிறார் என்றிருந்தார்கள். ஜோசியனின் கண்ணீர் இரு சரடாய் இறங்கியது. அவள் என்ன செய்வதென்று தெரியாமல் நின்றாள். “எதுக்கு இப்ப அழுவுற?” என்றாள் கிழவி. அவர் நிமிர்ந்து பார்த்து உதடுகோணி துடிக்க குமுறி அழுகையை அடக்கினார். அடக்கி மூச்சிழுத்து அழுகையின் பலத்தைக் குறைக்கையில் அவரது விலா எலும்புகள் புடைத்து எழுந்து அடங்கிக் கொண்டிருந்தது. “போ போ போயி ஆக வேண்டியதப் பாரு” என்றாள் கிழவி. கன்னி யம்மாளுக்கு ஒன்று மட்டும் தெளிவாகத் தெரிந்தது. தன் கல்யாணம் நிச்சயமாகிவிட்டதென்று. பின்பு சுய நிதானத்திற்கு வந்தவர்போல் சட்டென விலகி மூக்கை உறிஞ்சி துண்டால் முகத்தை அழுத்தித் துடைத்தார்.

“முப்பது வயிசு வரைக்கும் பொண்ணைக் கட்டிக் குடுக்காம வச்சிருக்கேன்னு என்ன கேவலமா பேசறாங்கம்மா” என்றார் கலியன். அவள் முகத்தைப் பார்க்க பார்க்க அழுகை சுரந்தது கலியனுக்கு. கன்னியம்மாளுக்கு கண்ணீர் துளிர்த்தது. “நீ ஏண்டி அழுவுற? இப்பிடி ஒக்காரு. ஊரு ஒலகத்தில பொண்ணைப் பெத்தா கட்டிக் குடுக்கிறதில்ல?” என்று கிழவி கத்தினாள். கிழவி இழுத்த இழுப்பில் கன்னியம்மாள் கீழே உட்கார்ந்து கொண்டாள். கலியன் வெளியே சென்றார்.

லத்தைக் கண்ணாடி ஜோசியன் ஏற்கனவே கட்டங்கள் போட்டு கிரகங்கள் குறித்திருந்தான். கூட்டத்தின் நடுவில் வந்து உட்கார்ந்தார் கலியன். ஜோசியனிடமிருந்து ஜாதக நோட்டைக் காட்டிக் கேட்டார் கலியன். புதிய ஜோசியன் ரகசிய பாவத்தோடு சதாசிவத்தையும் ஆசிரியரையும் மாறிமாறிப் பார்த்தான். “ம்” என்றார் சதாசிவம். ஜாதக கட்டத்தை பார்த்தவுடன் முகம் சுளித்தார் கலியன். “என்ன கணக்கு இது?” என்றார். ஆசிரியர் தரையில் உட்கார்ந்திருந்த தலைகளை விலக்கிக் கொண்டு அவசரமாக உள்ளே நுழைந்து கலியனிடம் அமர்ந்தார். மற்றவர்கள் நகர்ந்து உட்கார்ந்தார்கள். ஆசிரியர் நோட்டை வாங்கிப் பார்த்தார். டக்கென புதிய ஜோசியனிடம் நீட்டினார். “வாத்தியாரே” என்றார் கலியன். “சும்மாரு” என்று அதட்டினார் ஆசிரியர். புதிய ஜோசியன் கணக்குகளை

சுலோகம் போல் முணுமுணுத்தான். அவனை சில பேர் பார்த்துக் கொண்டு இருந்தார்கள். பிறகு அவன், "எல்லாம் ஜோரா இருக்கு" என்று கூட்டத்தைப் பார்த்தான். கலியன் நட்டுக்கொண்டு உட்கார்ந் திருந்தார்.

"வர்ற முகூர்த்தத்திலே தேதி குறி" என்றார் சதாசிவம். அவன் பஞ்சாங்கத்தை முன்னும் பின்னுமாகப் புரட்டினான். "வர்ற வெள்ளிக்கிழமை இல்லாம அடுத்த வெள்ளி நல்லாருக்கு" என்றான்.

"என்ன கலியா அதையே வச்சிக்கலாமா?" என்றார் ஆசிரியர். கலியன் ஆசிரியரைப் பார்த்தார். ஆசிரியர் "ம் அதையே குறிங்க" என்றார்.

"மாப்ள டவுன்ல டெய்லர் கடை வச்சிருக்கார். என்னென்ன செய்வீங்கன்னு இப்பவே பேசிடறதுதாங் சரி" என்றார் மாப்பிள்ளை யின் சொந்தக்காரர் ஒருவர். டக்கென்று சதாசிவம் "மசிர செய்றாங். அறிவு கெட்டப்பயல எங்களுக்குத் தெரியாது?" என்றார். பின்பு மணியன் பக்கம் திரும்பி, "இந்தாடா மணியா, என்ன செஞ்சா பொண்ணக் கட்டிப்ப?" என்றார். அவன், "ஒண்ணும் வாணாங் கையா" என்றான். "கேட்டுக்கடா மாரி, அம்மா ஒனக்கும்தாங்" என்றார் சதாசிவம் மணியனின் அம்மாவைப் பார்த்து. "ஆம்பளைங் கல்லாம் சேந்து கிட்டு செய்றீங்க. இதுல நான் என்ன சொல்றது?" என்றாள். "அப்ப நான், ஒம்மொவன கெணத்திலப் புடிச்சி தள்ளி டுவேனா?"

"நீங்க வேறண்ணே... எதுக்கு கோவப்படுறீங்க ஒக்காருங்க" என்றாள் மணியனின் அம்மா.

"ஒங்களுக்கு இந்த மாதிரிப் பொண்ணு இந்த ஜில்லாவிலே சல்லடை போட்டுத் தேடுனாலும் கெடைக்காது ஆமா."

"ஒங்ககிட்ட என்னப்பேச்சி? நான் எங்மருமவங்கிட்ட பேசிக் கிறேங்" என உரிமையுடன் சதாசிவம், "லெ ஒனக்கு இஷ்டம் தானடா?" என்றார். "சம்மதங்க" என்றான் மணியன்.

"எல்லாரும் கேட்டுக்கங்கப்பா. மாப்பிள்ளை வாயத்தொறந்து கன்னியம்மாள கட்டிக்கிறேன்னு சொல்லிட்டாங்."

"அப்புறம் என்னடா?"

"பொண்ண இன்னம் பாக்கவே இல்லீங்க" என்றான் மணியன். கூட்டம் சிரித்தது. "அடக்கடவுளே" என்று சதாசிவமும் சிரித்தார். ஆசிரியர் உள்ளே பார்த்து குரல் கொடுத்தார்.

கன்னியம்மாள் கிழவியின் துணையோடு சுவற்றை உரசிக்கொண்டு வந்து நின்றாள். புதிய ஜோசியன் தீவிரமாக ஓலை எழுதிக் கொண்டி ருந்தான்.

"நல்லாப்பாத்துக்க மருமகப்புள்ள ... பின்னால நிக்கற கெழவிக்கு ஏற்கனவே கல்யாணமாயிருச்சு, முன்னால நிக்கறதுதாங் பொண்ணு" என்றார் சதாசிவம். மீண்டும் கூட்டம் சிரித்தது.

4

மணியன் கன்னியம்மாளை கட்டிக்கொண்டுவிட்ட பிறகு அவள் கனவுகள் அவளுடன் சுதந்திரமாக உலவத் தொடங்கியிருந்தது. மணியனுக்கு கன்னியம்மாளை பிடித்திருந்தது போலவே கன்னியம் மாளுக்கும் பிடித்திருந்தது. இதுவரை தடைபட்டு வந்த தன் திருமணம் மணியனை சந்திப்பதற்காகத்தான் என்று நம்பினாள் கன்னியம்மாள். மணியன் தினந்தோறும் அவளுக்கு இனிப்புகளும் பூக்களும் வாங்கி வந்தான். ஒவ்வொரு நாளும் தன் தகப்பனின் தனிமை பற்றி வருந்திப் பேசுவாள். அவனும் “ம்” போட்டு கேட்டுக்கொண்டி ருந்தான். தாய் ஊரில் இருந்த கன்னியம்மாளின் நிழல் வண்ணம் வெளுக்கத் தொடங்கியது மட்டுமல்லாமல் சதையும் கூடிக்கொண்டு, பூரிப்பு மலர்ந்து கொண்டிருந்தது. மணியனுக்கு நேரம் காலம் கூடி வந்துதான் அவனுக்கு நல்ல மனைவி அமைந்து விட்டதாக ஊரில் பேசிக் கொண்டதில் மாமியாருக்குப் பெருமைப் பொங்கியது.

கலியன் அதிகமும் வாரத்திற்கொருமுறை கன்னியம்மாளை வந்து பார்த்துவிட்டு சென்று கொண்டிருந்தார். அவர்களின் தாய் ஊருக்கும் புகுந்த ஊருக்கும் இடையில் ஐந்து ஊர்களே இருந்தன. கன்னியம்மாளைப் பார்க்க அடிக்கடி வந்துபோவது கலியனுக்கு வெட்கமாக இருந்தது. மணியனின் தகப்பன் அவர் வருவதை விரும்புவதாகவும் அவர் தொடர்ந்து வர வேண்டுமென்றும் சொன் னது அனைவருக்கும் சந்தோஷமாகப் போய்விட்டது. மேலும் மணியனின் குடும்பத்தில் இதுவரை வைக்கப்பட்ட குழம்புவகைகள் கன்னியம்மாள் வந்தவுடன் வேறுவிதமான ருசியாக மாறுபடத் தொடங்கியது அனைவருக்கும் பிடித்திருந்தது. மாமியாரும் கன்னியம் மாளைப் பற்றி ஊரில் நல்லமாதிரியாக பிரஸ்தாபித்துத் திரிந்தாள். “கொஞ்சம்தான் எண்ணை விட்டுத் தாளிப்பதாகவும் ஆனால் அதுவே பயங்கர ருசியாக இருப்பதாகவும்” அதிசயப்பட்டுக் கூறினாள் மாமியார்காரி. மேலும் மாமியார் அவளின் கிழ சினேகிதிகளுக்கு குழம்பு கொடுத்து தன் பேச்சின் உண்மையை நிலைநாட்டினாள்.

ஒரு வருடம் கழிந்த பிறகு கன்னியம்மாளை மட்டுமல்லாது அனைவரையும் ரகசிய நோய் போல் உறுத்திக் கொண்டிருந்த அந்த விஷயம் தலையெடுத்தது. அவளுக்கு இன்னும் குழந்தை பிறக்காதது குறித்து ஒவ்வொரு மாதமும் நாள் தள்ளிப் போகும் என அவள் மட்டுமல்லாது மணியனும் எதிர்பார்த்து ஏமாந்து கொண்டிருந்தான். ஆனால் இருவரும் குழந்தை பிறக்கும் என்ற நம்பிக்கையை விடாது வைத்திருந்தனர்.

கலியனுக்கு கன்னியம்மாளைப் பார்க்க வரும் நேரத்திலெல்லாம் தற்போது உறுத்திக் கொண்டிருந்தது அவளின் ஜாதக விஷயம் தான். இதுவரைக்கும் பார்த்து வந்தது கன்னியம்மாளின் ஜாதகம் தானா? என தீவிரமாக யோசிக்கத் தொடங்கியிருந்தார். தவறாக நாழிகை குறிக்கப்படுவதற்கு வாய்ப்புகள் இல்லையென்று நம்பினார். அவரின் இத்தனை வருட ஜோசிய வாழ்க்கை மேலேயே சந்தேகம்

கிளம்பத் தொடங்கியது. சமீபமாக அவ்வெண்ணம் பயங்கர அலைக் கழிப்பை உண்டு செய்ய ஆசிரியரை சந்தித்த போதெல்லாம் தன் அலைக்கழிப்பை கூறிக் கொண்டிருந்தார். ஆசிரியர் கலியனை திட்டியதோடு இல்லாமல், காலாகாலத்தில் நடத்தப்பட வேண்டிய திருமணம் தற்போதாவது நடந்ததே என்று சந்தோஷப்பட வேண்டும் என்றும், நீ உன் கடமையை செய்துவிட்டாய் இனி யாரும் உன்னைக் குறை சொல்ல முடியாது எனவும் ஆறுதல் கூறி அனுப்பினார். ஆயினும் நீரில் விழுந்த கருங்கல் போல் அவ்வெண்ணம் கரை யாதிருந்தது கலியனுக்கு.

கன்னியம்மாளுக்கு குழந்தை பிறக்காததற்கு காரணம் தெய்வக் குற்றம் தான் என்று அவளின் மாமியார் சந்தேகமில்லாமல் நம்பி னாள். எல்லைக் காக்கும் அய்யனார் சாமிக்கும் ஐயப்பன் சாமிக்கும், மாரியம்மனுக்கும் மூன்றுவிதமாக பிரார்த்தனைகள் வைத்திருப்ப தாகவும் அதில் ஐயப்பன் கோவிலுக்குப் போவது தவிர்த்து, மற்ற இரண்டையும் கன்னியம்மாள் நிறைவேற்ற வேண்டும் என்றும் கேட்டுக் கொண்டாள். மணியனை ஐயப்பன் கோவிலுக்கு அனுப்பும் திட்டம் வைத்திருந்தாள். மருத்துவ மூலிகைகள் அரைத்துக் கொடுத் தாள். செவ்வாழை வாங்கி வந்து கன்னியம்மாளிடம் கொடுத்து தன் மகனுக்கு கொடுக்கச் சொல்லி, தான் கொடுத்ததாக கூறக்கூடாது என்ற கண்டிப்புடன் சொல்லிக் கொடுத்தாள்.

ஒவ்வொரு மாதமும் அவளின் கருத்தரிப்புக்காக அக்குடும்பம் ரகசியமாக காத்திருக்கத் தொடங்கியது. மாமியாரின் விருப்பப்படி அந்த வருடம் ஐயப்பன் பக்தர்களின் கன்னிபூசையில், குளித்து முடித்து ஈர ஆடையுடன் மண்டியிட்டு, மாலையிட்டவர்கள் உண் ணும் உணவை மடிப்பிச்சையாக அனைவரிடமும் பிடி சாதம் வாங்கி உண்டாள்.

சித்திரை மாதத்தில் பௌர்ணமி அன்று மாரியம்மன் கோவிலில் அலம்பிய வெறுந்தரையில் சாப்பாடு இட்டு கைகளை பின்புறம் கட்டிக்கொண்டு வாயாலே குனிந்து சோறெடுத்து உண்டாள். அப்போது மாமியார் மிகவும் நம்பிக்கையுடன் கண்ணீர் விட்டாள். கன்னியம்மாளும் அழுதாள். தனக்கே குழந்தைகள் மேல் பிரியம் இருந்தாலும் இவர்களுக்காகவாவது தனக்கு ஒரு குழந்தை பிறந்து விடக் கூடாதா என ஏங்கிக் கொண்டிருந்தாள்.

ஆரம்பத்திலிருந்தே மணியனிடம் இருவரும் ஜோடியாக சினி மாவுக்குச் செல்ல வேண்டும் என்று வற்புறுத்திக் கொண்டிருந்தாள். நவீனப்படங்கள் சில, ஊரில் திருமணத்தின் போது தெருவில் காட்டப்படும் தொலைக்காட்சிப் படங்களில் அவ்வப்போது துண்டு துண்டாகப் பார்த்திருக்கிறாள். இரவில் கூட்ட நெரிசலில் ஆண்களின் தீண்டல் பயம் கருதி வீட்டுக்கு வந்து விடுவாள். அவள் யார் வீட்டுக்கும் தொலைக்காட்சி பார்க்கவும் செல்லமாட்டாள். அவள் நெருங்கி செல்லும் சில வீடுகளிலும் தொலைக்காட்சி இருந்ததில்லை. மேலும் இவையெல்லாம் அவளுக்கு ஒரு விஷயமாகவும் பட்ட

தில்லை. ஊரில் எல்லா மனைவியரும் ஜோடியாக சினிமாவுக்குச் செல்கிறார்கள். அவளும் செல்ல வேண்டும் அவ்விஷயத்தில் ஒரு பொதுத்தன்மையான ஈர்ப்பு இருந்தது அவளுக்கு அவ்வளவுதான்.

மணியனும் அழைத்துப் போவதாகச் சொல்லிக் கொண்டிருந்தான். கடை புதிது என்பதால் நல்ல பெயர் எடுப்பதற்காகவும், வாடிக்கை யாளர்களை உருவாக்கி தக்க வைத்துக் கொள்வதற்காகவும் தான் விடுமுறை விடாது கடை நடத்திக் கொண்டிருப்பதாக அவளிடம் சமாதானம் கூறினான். ஆனாலும் அவள் அவனை அன்பாக நச்சரித்துக் கொண்டிருந்தாள்.

5

அந்த வார ஞாயிற்றுக் கிழமையன்று கன்னியம்மாளைக் கூட்டிக் கொண்டு சினிமாவுக்குப் புறப்பட்டான் மணியன். கன்னியம்மாளுக்கு மிகுந்த சந்தோஷம்.

மணியனின் அம்மா பத்திரமாக சென்று திரும்ப வேண்டும் என்று அறிவுரை கூறி அனுப்பினாள். கன்னியம்மாள் வெளிர் மஞ்சள் புடவையில் பச்சைத் தாவரக் கொடிகளும் சிவப்புப் பூக்களும் பூத்திருந்தது. அவள் உருவம் அவ்வண்ணங்களோடு ஏதோ ஒரு வகையில் சேர்ந்து மிளிர்ந்து கொண்டிருந்தது. மணியன் அவனே தைத்துக் கொண்ட பேண்ட்டும் சட்டையும் போட்டுக் கொண்டான். இருபுறமும் புளியமரங்கள் நிறைந்த செம்மண் சாலை யில் நடக்கத் தொடங்கினார்கள். நேற்று மதியமே வீடு திரும்பி யிருந்தான். மறுநாள் அவளை சினிமாவுக்கு கூட்டிச் செல்ல வேண்டுமென்பதால் முன் கூட்டியே அவளைத் தயார்படுத்த வேண்டுமென்று. ஏனெனில் அவளே சினிமாவுக்கு நச்சரித்திருந் தாலும் வேலைகள் கிடக்கிறது என்று சொன்னாலும் சொல்லி விடுவாள். அதுமட்டுமல்லாமல் அவன் அம்மாவிடம் அனுமதிக்காக முன்னமே சொல்ல வேண்டும் என்று யூகித்திருந்தான்.

அவர்கள் பேருந்து நிறுத்தத்திற்கு வந்தபோது நிறுத்தம் வெறிச் சோடிப் போயிருந்தது. என்ன ஆள் அரவமே இல்லாமல் இருக்கிறது என்ற அவள் கேள்விக்கு தானும் அதைத்தான் யோசிப்பதாகச் சொன்னான். சினிமாக் கொட்டகை அங்கிருந்து பாழ் வாய்க்கால் தாண்டினால் சிறிது தூரம்தான். மரவள்ளிக் கிழங்கு விற்கும் ஆயிப்பேட்டைக்காரி கூடையில் கிழங்குகளோடு கூவி விற்காமல் விடுவிடுவென நடந்து வந்து கொண்டிருந்தாள். அவளிடம் விசாரித் தான் மணியன். அவள் ஆச்சர்யப்பட்டு "இது தெரியாதா?" என ஆரம்பித்து விபரமாக சொன்னாள். அந்த ஜாதித் தலைவரை கைது செய்து விட்டதாகவும் அதனால் பேருந்துகள் எதுவும் இரவி லிருந்தே ஓடவில்லையென்றும் சொன்னாள். ஒரு இரவில் என்னென்னவோ நடந்து விட்டது. நமக்குத் தெரியவில்லை என்று வருத்தப்பட்டுக் கொண்டான். கன்னியம்மாளின் முகம் ஒரு நொடி யில் வாடிப் போய்விட்டிருந்தது. இனிப் பேருந்தே வராதா என்பது

போல கேள்விகள் கேட்டுக் கொண்டிருந்தாள். ஆயிப்பேட்டைக்காரி பாழ் வாய்க்கால் வரை செல்லவேண்டுமென்றும் ஆயிப்பேட்டையி லிருந்து நடந்தே வருவதாகவும் சொல்லிக் கொண்டு கிளம்பினாள். அவளது அலங்காரங்கள், சந்தோஷங்கள் அனைத்தும் வீணாகிப் போய்விட்டதாய் உணர்ந்தாள். மணியனுக்கு அவள் முகத்தைப் பார்ப்பதே சிரமமாக இருந்தது. சிறு குழந்தைப் போல் அவள் முகம் தொங்கிவிட்டதில் அவன் ஆச்சரியப்பட்டுப் போனான். நடந்து வேண்டுமானால் செல்லலாம். ஆனால் சினிமா இன்று ஓடுமா என்று தெரியவில்லை என்று சொன்னான். இத்தனை களேபரத்தில் சினிமா எப்படி ஓட்டுவார்கள் என்றாள். சிறிது நேரம் ஒன்றும் பேசாமல் நின்றுவிட்டு இருவரும் வீட்டுக்குத் திரும்பி சோர்வாக நடந்து சென்றார்கள். கன்னியம்மாளை திசை திருப்பும் பொருட்டு எதை எதையோ பேச்சுக் கொடுத்துப் பார்த்தான். அவள் களைப் பாகப் புன்னகைத்தாள். நடையும் தோய்வடைந்து விட்டிருந்தது. மணியன் ஏதோ தவறு செய்துவிட்டவன் போல் அவளிடம் பேசிக் கொண்டு வந்தான். அவளும் ஒப்புக்குப் பதில் சொல்லிக் கொண்டு வந்தாள். பிறகு இருவரும், இரு ஜோடி செருப்பு சப்தம் மட்டும் ஒலித்துக் கொண்டிருக்க மௌனமாக நடந்து கொண்டிருந்தார்கள். அவள் விரும்பும் வேறு சில விஷயங்களைப் பேசிப் பார்த்தான். அவ்விஷயங்களும் அந்நேரத்தில் மதிப்பு பெறாது போய்க் கொண்டி ருந்தது. கடைசியில் “ஒரு சினிமாவுக்குப் போகவில்லையென்று யாராவது இப்படி வருத்தப்படுவார்களா?” என்று கேட்டான்.

வருத்தமெல்லாம் இல்லை. என்னவோ போல் இருக்கிறது என்றும் போய் நன்றாகப் படுத்துத் தூங்க வேண்டும் என்றும் சொன்னாள். எத்தனையோ காலம் கணவன், குழந்தை, ஜோடியாக சினிமா என்று எண்ணியிருந்தாள். குழந்தையும் கைக்கூடவில்லை. சமீபமாக சிறிய பெரிய தடைகள் அனைத்தையும் அவள் ஒன்று போலவே பாவித்து பேசிக் கொண்டிருந்தாள்.

தெருவில் அனைவருக்கும் திரும்பி வந்ததன் காரணத்தைக் கூறியே அவர்களுக்கு மிகவும் அலுத்துவிட்டது. சராசரி உலகச் செய்திகள் கூட அக்கிராமத்தை எட்டுவதில், உள்ளடங்கிக் கிடந்ததில் மிகத் தாமதம் இருந்து கொண்டிருந்ததால் அவனது செய்தியில் அவர்கள் வியப்புற்றார்கள். கரிகாலன், பெட்டிக்கடை வானொலிப் பெட்டியில் இச்செய்திகளைக் கேட்டதாகச் சொன்னான். அந்த ஜாதித் தலை வரை இன்று மதியத்திற்குள் விடுதலை செய்து விடுவார்கள் என்றும் கூறினான். வீட்டினுள் சென்றதும் பாயெடுத்துப் போட்டு கால்களைக் கூட கழுவாமல் சுருண்டு படுத்துக் கொண்டாள். அருகில் சென்று அமர்ந்து மணியன் கால்களை நீட்டிக் கொண்டான். உத்திரத்தைப் பார்த்துக் கொண்டிருந்தான். அவள் அழுவது போன்ற ஒரு பிரம்மை வந்தது அவனுக்கு. அவளைக் குனிந்து பார்த்தான். அவள் அழுது கொண்டிருந்தாள். அவனுக்கு சிரமமாகப் போய்விட்டது. அவளைக் கட்டி அணைத்துக்கொண்டான். ஆறுதல் சொன்னான். தான்

நினைத்தது எதுவும் நடக்கவில்லையென்றும் தான் ஒரு துரதிர்ஷ்டம் பிடித்தவள் என்றும் அழுது கொண்டு சொன்னாள். அவன் அவளுக்கு மேலும் ஆறுதல் கூறி முத்தங்கள் கொடுத்தான். பயந்து நடுக்கும் குழந்தை போல் அவன் நெஞ்சில் முகத்தை அழுத்திக் கொண்டு கட்டிக்கொண்டாள். இந்த சிறிய விஷயத்திற்கு இப்படி உணர்ச்சி வசப்படுவாள் என்று அவன் சிறிதும் எதிர்பார்க்கவில்லை.

6

அன்று மதியத்திற்கு பிறகு மணியன் தெருவிற்கு சென்று வந்து, கன்னியம்மாளிடம் தான் வானொலிச் செய்தி கேட்டதாகவும், சாயந்திரம் ஆறு மணியிலிருந்து பேருந்துகள் ஓடுமாம் என்று சொன்னான். அவளுக்கு அலுப்பாய் இல்லையென்றாலும் தயங்கினாள். மணியன் அவளை உற்சாகப்படுத்தினான். தனக்காக தன் கணவன் சிரமங்களை எடுத்துக்கொள்வதாகவும் அதைத் தட்டிச் சொன்னால் வருத்தப்பட நேரிடும் என்றும் நினைத்துக் கொண்டாள்.

சாயங்காலம் செம்மண் சாலையில் அவளை இழுத்துக் கொண்டு ஓடாத குறையாக நடந்தான். அவளுக்கு சிரிப்பு முட்டிக்கொண்டு வந்தது. அவனின் அவசரமும் நடையும் கூட்டத்தை விலக்கிக் கொண்டு ஓடும் ஒரு மனிதனைப் போல யாருமற்ற சாலையில் நடந்தான். அவனுக்கு ஈடு கொடுத்து நடந்தோடினாள். ஒரு சினிமாவுக்கா இந்த ஓட்டம் ஓடுகிறோம் என்று நினைத்துக் கேட்டு சிரித்தாள். பேருந்து நிறுத்தத்தில் ஆட்கள் நின்று கொண்டிருந்தார்கள். சற்று ஆசுவாசமாக இருந்தது. இருவருக்குமே வேர்த்து வழிந்து கொண்டிருந்தது. அவள் அவனைப் பார்க்கும்போதும் அவன் அவளைப் பார்க்கும் போதும் ரகசியமாகக் கிளம்பிய சிரிப்பை அடக்க முடியாமல் திணறிக் கொண்டிருந்தார்கள். ஒன்றிரண்டு பேருந்துகள் மூர்க்கமான நெரிசலுடன் சென்று கொண்டிருந்தது. “நெரிசல்ல பஸ் வெடிச்சிரும்” என்றார் ஒருவர். அதற்கடுத்து வந்த பேருந்தில் முட்டிக் கொண்டு ஏறினார்கள்.

பாழ்வாய்க்காலுக்கும் முன்பு பேருந்து நிறுத்தப்பட்டு டிக்கட் போட்டார்கள். அவள் அவனிடம் கிசுகிசுப்பாய் “படம் போட்டுருவாங்க” என்றாள். அவன் அவளிடம் காதோரம் குனிந்து “இங்கெல்லாம் ஏழு மணிக்குத்தாங் போடுவாங்க” என்றான். நெரிசலில் குறைவான காற்று மூச்சு விட முடியாதிருந்தது. கண்டக்டர் மேல்தளதகரத்தை தட்டித் தட்டி டிக்கெட் வாங்குமாறு கத்திக் கொண்டிருந்தார். “இதுக்கு ஏன் பாழ்வாய்க்கால்னு பேர் வந்தது சொல்லு?” என்றான் மணியன். தாம் பேசிக் கொள்வது பிறர் காதில் விழக் கூடாது என்ற கவனத்தில் மெதுவான ஒலித்திறனில், “ம், பாழா போன வாய்க்கால்” என்றாள். இருவரும் சிரித்தார்கள்.

திரையரங்க ஊர் நிறுத்தத்தில் அவர்கள் இறங்கியபோது மாலை முழுதும் முடிந்து இருட்டத் தொடங்கியிருந்தது. வரிசையாய் நிற்கும் அம்பாசிடர் கார் நிறுத்தத்தில் ஓட்டுனர்கள் கும்பல் இவர்களை

விமர்சித்தது. ஒரு ஓட்டுனன் விசிலடித்து "ஹலோ" என்று கூப்பிட்டான். தங்களைத்தான் அப்படி செய்கிறார்கள் என இருவரும் யூகித்து ஒருவரை ஒருவர் பார்த்துக்கொண்டு திரும்பிப் பார்க்காமல் நடந்தார்கள். கன்னியம்மாளுக்குள் சினிமாவின் பரவசம் கொட்டகை நெருங்க நெருங்க கூடிக்கொண்டே வந்தது. கடைத்தெரு கடந்து வேக வேகமாக நடக்கத் தொடங்கி விடும் மணியனின் கையை எட்டிப் பிடித்துக் கொண்டாள். தற்போது அவளின் நடை வேகத்தில் அவனது வேகத்தை அமைத்துக்கொண்டான். சந்தில் உள் நுழைந்து திரையரங்க வளாகத்தை அவர்கள் அடைந்தபோது கதவுகள் சாத்தியிருக்க அதிர்ந்தார்கள். ஆறு மணிக்கெல்லாம் படம் போட்டு விட்டதாகச் சொன்னார்கள். விரக்தி எழுந்து இனந்தெரியாத சிரிப்பாக மாறியது. மணியன் அவளைப் பார்த்து சிரித்தான். அவளும் அவனைப் பார்த்து சிரித்தாள். இருவரும் வெளியே வந்து ரகசியம் கசிவது போல் குலுங்கி குலுங்கி சிரித்தார்கள்.

"நல்ல கூத்துப் போ" என்றாள்.

"ஒரு நாளுமில்லாத திருநாளா திருவிழாவுக்குப் போனானாம் திருநாளும் வெறும் நாளாய் போச்சாம் - அந்த கதையா இருக்கு" என்றாள். "என்ன செய்யறது" என்றாள். வீட்டுக்குப் போக வேண்டியதுதாங் என்று முடிக்குமுன்னே சிரித்து கடைசி சொற்களை சிரிப்பாக்கினாள். "ஊர்ல ஒலகத்துல யாரும் சினிமாவுக்கு இப்படி அலைஞ்சிருக்க மாட்டாங்க" என்றாள். "அலைஞ்சிருப்பாங்க" என்றான் மணியன். "ஆமாமா அது நாமதாங்" என்றாள் அவள். இருவரும் சேர்ந்து சிரித்தார்கள். மணியன் யோசனை வந்தவனாய் "ஹோட்டலுக்குப் போய் சாப்பிடுவோமா?" என்றான். "காசு நெறய்ய செலவாயிடும்" என்றாள். "அதெல்லாம் ஆவாது. நாமதாங் சினிமாவுக்குப் போவலியே. அந்தக் காசை சாப்டுட்டு ஜாலியா ஊட்டுக்குப் போக வேண்டியதுதாங்" என்றான். கன்னியம்மாள் தலையாட்டினாள். இருவரும் ஒரு முஸ்லீம் உணவு விடுதிக்குச் சென்று புரோட்டா சாப்பிட்டார்கள். ஒரு பிரியாணி வாங்கி ஆளுக்கு பாதி வைத்துக் கொண்டார்கள். அவளுக்கு அந்த ருசி பிடித்திருப்பதாகச் சொன்னாள். சிறு வயதில் அண்ணன்களோடு சாப்பிட்டதிலிருந்து தற்போது தான் சாப்பிடுகிறேன் என்றாள்.

இருவரும் சாப்பிட்டு முடிந்து வெளியே வந்தபோது "ஆமா நாம ஏன் சினிமா பார்க்குறது தட்டி தட்டிப் போவுது?" என்றாள். "இது என்ன கேள்வி?" என்றான் மணியன். இருவரும் பேருந்து நிறுத்தத்துக்கு வந்தார்கள். மணியன் பணத்தைக் கணக்குப் பார்த்தான். "ஒண்ணும் அதிகமா செலவாயிடல" என்றான். கன்னியம்மாள் சிரித்தாள். ஆர்வத்துடன், "செகன்ட் ஷோ சினிமா பார்த்துட்டுப் போவோமா?" என்றான். "நல்லக் கதை . . . அத்தைத் திட்டும்" என்றாள். "நான் சொல்லிக்கிறேங்." "ஆங், நீ சொல்லிக்குவ, நீ கடைக்குப் போனப்புறம் நானில்ல பாட்டு வாங்கணும்" என்றாள். "அதெல்லாம் ஒண்ணும் திட்டாது" என்றான். அவள் கம்மென்றிருந்து

விட்டாள். பேருந்துகள் கடைத்தெரு முற்றத்தில் வருவதும், திரும்புவதும் மக்கள் ஓடி ஏறுவதுமாய் இருந்ததை இருவரும் வேடிக்கைப் பார்த்துக் கொண்டு நின்றார்கள். "சரி போவோம்" என்றாள். மணியன் அவளைப் பார்த்து சிரித்தான். மீண்டும் சினிமா கொட்டகை நோக்கி நடந்தார்கள். "சினிமா விட்டபிறகு ஒரு மணிக்கு ஒரு வண்டியிருக்கு. அதில போயிடலாம்" என்றான். அவள் சரியென்பதாய் தலையாட்டிக் கொண்டே நடந்தாள். "கல்யாணம் பண்ணிக்கறதுக்கு முந்தியெல்லாம் செகண்ட் ஷோ பார்த்திட்டு அதிலதாங் போவேங்" என்றான். அவளுக்கு மாமியாரின் நினைப்பு உறுத்திக் கொண்டு வந்தது. இருவரும் கம்மென்று நடந்து கொண்டிருந்தார்கள்.

"ஆம்பள அவஞ்சொல்வாங், பொம்பள ஒனக்கெங்க போச்சின்னு கேட்டா?" மணியன் அவளைப் பார்த்து சிரித்தான். இரண்டாம் காட்சிக்கு சிறுசிறு கும்பல் நின்று கொண்டிருந்தது. இவர்களும் சென்று நின்று கொண்டார்கள்.

7

திரைப்படம் விட்டு அவர்கள் வெளிவந்தபோது கடைத்தெரு அனாதையாய் கிடந்தது. மூடிய கடைகள் நீளும் தெருவில் சென்று கொண்டிருந்தார்கள். சாத்திக் கிடக்கும் தொடர் மடிப்புக் கதவுகளின் முன் சில கடைகளில் ஒன்றிரண்டு ஆட்களும் நாய்களும் படுத்துக் கிடந்தார்கள். இருவரும் வேகவேகமாக நடந்து பேருந்து நிறுத்தத்துக்கு வந்தார்கள். பக்கத்தூரிலிருந்து வந்தவர்கள் அதிகமும் சைக்கிளில் வந்திருந்தார்கள். சைக்கிள் பெல் சப்தங்கள் அவர்களைக் கடந்து சென்று கொண்டிருந்தன.

ஒரு தேனீர்க்கடையில் சினிமா பாட்டு ஓடிக்கொண்டிருந்தது. இரண்டு பெட்டிக் கடைகள் தவிர்த்து குப்பைகள் நிறைந்த தெருவில் வெளிச்சம் மட்டும் கம்பத்திற்கு கம்பம் தனித்திருந்தது. தேனீர் கடையில் மணியன் பேருந்தை விசாரித்தான். அந்தப் பேருந்தை நிறுத்தி இரண்டு வாரங்களாகிறது என்றான் கடைக்காரன். அவள் முகத்தில் அயர்ச்சித் தட்டியது. மணியன் மன்னிப்புக் கேட்கும் தோரணையில் "நடப்போம்" என்றான். உடனே தலையாட்டி நடந்தாள்.

"நீயெல்லாம் ஒரு குடும்பக்காரியான்னு கேக்கப்போவுது ஒங்கம்மா" என்றாள். "நான் பார்த்துக்கறேங்" என்றான் அவன். கன்னியம்மாளுக்குப் படம் பிடித்திருந்தாலும் திரைப்படம் பார்த்த உணர்வு வடிந்து போயிருந்தது. இருளில் வேகவேகமாக நடக்கத் தொடங்கினார்கள்.

"எதுக்கு பஸ்ஸ நிறுத்திட்டாங்க" என்றாள். "கூட்டம் வராம இருந்திருக்கும். முன்னேயும் நம்மூரு தாண்டுனா கூட்டம் கொறைஞ்சிடிரைவரும் கண்டக்டரும் தாங் போவாங்க" என்றான். கட்டிடங்கள் தாண்டி இருபக்கமும் பயிர் செய்யப்படாத வயல் வெளியின் மத்தியில் நீண்ட தார் சாலையில் நடக்கத் தொடங்கினார்கள்.

“காலைலேர்ந்து ஒரே அலைச்சல். சினிமாவுக்குக் கெளம்பி, அப்புறம் வீட்டுக்குப் போயி, மறுபடி கிளம்பி வந்து, அடிச்சி முட்டி பஸ் ஏறி, சினிமாக் கொட்டாய்க்கு வந்து, மறுபடியும் ஊட்டுக்குப் போவும்னு போயி, ஓட்டலுக்குப் போயி, திரும்பி வந்து சினிமா பாத்து அப்பா... ரொம்ப அசதியா இருக்கு... கொல்லைக் காட்டுல வேலை செஞ்சாக்கூட இம்மாங் அசதி வராது” என்றாள். மணியனுக்கும் களைப்பாகத் தானிருந்தது.

“ராத்திரிலே கண் முழிச்சி பஸ் ஓட்றாங்களே இவுங்களுக்கு அதிகமாக காசு குடுப்பாங்களா?” என்றாள். இந்த கேள்வியை அவனும் அதுவரை யோசித்திராமல் இருந்தான். அதற்குள் அடுத்த கேள்வியை கேட்டு வைத்தாள். “இந்தப் பொங்கல் தீபாவளிக்கெல் லாம் பஸ் ஓட்றாங்களே அவுங்களுக்கெல்லாம் குடும்பத்தோட பண்டிகை கொண்டாடாம கஷ்டமா இருக்காது” என்றாள். “ஆமா இருக்குந்தாங்.”

அவளின் கேள்விகள் அவனுக்கு சிறு தடுமாற்றங்களை வழங்கி னாலும் தான் இல்லையென்றால் யாரிடம் இதையெல்லாம் கேட் பாள் என யோசித்துக் கொண்டே வந்தான். பிறகு மௌனமாக நடந்து கொண்டு வந்தார்கள். செருப்பொலிகளின் உண்மையான ஒலித்திறனை அந்த மௌனமான இருளில் கேட்டபடி நடந்து கொண்டிருந்தார்கள்.

சாலையோர அய்யனார் கோவில் தாண்டி இரு பக்கமும் கருவேல மரக்காடு ஆரம்பித்திருந்தது. “அத்தைக் கேட்டா நீதாங் எல்லாத்துக்கும் காரணம்னு சொல்லிடுவேங்” என்றாள். “சொல்லிக்க” என்றான். பாழ்வாய்க்கால் பாலத்தில் ஏறத்தொடங்கிய போது பாலத்து மேட்டிலிருந்து ஒரு ஆள் புகைத்துக் கொண்டு இறங்கி வருவதை ஏற்றத்திலிருந்தபடி பார்த்தார்கள். இவர்கள் மேடேறும் போது, என்ன ஊர் போறீங்க என்றான். மணியன் ஊர்பெயரை போய்க்கொண்டே சொன்னான். பாலத்து இருபக்க விளிம்பு சுவர் எல்லையிலிருந்து நான்கு பேர் மேலேறினார்கள். என்னவோ நிகழப் போவதுபோல் விர்ரென்று உடல் அதிர்வதை உணர்ந்தான் மணியன். கன்னியம்மாளும் அதை உணர்ந்தவள் போல் சட்டென்று மணி யனின் கையைப் பிடித்துக் கொண்டாள். எதிர் இறக்கத்திலிருந்து மேலேறியவர்கள் சர்வ சாதாரணமாக கடக்க முற்பட்டு, மணியனை வளைத்துப் பிடித்தார்கள். கன்னியம்மாளை லகுவாய் வாய்மூடி அலாக்காகத் தூக்கினார்கள். முழு பலத்தை கொண்டு வந்து திமிறினாள். ஆக்ரோஷமாய்த் துள்ளும் கால்களை சேர்த்துப் பிடித் தான் ஒருவன். மணியன் முனகிக் கத்தினான். அவன் தலையை போர்வையால் மூடி உதைத்தார்கள். வலி மேலெல்லாம் பரவி இறங்கியது. அவர்கள் இழுத்த இழுவையின் திசையில் உளறிக் கொண்டு இங்குமெங்கும் அலைந்தான். கன்னியம்மாளை தீப்பாய்ந்த நாச்சியார் அம்மன் கோவிலுக்குச் செல்லும் இடதுபக்க கப்பிச் சாலையில் தூக்கிக் கொண்டு ஓடினார்கள். மணியனை எதிர்ப்பக்க

இறக்கத்திற்கு தூக்கினார்கள். மணியன் உதைத்துக் கொண்டு திமிறி னான். தலையைக் கெட்டியாகப் பிடித்து வாய்க்குள் துண்டுத் துணியை செருகினான் ஒருவன். முதுகுப் பக்கம் பட்டன் கத்தி விடுவிக்கப்படும் ஒலி துல்லியமாகக் கேட்டது. எங்கிருந்தோ ஒரு பயம் அவனுள் சுருண்டு மேலெழுந்து இறுக்கியது. நாச்சியார் அம்மன் கோவிலுக்கும் அருகே உள்ள இடிந்த பழைய பாலத்தி னோரம் ஒருவன் நின்றிருந்தான். அங்கு நின்ற அம்பாசிடர் காரின் உள்ளே திணித்தார்கள் அவளை. பாலத்தின் இறக்கத்திற்கு இரு ஆட்கள் மாறி வந்தபோது வந்தவர்களிடம் கத்தியைக் கொடுத்துவிட்டு இருவரும் சென்றார்கள். வந்தவர்கள் புகைத்துக் கொண்டேயிருந் தார்கள். கைகளும் கால்களும் கட்டப்பட்ட நிலையில் ஒருக்களித்து சுருண்டு கிடந்தான் மணியன். குமுறி புரண்டு படுத்தபோது மிரட்டிய படி விலகி நின்று புகைத்தார்கள். அவளுக்கு நல்ல மார்பகங்கள் என்று கொச்சையாக ரகசியமாக அவர்கள் பேசிக்கொண்டது மணி யனுக்குக் கேட்டது. சிறிது நேரத்தில் சமிக்ஞை கிடைத்தது போல் அவர்கள் அவனை விட்டு ஓடத் தொடங்கினார்கள். பாலத்தில் அம்பாசிடர் கார் உருமும் ஓசை எழும்பியது.

8

வெகு சாமர்த்தியமாய் வீட்டில் விஷயத்தை மறைத்து விட்டி ருந்தார்கள் இருவரும். கன்னியம்மாள் காய்ச்சலில் விழுந்தாள். ஆனால் மாமியார்க்காரி அந்த சம்பவம் நடந்த மறுநாளிலிருந்து கத்திக் கொண்டிருந்தாள். இருவரும் முன்புபோல் இல்லாதது அவளுக்கு சந்தேகத்தைக் கொடுத்தது. அவள் எவ்வளவோ கேட்டும் ஒன்றும் பிடிவாங்க முடியவில்லை. ஆரம்பத்தில் அவளைப் பார்க்கும் போதெல்லாம் ரகசியமாக அழுதான் மணியன். முகம் வெளிறிப் படுக்கையில் கிடந்த கன்னியம்மாளுக்கு அவன் அழுவதைப் பார்க் கும்போதெல்லாம் துயரம் மேலும் நீடித்துக் கொண்டிருந்தது. இரவில் அவளை கட்டிக் கொண்டு அழுதான். ஒரு குழந்தை போல் அவனுள் ஒண்டிக் கொண்டாள். ஒவ்வொரு இரவும் அபாயங் கள் நிறைந்ததாக பயந்து கொண்டிருந்தார்கள் இருவரும். அருகிலுள்ள தர்ம ஆஸ்பத்திரிக்கு அவளைக் கூட்டிச் சென்றான் மணியன். அவர்கள் இருவரையும் உற்றுப் பார்க்கும் எந்த நபரைப் பார்த்தாலும் அவர்களுக்கு அந்த இரவு ஞாபகத்தில் வந்து கொண்டிருந்தது. முக்காடு போட்டுக் கொண்டாள் கன்னியம்மாள் வெளிக்கிளம்பும் நேரங்களில். நிரந்தர சீக்காளி போல் ஆன கன்னியம்மாள் பிறகு உருத்தேறி வந்து கொண்டிருந்தாள். அந்த மாதம் அவளுக்கு நாள் தள்ளிப் போனதில் கடவுள் அவளை சகலத் தீமைகளிலிருந்தும் காப்பாற்றி விட்டதாக நம்பினாள். அச்செய்தி வீட்டில் அனைவர் முகத்திலும் பிரகாசத்தை வழங்கியது.

கன்னியம்மாள் இயல்புநிலைக்கு திரும்பிவிட்ட பிறகு வீட்டு வேலைகள் செய்யத் தொடங்கினாள். மணியன் அவள் வேலை

செய்வதைப் பார்த்துக் கொண்டிருந்தான். அவள் அனைவரிடமும் சகஜமாகப் பழகி சிரித்துக்கொண்டிருந்தாள். மணியனுக்கு இது ஆச்சரியத்தையும் அதிர்ச்சியையும் ஏற்படுத்தியது. கன்னியம்மாள் தூக்குப் போட்டுக்கொள்வாள், அல்லது எப்படியும் தற்கொலை செய்து கொள்வாள் என்று எண்ணிக் கொண்டிருந்தான் மணியன். இது போன்ற நேரத்தில் அவளுக்குத் தேவையான அனைத்துப் பணிவிடைகளும் அவன் செய்து, அவனை அவள் மிகவும் நல்ல கணவன் என்று ஏற்றுக்கொண்ட பிறகு அவளாக தற்கொலை செய்து கொண்டு இறந்துவிடுவதாகவும், இவன் கதறி அழுவதாகவும், ஊரார் அவனை தேற்றுவதாகவும் அவனது கற்பனை நீண்டு, வேறொரு பெண்ணை அவனுடைய மனைவி இழந்த சோகத்தை ஈடு செய்யும் பொருட்டு தனது தாய் தகப்பன் தனக்கு மற்றோர் திருமணம் செய்து வைப்பதாயும் இருந்தது. அல்லது அவள் சீக் காளியாகவே இருந்து இறந்து விடுவாள், தனக்கு இரண்டு வருடங் களில் வேறொரு திருமணம் நிகழும் என்று கற்பனை செய்திருந்தான்.

கன்னியம்மாள் வயல் வேலைக்குச் செல்லத் தொடங்கிய பின் மணியனின் கற்பனை சுத்தமாக செத்துப் போனது. மணியன் அவளிடமிருந்து மெல்ல மெல்ல விலகுவது போலிருந்தது அவளுக்கு. பின்பு வெறும் கற்பனை என்று சமனப்படுத்திக் கொண்டாள். அவள் மார்புகளை இரவில் சிம்னி விளக்கு வெளிச்சத்தில் துணி விலக்கிப் பார்த்துக் கொண்டிருந்தான். இத்தனை நாள் இருந்த சகஜம் அவளிடம் குறைந்து சேலை எடுத்து மூடிக் கொண்டாள். வேறு யாரோ பார்ப்பது போல் பார்க்கிறாய் என்று கவிழ்ந்து படுத்துக்கொண்டு அழுதாள். உடலுறவு கணங்களில் முன்பு இருந்த சாந்தம் குறைவதை உணர்ந்து கொண்டு வந்தாள். பல சமயம் அவன் முகம் அப்போது வெவ்வேறு தீவிரத்தை எட்டியபடி மாறிக் கொண்டி ருப்பதை உணர்ந்து பயம் கொள்ளத் தொடங்கினாள். அந்த பயம் தான் அவன் மெல்ல விலகிக் கொண்டிருப்பதாக அவளுக்குத் தோன்றியது. சில நாட்களில் அருகில் தூக்கம் வராது புரண்டு கொண்டிருக்கும் அவன் எவ்வித முன் சமிக்ஞைகள் இன்றி அவளுடன் சட்டென இயங்குவது அவளுக்கு எதுவோ நிகழப் போவதாக உறுத்திக் கொண்டிருந்தது. மூன்றாம் மாதம் கழிந்தவுடன் கர்ப்பச் செய்தி தெரு முழுக்கப் பரவியிருந்தது. தன் வீட்டில் ஆமை புகுந்து விட்டது. இனி இந்த வீடு உருப்படாது என்று புலம்பிக் கொண்டிருந்தாள் மாமியார்க்காரி. எத்தனைப்பேரா இருந்தா என்ன? ஒரு பொம்பள ஓடி வந்திடவேணாமா? என்றாள். கன்னியம் மாளுக்கு மணியன் மேல் கடுமையான கோபம் வந்தது. வீடு கொந்தளித்துக் கொண்டிருந்தது. கன்னியம்மாள் என்ன செய்வ தென்று தெரியாமல் திகைத்துக் கொண்டிருந்தாள். இருவரும் திட்டம்போட்டுத்தான் மறைத்தார்கள். இவன் முந்திக்கொண்டது எதற்கு எனக் குழம்பினாள். தன்னைப் பற்றி என்ன கூறி இருப்பான் எனத் தெரியாமலே தான் மிகவும் கீழ்த்தரமாக சித்தரிக்கப்பட்டதாக நம்பினாள். ஏனெனில் மாமியார்க்காரி அவன் மகனைப் பற்றி

எதுவும் கேட்காமலும் கூறாமலுமிருந்தாள். மாமியார்க்காரி ஏதோ நியாயம் கிடைக்காதவள் போல் அவளின் கிழ சிநேகிதிகளோடு இரவில் உறங்காமல் வாசலில் கிசுகிசுத்துக் கொண்டு கிடந்தாள்.

மெல்ல மெல்ல ஊர் முழுக்கப் பரவியது இச்சம்பவத்தைப் பற்றிய விதவிதமான கற்பனைகள். தெருவிற்குச் செல்ல மிகவும் வெட்கப்பட்டாள் கன்னியம்மாள். அவள் செல்லவில்லையென்றால் என்ன? ஊரில் உள்ளவர்கள் அவ்வீட்டுக்கு வந்து விசாரித்து விட்டுப் போனார்கள். இச்சம்பவத்தால் பாதிக்கப்பட்ட குடும்பத்தைத் தவிர்த்து, அதிகபட்சம் கன்னியம்மாளுக்கு பரிந்து பேசினார்கள். மாமியார்க்காரிக்கு ஏதோ ஒரு தீர்வு மனதில் தோன்றி இருக்க வேண்டும். அதை நிகழ்த்துவதற்காக காத்திருந்தவள் போல் வருவோர் போவோரிடமெல்லாம் யோசனை கேட்டுக்கொண்டிருந்தாள். தானே பாதிக்கப்பட்டது போல் மூக்கைச் சிந்திக் கொண்டிருந்தாள்.

கன்னியம்மாள் மணியனுடன் பேசுவதை நிறுத்திக் கொண்டாள். அவளுடன் இரண்டு இளம் பெண்கள் மாமனாரின் ஏறிபாட்டின் பேரில் எப்போதும் இருந்தார்கள்; விரக்தியில் கன்னியம்மாள் ஏதும் செய்துகொள்ளக் கூடாது என்று. அவள் இனிமேல் ஒருத்தி இல்லை. இரண்டு பேர் என்று சொல்லிக்கொண்டிருந்தார் அவர். அவருக்கு இச்சம்பவத்தைப் பற்றிய பொதுவான கண்ணோட்டம் அவர் குடும்ப முடிவுகளைத் தாண்டி வந்திருந்தது. மணியன் ஒரு நாள் கன்னியம்மாளை கூட்டிக் கொண்டு தலைப்பிரசவம் தாய்வீட்டில் என்ற அவன் அம்மாவின் சொல்லிற்கேற்ப கன்னியம் மாளின் வீட்டில் கொண்டு போய் விட்டு வந்தான். கன்னியம் மாளுக்கு பெரிய ஆறுதலாக இருந்தது. அவள் பேருந்து ஏற தெருவை கடந்தபோது முதுகுக்குப் பின் முளைத்த தெரு முகங்களும் முணு முணுப்பும் அவள் வீட்டில் இருக்காது என்று நிம்மதியடைந்தாள்.

9

வீட்டிற்கு வந்த மூன்றாவது நாள் கன்னியம்மாள் கலியனிடம் அனைத்தையும் சொல்லி அழுதாள். அவருக்கு தம் மகளைப் பார்ப்பது பரிதாபமாக இருந்தது. கடவுளைத் திட்டிக்கொண்டே அவள் தோளில் கை வைத்து ஆறுதல் சொன்னார். பின்பு முன்ன றைக்கு வந்து சிறுகுழந்தை போல் விசும்பி விசும்பி தலையிலடித்துக் கொண்டு அழத் தொடங்கினார். மணியனின் வீட்டுக்குச் சென்றார். நடந்த சம்பவத்துக்கு யார் பொறுப்பேற்க முடியும் என்று பொதுவான நோக்கில் பேசினார் மணியனின் அப்பா. மாமியார்க்காரியின் பேச்சு கலியனுக்கு அத்தனை திருப்தியாக இல்லை. வார்த்தைகளை வெட்டி வெட்டிப் பேசினாள். மணியனைப் பார்த்து விட்டு போக வேண்டும் என்று காத்துக் கொண்டிருந்தார். வேலை முடித்து வந்து மணியன், கலியனின் சைக்கிளை வாசலில் பார்த்ததுமே திரும்பிச் சென்று கரிகாலனின் பெட்டிக் கடையில் உட்கார்ந்து

என் வீட்டின் வரைபடம் .157.

கொண்டான். மணியன் வரும் நேரம் தவறிப் போவதை சுட்டிகாட்டி கிளப்பினாள் கலியனை. இருட்டில் கலியன் சைக்கிளை நெட்டிக் கொண்டு கிளம்பினார். சம்பந்தி வீட்டில் ஒரு செம்பு குடி நீரோ "சாப்பிடுங்கள்" என்ற வார்த்தையோ கிடைக்காமல் போனதில் ரொம்பவும் உடைந்து போயிருந்தார் கலியன்.

வாரங்கள் மாதங்களாகியும் மாப்பிளை வீட்டிலிருந்து யாரும் கன்னியம்மாளை பார்க்க வராதது கலியனுக்கு பயத்தை வர வழைத்தது. கன்னியம்மாள் மணியன் குடும்பத்தில் யாரையும் பார்க்காமல் இருப்பது நிம்மதி என்று நினைத்துக் கொண்டிருந்தாள். கலியன் சைக்கிளைத் தூக்கிக் கொண்டு மணியன் வீட்டுக்கும் தன் வீட்டுக்குமாய் நடந்தார். மணியனை அவரால் பார்க்க முடிய வில்லை. ரூபாய் செலவு செய்து கொண்டு மணியனின் கடை இருக்கும் டவுனுக்கு சென்றார். அங்கு மணியனைப் பார்க்க முடிந்தது அவரால். ஸ்டூல் எடுத்துப் போட்டு உட்கார வைத்து டீ வாங்கிக் கொடுத்தான். கலியனுக்கு சிறிது ஆதரவாக இருந்தது அவன் நடத்தைகள். ஆனால் அவ்விஷயத்தைப் பற்றி யார் ஆரம்பிப் பது என்ற சிக்கல் எழுந்திருந்தது சங்கடமாய்.

"கன்னியம்மா மாசமா இருக்கிற இந்த நேரத்தில் உங்கள அடிக்கடி பார்த்தா தேவலன்னு நெனைக்கிறா. அம்மா இல்லாத பொண்ணு பாருங்க". "வர்றேன்" என்றான் ஒற்றை வார்த்தையில். கலியன் கையெடுத்துக் கும்பிட்டு கிளம்பினார் சொல்லிக்கொண்டு.

குழந்தை கன்னியம்மாளின் சாயலில் இருந்தது என்றார்கள். ஆண் குழந்தை என்பதில் அனைவரும் பெருமிதமாகப் பேசிக் கொண்டார்கள். கன்னியம்மாளை மணியன் குடும்பத்தார் பார்க்க வராததின் காரணத்திற்கான யூகங்களை கன்னியம்மாளே போட்டு உடைத்தாள். நடந்தவைகளை தைரியமாக கேட்டோரிடமெல்லாம் சொல்லிக் கொண்டு வந்தாள். அவளுக்குள் உணர்ந்த நியாயத்தை தைரியமாக சொல்லிக் கொண்டிருந்தாள். கலியன் ஓய்ந்து போய் உட்கார்ந்திருந்தார். அவரின் சக்திக்கு என்ன செய்ய முடியுமோ அதைத் தாண்டி செய்துவிட்டதாய் அவர் நினைத்தார். ஆசிரியரையும் சதாசிவத்தையும் வைத்துப் பேசிய பஞ்சாயத்துக்கள் எதுவும் எடுபடாமல் போயிருந்தது. வீட்டுத் திண்ணையில் நிகழ்ந்த ஒவ்வொரு குட்டிப் பஞ்சாயத்துகளும் கலியனுக்கு சாதகமான பலனை எதுவும் வழங்கவில்லை. மாமியார்க்காரி உறுதியாக நின்றாள்.

"யாருக்குப் பொறந்த பிள்ளைய எம்மவன் வந்து என்னத்துக்குப் பார்க்கணுங்கிறேன் ?"

சதாசிவமும் ஆசிரியரும் மணியனைக் கடையில் சந்தித்துப் பேசினார்கள். அவன் இசைவது போல் தெரிந்தவுடன் கடைக்கும் அருகிலேயே ஒரு வீடு பிடித்து குடும்பத்தை மாற்றிவிடும் எண்ணத்தில் துரிதமாக செயல்பட்டார்கள். கன்னியம்மாளுக்கும் ஆலோசனை கூறினார்கள்.

கடைசியில் கன்னியம்மாளின் பிடிவாதத்தை யாராலும் மாற்ற முடியவில்லை. "நாளைக்கு நானாச்சி எம்புள்ளையாச்சி... யார் தயவும் தேவையில்லை என்றாள்."

கன்னியம்மாளிடம் கலியன் மன்றாடிய அனைத்துத் தரப்பு விஷயங்களும் எடுபடாமல் போயின. கன்னியம்மாள் உலகத்தையே புறக்கணித்தவளாய் குழந்தையை இரவில் கண்விழித்து பாதுகாத்தபடி கொஞ்சிக் கிடந்தாள். பிள்ளையை பள்ளிக்கூடத்துல சேக்கணுமாம். சிலேட்டுப் புத்தகமெல்லாம் வாங்கி கொடுக்கணுமாம். முழுக்கால் டவுசர் சட்டை போட்டுக்குவியாம், நல்ல புள்ளையா படிச்சி அப்பாதொரை வாத்தியார் மாதிரி வந்திடுவியாம்...

அட்சரம், ஜனவரி - மார்ச் 2002

■ உடைந்த புல்லாங்குழல்

ஊரின்மேல் கவிழ்ந்துவிட்ட இருளை நிலவு நகர்ந்து சென்றபடி பார்த்துக்கொண்டிருந்தது. ஆள் அரவங்கள் இல்லாத தெருக்களில் ஒன்றிரண்டு வீடுகளின் சந்தில் கட்டப்பட்டுள்ள நலிந்த மாடுகளின் இருப்பும் வயசாளிகள் சிலரின் குரல்களும் நோயுற்ற நாய் ஒன்றின் கண்விழிப்பும் மட்டுமே எஞ்சியிருந்தன. எல்லோரும் 'மணல்திட்டு'க்கு சென்றிருந்தார்கள். தங்கிக்கிடக்கும் இந்த ஜீவன்களின் காதில் தொலைதூரத்திலிருந்து ஊரைத் தேடிவரும் தமுரின் இசையோசை கேட்டுக் கொண்டிருந்தது. மணல்திட்டில் ஊர் காவல் குத்தகை நடந்து கொண்டிருந்தது. மூன்று வருடத்திற்கொருமுறை நிகழும் காவல் குத்தகை இந்த வருடம் ஆக்ரோஷமும் துயரமும் கலந்த நிகழ்ச்சியாகி விட்டது. இடும்பனும் வாழியும் போட்டி போடுகிறார்கள். வாழியின் தாய் வாழியிடம் எத்தனையோ மன்றாடல்களை முன் வைத்தும் அவன் கேட்டபாடில்லை. அப்பனை எதிர்த்து பிள்ளை நிற்பதா என்ற எண்ணமே அவளுக்கு உடல்பதறுவதாய் இருந்தது. ஊர் சிரிக்கும் என அழுது பார்த்திருந்தாள். இடும்பனுக்கும் வாழிக்கும் மனரீதியாகவே கடந்த ஒருவருடமாய் எதுவும் சரிப்படவில்லை. ஒருவர் வீட்டிலிருக்கும்போது மற்றொருவர் இருப்பதில்லை. வறுமை பீடித்துவிட்ட இந்நாட்களில் இரவு ஒருவேளை சாப்பிடும் வரகுச்சோற்றைக்கூட இடும்பன் வந்துவிட்டால் வைத்து விட்டு எழுந்து சென்றுவிடுகிறான் வாழி. பிள்ளையின் குணமறிந்து அவன் சாப்பிட்டுச்செல்லும்வரை அயல்வீடு களில் பசியோடு உட்கார்ந்திருப்பான் இடும்பன். ஊரில் அனேகமாய் காவல் குத்தகை விளையாட்டில் இம்முறை மிக நீண்டதொரு இடைவெளிக்குப் பிறகு மீண்டும் கொலை நிகழ்ந்துவிடும் அபாயம் இருப்பதாக கடந்த மாதங்களி லிருந்து ஊர் பேசிப்பேசி யூகித்துக்கொண்டிருந்தது. இது வரையிலுமான காவல் குத்தகை அதிகமும் இடும்பனிடம் தான் இருந்து வந்தது. அல்லது இடும்பனை வெற்றி கொள்ள யாரும் முன்வரவில்லை. அவனது நடத்தைகள் ஊருக்குப் பிடித்திருந்தது. இம்முறை பஞ்சம் வேறு

அதிகமாகிவிட்டதால் குத்தகைக்காக தரப்படும் ஊர்ப்பணமும், நெல்லும் வரகும் ஒரு குடும்பத்தின் தொடர் பட்டினியைப் போக்கி விடும் என்று யூகித்து பல குடும்பங்களில் தன் வீட்டு ஆண்பிள்ளைகளை உசுப்பேற்றி விட்டுக்கொண்டிருந்தார்கள் அதன் பின் வாழி தன் தகப்பனை எதிர்த்தே இறங்குவது தெரிந்தவுடன் பலரும் பின்வாங்கத் தொடங்கியிருந்தார்கள். சில பொறாமைக்காரர்கள் குத்தகை வரவு வெளிக்குடும்பத்திற்கு சென்றுவிடக்கூடாது என தீர்மானித்துதான் இடும்பனும் வாழியும் திட்டமிட்டு மோதுவதாக பேசிச் சலித்துக் கொண்டிருந்தார்கள். ஆனால் அதிகபட்ச பேருக்கு தெரிந்திருந்தது மோதலின் காரணம். குடும்பப்பகையை பொது விஷயத்தில் தீர்த்துக் கொள்ளலாம் என்று வாழி முடிவெடுத்துவிட்டதாக அவனது சேக்காளிகள் பேசிக் கொண்டிருந்தார்கள். இன்னும் நெருக்கமானவர்களும் வாழியின் தாயும் நம்பும் விஷயம் சற்று வீரியமாகவும் பிரச்சனையாகவும் இருந்தது. இடும்பனைக் கொன்று விடுவதுதான் வாழியின் நோக்கம் என்று தீர்க்கமாக நம்பினார்கள். இடும்பனின் வீரம் ஊர் அறிந்தது. ஆனாலும் அவனுக்கு வயதாகி விட்டது. வாழியிடம் அவன் தொழில் எடுபடாது என்றார்கள். நியாயமாக இடும்பனை நேரிடையாக கொல்ல முடியாமல் ஊரின் பொது விஷயத்தில் களம் இறங்கி விளையாட்டில் கொன்றுவிடுவது தான் உசிதம் என வாழி சொன்னதாக பல வயதானவர்கள் பேசிக் கொண்டிருந்தார்கள். ஆனாலும் ஒரு பெற்ற தகப்பனும் வளர்ந்த பிள்ளையும் இப்படி மோதிக் கொள்வதில் ஊர் பெரியவர் அப்புவுக்கு சிறிதும் உடன்பாடில்லை. முதலில் இடும்பனுடன் வேறு குடும்பங்கள் மோதக்கூடும் எனத் தெரிந்தவுடனே இடும்பனையே இம்முறையும் வெற்றிபெற வைத்து விடவேண்டும் என்ற பெரியவரின் எண்ணம் பல தந்திரக் கணக்குகளை போட்டுக் கொண்டிருந்தது. இடும்பனுக்கு பதில் வாழியை இறங்கவிட்டு காவல் குத்தகையை நடத்திவிடலாம் என தீர்மானித்திருந்தார். இடும்பன் நினைவுதெரிந்த நாள்முதல் பெரிய வீட்டின் சேவகன். மாடுமேய்க்கும் பிள்ளையாய் இருந்து வீட்டுக்காவலுக்கும், கூடுவண்டியின் பின்னே பெரியவருக்கு பாதுகாவலனாக வண்டி ஓடும் கணக்கற்ற மைல்களுக்கு இணையாக ஓடிக்கொண்டிருந்து, தனது நேர்மையாலும் பலத்தாலும் பெரியவரின் ஆதரவாலும் அவன் இளைஞனாக இருந்தபோது எடுக்கப்பட்ட முதல் குத்தகையிலிருந்து இதுவரை யாரும் இடும்பனை வீழ்த்தி ஊர் கத்தியை மண்ணை விட்டுத் தூக்கியதில்லை. ஓடைக்குடியிலிருந்து பயில்வான் ஒருவனிடம் இருந்த குத்தகை உரிமையை பெரியவர் தனது ஊரில் தன்னிடம் இருக்கும் ஒரு நபரிடம் கொடுத்து விட வேண்டும் என்று நினைத்துக் கொண்டிருந்தார். ஏனெனில் காவலுக்கான சூழல் பெரியவரிடம் பெருகியிருந்தது. ஓடைக்குடியிலிருந்து பயில்வானை வரவழைக்க அவ்வப்போது ஆள் அனுப்பி வரச்சொல்வது; வாகன வசதியில்லாத அவ்வூருக்கு அவன் நடந்து வருவதால் ஏற்படும் தாமதத்தை பொறுத்துக் கொள்ள முடியாதது என்ற கௌரவக்குறைச்சல் விஷயங்களால் இடும்பனை

முடுக்கிவிடுவது சரியாக இருக்கும் என யூகித்துவிட்டிருந்தார். இடும்பனும் அதற்கு தோதான ஆளாக பருத்த பனைமரம் போலிருந்தான். அன்று மணல் திட்டில் நிகழ்ந்த காவல் குத்தகை விளையாட்டின் இரண்டாவது வட்டத்திலேயே பயில்வானின் நெஞ்சில் யானையின் மிதிபோல் இடும்பனின் உரம் வாய்ந்த காலின் மிதி விழுந்தது. மண்ணைச் சீய்த்து கண்களில் எத்தி இடும்பனை பயில்வான் நிலைகுலைய வைத்ததை ஊர் மக்கள் யாரும் ஒத்துக் கொள்ளாமல் கூச்சலிட்டாலும் இடும்பன் அசுரகதியில் குருட்டாம் போக்காய் விளையாட்டுத்திட்டின் மையத்தில் நட்டுக்குத்தாக நின்றிருந்த ஆளுயர மொட்டைக் கத்தியை பற்றித் தூக்கி வீசினான். ஊர் கத்தல்களுடன் கண்களை மூடிக்கொண்டது. துண்டாடப்பட்ட விலங்கின் இரு பாகம்போல் பயில்வான் தலைப்பு மாறிக் கிடந்தான். இடும்பன் கத்தியைப் போட்டுவிட்டு பெரியவரின் கால்களைக் கட்டிக் கொண்டு குழந்தைபோல் அழுதான். வீரன் ஒருபோதும் அழக்கூடாது என்று கூறி அருகில் நின்றவர்களிடம் மண்ணில் செருகிநின்ற தீப்பந்தங்களை பிடுங்கிக் கொடுத்து கையோடு கோவிலுக்குச் சென்று படையலை நிகழ்த்திவிட்டு வீட்டுக்கு வருமாறு கூறிவிட்டு கிளம்பினார். இடும்பனின் பாய்ச்சலும் சண்டையின்போது அவனுக்கு வரும் விவேகமும் அவருக்கும் பயமூட்டுவதாக இருந்தது.

தங்கம்மாளை இடும்பனுக்குத் திருமணம் செய்ய பெரியவர் சென்று பேசியபோது தங்கம்மாளுக்கு இடும்பனைப் பற்றிய பயம் தான் துருத்திக்கொண்டு நின்றது. அவளின் குடும்பத்தாருக்கு மகிழ்ச்சியாகத்தான் இருந்தது. கறுத்த முகமும் வளையம்போட்ட மூக்குத்தியும் ரவிக்கையற்று சேலை மட்டும் சுற்றிக்கொண்ட பழங் கால கருஞ்சிற்பம் போலிருந்தாள். இடும்பனின் குழந்தை மனதை வந்த இரண்டு நாட்களில் கண்டுகொண்டாள். மணல்திட்டில் பார்த்த இடும்பனும் குடிசைக்குள் அவளைத்தொடுவதற்கு பயங்கரமாக யோசித்து கூச்சப்படும் இடும்பனும் வேறு வேறாக இருந்தார்கள் என்பதை அவளால் நம்பமுடியவில்லை. பெரியவர் வீட்டில் தரும் எந்த பண்டத்தையும் துணியில் சுருட்டி வாங்கிவரும் அவன் அவள் ருசிபார்த்த பிறகே தனக்கு கேட்டு வாங்கிக்கொண்டான். முதல் வருடத்திலேயே வாழி பிறந்தான். அவளது கறுத்த முலைகளை வாழிக்கு தந்துவிட்டதில் அவனுக்கு மிகுந்த வருத்தம் என்றுகூறி இரண்டுநாள் அவளிடம் பேசாமல் இருந்தான். தங்கம்மாளுக்கு சிரிப்புத் தாங்கமுடியாமலும் வெளியிலும் சொல்லமுடியாமலும் இருந்தவள் ஒரு இரவில் அவன் தலைமயிரைப்பற்றி அவனுக்கு ஒரு முலையும் பிள்ளைக்கு ஒரு முலையும் ஊட்டி தலைக்கோதி விட் டாள். இடும்பன் எதையோ உணர்ந்துவிட்டவன் போல் பால் சுரந்த அவள் மார்புகளை விட்டு நீங்கி எல்லாப் பாலும் பிள்ளைக்குத் தான் என்றான்.

வாழியை ஒருபக்கத் தோளில் அமர்த்திக் கொண்டு எல்லா ஊர்களுக்கும் சென்று வந்தான் இடும்பன். தகப்பனின் நெஞ்சிலும்

முதுகிலும் கால்களை போட்டுக் கொண்டும் பிடிமானத்திற்கு தலைமயிரைப் பற்றிக் கொண்டும் ஊர் சுற்றுவது வாழிக்கு இன்ப மானதாகவும் சொகுசாகவும் இருந்தது. இடும்பன் வாழியோடு இனம் கொள்ளமுடியாத நெருக்கத்தில் இருந்தான். வாழி நடக்கப் பழகியபின் பெரியவர் வீட்டுக் காரியங்களின் போது, தொழுவத்தில் விட்டுவிட்டு வேலைகள் செய்தான். பிள்ளையை மாடுகளுக்கு பிடித்திருந்தது. அவன் கொம்பு சீவப்பட்ட மூர்க்கமான மாடுகளின் நெற்றியை சொறிந்து விட்டுக்கொண்டும் கழுத்துமணியை சிலுப்பிக் கொண்டும் நின்றான். மாடுகளுக்கு இடும்பனின் பிள்ளையென்று தெரிந்துவிட்டது என்றார் பெரியவர். பகல்முழுக்க பண்ணை வேலையும் வாரத்தில் ஒருநாள் பாதியில் மதியத்திற்கு மேல் ஓடைக் குடி அரசமர திட்டில் பிராதுகள் சேகரிப்பதையும் வைத்துக் கொண்டு, இரவில் பெரியவர் வீட்டு வெள்ளாமை காடுகளுக்கு காவலுக்குச் சென்றான். பிள்ளை இடும்பனைவிட்டு இரவில் பிரிய முடியாமல் இருப்பதில் தங்கம்மாளுக்கு வருத்தம். பல நாட்கள் தெருவில் போக்குகாட்டி விளையாட அழைத்துச்சென்ற பிறகு இடும்பன் காவலுக்குச்சென்றான். சில நாட்களிலேயே வாழி அவ்விஷயங்களை அடையாளம் கண்டுகொண்டான். இடும்பன் ஆடைகளைப் பூட்டத் தொடங்கியதுமே வாழியைத் தூக்கிக்கொண்டு தெருவுக்குச் செல்லத் தொடங்கிவிடுவதை யூகித்திருந்தான். பல சமயங்களில் பிள்ளைக்கு நேரத்திலேயே சோறுகொடுத்து தூங்கவைத்துப் பார்த்தாள். இடும் பனுக்கும் சிரமமாகத்தானிருந்தது. தனிப்பொம்பிளைக்கு பிள்ளை தான் வீட்டுத்துணை என்பதை உணர்ந்ததினால் அவனும் பேசாது சென்று கொண்டிருந்தான். பிறகு அவனைமட்டும் கூட்டிச்செல்ல முடியாதென்றுணர்ந்து தங்கம்மாளையும் தன்னுடன் காவலுக்கு கூட்டிச்சென்றான். தங்கம்மாள் நினைத்ததும் அதுதான். அவனுக்கும் அது புது அனுபவமாகத்தானிருந்தது. காடுகளில் தனி மனிதனாக கிடப்பது நீங்கி மனைவியோடும் பிள்ளையோடும் இரவில் காவல் இருப்பது வீட்டைப்பிரிந்திருப்பது போன்ற எண்ணம் எதுவும் ஏற்படாமல் இருந்தது. தங்கம்மாளை கூட்டிவந்ததால் நடுச்சாமத்தில் கம்மங்கருதுகளையும் கேழ்வரகு கருதுகளையும் நெருப்பிலிட்டு வாட்டி கொங்கை நீக்கி ஊதிக்கொடுத்தாள். இரவும் சுடுதானியங் களின் ருசியும் இரவுகள் அவனுக்கு நல்ல மாலைப் பொழுதுகள் போலவே கழியத் தொடங்கின.

பெரியவரின் விருப்பப்படி மலைகளின் அடிவாரத்தை நெருப்பி லிட்டு அழித்து நிலமாகத் திருத்தி வந்துகொண்டிருந்தான் இடும்பன். அப்போது நெருப்பில் வாட்டப்பட்ட சில மலை மூங்கில்களை அறுத்து வீட்டுக்கு எடுத்துவந்து குறுங்கத்தியினால் அறுத்து தன்னிச் சையான போக்கில் புல்லாங்குழல் செய்தான். கத்தியாலேயே திருகுபோட்டு துளைகளை உருவாக்கினான். ஊதி ஊதிப்பார்த்து களைப்படைந்தவனை தங்கம்மாள் கிண்டலடித்தாலும் அவனில்லாத போது அவளும் ஊதிப்பார்த்தாள். ஆனாலும் அப்புல்லாங்குழலை உருவாக்கும் நேர்த்தியை நோக்கி சென்று கொண்டிருந்தான் இடும்பன்.

என் வீட்டின் வரைபடம் .163.

திடீரென இவ்விஷயத்தில் இப்படி ஒரு ஆர்வம் வந்தபின் வெள்ளாமைக்காடுகளில் கட்டப்பட்ட காவல்பரண்களில் ஏறி அமர்ந்தபடி அங்கும் இக்காரியத்தை விருப்பமாகவும் தீவிரமாகவும் செய்தான். தீப்பந்தங்களை எரியவிட்டு மஞ்சள் ஒளியில் மூங்கிலை வழவழப்பாக சீவுவதும் மிகத்துல்லியமான வட்டத்துடன் துளை யிடுவதுமென இருந்தான். சில நாட்களில் இடும்பனுக்கு காற்றைக் குவித்து சப்தமெழுப்பும் இடம் பிடிபட்டது. மூச்சைக்கூட்டி சங்கு ஊதுவதுபோல் மூச்சைப்பிடித்து தொடர் சப்தமாக துளையில் உதடுகளை குவித்து மெல்ல ஒரே சீராக நாதமெழுப்பினான். அவனால் செய்யப்பட்ட கருவியில் அப்படி ஒரு நாதமெழும்புவதை மிகவும் ரசித்தான். தங்கம்மாளிடம் சென்று ஊதிக் காட்டினான். அவள் நாட்டுப்பாடல்களை வாசிக்கச் சொன்னாள். அதற்கு நாட்களாகும் என்று கூறி தினம் தினம் ஒரு கடமையாக குறிப்பிட்ட நேரங்களை புல்லாங்குழலுடன் செலவழிக்க விருப்பமாயிருந்தான்.

ஒருநாள் அவன் கடவுளின் அருள் பெற்றவன் போல் சில பாடல்களின் வளைவு நெளிவுகளை இனம்காட்டி வாசிக்கத் தொடங் கினான். அவனுடைய ஆர்வமும் பூரிப்பும் புல்லாங்குழலை எப் போதும் உடனிருக்கும் பிள்ளையிடம் கொடுத்து வைத்திருக்கும்படி ஆக்கி, பிள்ளையையும் புல்லாங்குழலையும் ஒன்றாய் வைத்திருக்கத் தொடங்கினான். தகப்பன் வாசிப்பதை உற்றுப்பார்க்கும் பிள்ளைக்கு புல்லாங்குழல் பிடிக்கும் லாவகத்தை பழக்கிக் கொடுத்தான். வாழி காற்றுக்கு பதில் துளைகளில் காற்றூதும்போது எச்சிலை வழிய விட்டான். தங்கம்மாளுக்கு இடும்பன் வாசிப்பதில் வியப்பெதுவு மில்லாது போயிருந்தது. அவன் ஒருநாள் வாசித்து விடுவான் என்ற நம்பிக்கை அவளிடம் இருந்ததாக கூறினாள். அதை எல்லா வற்றிற்கும் தன்மேல் தன் மனைவி வைத்திருக்கும் நம்பிக்கையாக எடுத்துக்கொண்டான் இடும்பன். சரியாக செய்யப்படாத முந்தைய புல்லாங்குழல்களை பிள்ளைகளுக்கு விளையாட கொடுத்துவிட்டு இரண்டு புல்லாங்குழல்களை தன் வசம் வைத்திருந்தான் இடும்பன். அப்புல்லாங்குழல்கள் அவனது கை புழக்கத்தில் மெருகேறத் தொடங்கின.

இடும்பன் செல்லுமிடமெல்லாம் வாழி சென்று கொண்டிருந்தான். பகல்பொழுதில் தோட்டத்துத் தொழுவமும் மாடுகளும் சக வேலைக் கார குடும்பங்கள் எனவும் இரவில் தகப்பனுடன் காவல் எனவும் இடும்பனின் வயதுக்குரிய பருவத்தின் வேலைநேரங்களை சிறு வயதிலேயே பழக ஆரம்பித்திருந்தான். ஊர்ப்பிள்ளைகளோடு எதுவும் சகவாசமில்லாது போனது அவனுக்கு.

பிறகு தகப்பனை விடுத்து வெய்யல் நேரங்களில் காடுகளில் சுற்றித்திரிந்து கொண்டிருந்தான். பறவைக்கூடுகளை ஏறிப்பார்த்து முட்டைகளைத் திருடிவருவதும் பொந்தாகிப்போன மொட்டைப் பனைமர உச்சிக்கு ஏறி பதுங்கிய கிளிகளை பிடித்துவருவதும் போன்ற காரியங்களில் ஈடுபட்டுக்கொண்டிருந்தான். பறவைகளை

வளர்ப்பதற்கு இடும்பனிடம் வாழி கூண்டு செய்து தருமாறு கேட்டான். பறவைகள் வளர்ப்பது பாவமென்று கூறி அன்று பிடித்துவந்த கிளிகளை பறக்கவிட்டான் இடும்பன். தகப்பனின் நியாயம் புரியாது அம்மாவிடம் பிராது கூறி அழுதுகொண்டிருந்தான் வாழி.

வாழி வளர்ந்த பின்பு மாடுகள் மேயும் விளையாத காடுகளில் மாடுகளைப்பார்த்தபடி மரத்திலமர்ந்துகொண்டு மாடு மேய்த்துக் கொண்டிருந்தான். மாடுகளும் மந்திரத்திற்கு கட்டுப்பட்டதுபோல் அவனைவிட்டுப்பிரியாது மேய்ந்தபடி அக்காடுகளிலேயே அவன் உறங்கும்போது அவைகளும் படுத்துக்கொண்டு அசைபோட்டன. தங்கம்மாள் துணி நனைத்துகட்டி கொடுத்தனுப்பிய கம்பை மத்தியான நேரத்தில் மென்றுதின்று கொண்டிருப்பதில் வாயெல்லாம் கம்மஞ்சாறு படிந்து வெள்ளையோடிய வாயோடு வெய்யல் மறைந்த சாயங்காலத்தில் வீடு திரும்புவான். பெரியவர் வீட்டுத் தொழுவத்தில் மாடுகளை அமர்த்தி கட்டிவிட்டபின் கிடைக்கும் பெரியவீட்டு கூழினை வயிறுமுட்ட குடித்துவிட்டு வீடுவந்தபின் இரவு தங்கம்மாள் சோறுண்ண எழுப்பும்போதுதான் கூழின் போதை கலையும் அவனுக்கு. சில நேரங்களில் ஊர் இருளில் மூழ்கி திளைக்கும்போது தூரத்தில் தகப்பன் வாசிக்கும் புல்லாங் குழலிசை அவனை வந்தடையும். அம்மாவை எழுப்பிச் சொல்வான். அவள் தலையாட்டிக் கேட்டுவிட்டு உள்ளே சென்று படுத்தபடி மௌனமாய் அழத் தொடங்கிவிடுவாள். அந்த இசையில் காதலும் காதலின் துயரமும் ஒளிந்திருந்தது. மணமான புதிதில் இடும்பன் தந்த முத்தங்களும் அணைப்பும் முழுதாய் தற்போது அற்றுப் போய்விட்டிருந்தது. இப்போதெல்லாம் இடும்பனுக்கு அதில் ஆர்வமில்லாது போய் விட்டதாக நினைத்துக் கொண்டாள். அல்லது பெரியவீட்டில் அவனுக்கு வேற்றுப்பெண்களுடன் சகவாசம் எனவும் நினைத்துக் கொண்டாள். ஆனால் அந்த இசையில் தற்போது வெளிப்படும் நேர்த்தியும் குழைவும் அவளை என்னவோ செய்துகொண்டிருந்தது. அக்குரல் தன்னைத்தான் அழைக்கிறதோ என்று மிகுந்தலைந்தாள்.

இசையாய் வெளிவரும் அந்நாட்டுப்பாடலை சில சிறுமிகள் பாடி வாழி கேட்டிருக்கிறான். அவ்விசை வந்தவுடன் அவ்வரிகள் அவனுக்கு நினைவுக்கு வந்துவிடுகின்றன. அப்பாடல் அவனுடைய ஆன்மாவுடன் அழுந்தப் பொதிந்துபோனது. மாடுகளை மேய்க்கும் போது அப்பாடலை மரத்திலமர்ந்துகொண்டு பாடுவான். அப்பாடல் ஊரில் சென்று இந்நேரம் கேட்டிருக்கும் என எண்ணி எண்ணி சப்தமிட்டுப் பாடுவான் தினமும். ஆனால் அவனது குரல் அவனுக்கே பிடிக்காமல் போனது. அப்பாவின் இரண்டு புல்லாங்குழல்களில் ஒன்றைத் தூக்கிவந்து சில நாட்கள் ஊதிப்பார்த்தான். துளைகள் அவன் ஊதிய காற்றை உறிஞ்சிக்கொண்டு அவனை வேடிக்கைப் பார்த்தன.

இடும்பன் காவலுக்குச் சென்றபோது வாழி அப்பாடலை தனக்கும் வாசிக்க வேண்டும் போலிருக்கிறது என்று சொன்னான். இடும்பன்

வாழியை மீண்டும் காவலுக்கு கூட்டிச்சென்றான் காவல்பரணில் அமர்ந்தபடி பிள்ளைக்கு புல்லாங்குழல் சொல்லிக் கொடுத்தான். இரவும் வெள்ளாமையும் அவர்களை ரசித்துக் கொண்டிருந்தன. மறு நாளிலிருந்து மாடுகளை சேர்ப்பித்தபின் அப்பாவுக்கான ஒத்தாசைக்காரியங்களை இழுத்துப்போட்டுக் கொண்டு செய்தான். பிறகு அக்காரியங்களை அவனே முழுக்க முழுக்க செய்து இடும்பனை உட்கார்த்தினான். மகனின் ஆர்வம் அவனுக்கு வாசிப்பை கொண்டு வந்து விடுமென நம்பினான். வயல்காடுகளில் இரவுகளில் உலவும் காற்றோடு பரணில் அமர்ந்து கொண்டு தினமும் புல்லாங்குழல் ஊதக் கற்றுக் கொண்டிருந்தான். தனக்குக் கிடைத்த அனுபவங்களை இடும்பன் பிள்ளைக்கு விளக்கி அதைப்போலவே முதலில் 'தம்' பிடித்து காற்றூதி மெதுவாக அதனுள் ஒளிந்திருக்கும் நாதத்தை வெளிக்கிளப்பவேண்டும் என்றான். மூச்சும் புல்லாங்குழலின் துளையும் ஒன்றுசேர காலம் பிடித்தன. நாதம் வந்த சந்தோஷத்தில் அப்புல்லாங்குழலை பிள்ளையிடமே கொடுத்து பகலில் ஊதிப் பார்க்கச் சொன்னான். மாடுகளின் முதுகுகளை பார்த்தபடியும் சுற்றிலுமுள்ள பனைமரக்காடுகளை பார்த்தபடியும் தினம் தினம் ஊதிக்கொண்டிருந்தான்வாழி. அவன் தகப்பனுக்கு அருள் செய்த சக்தி அபூர்வமாய் அவனுக்கும் அருள் செய்யத் தொடங்கியது.

பெரியவர் வீட்டுக்கு உமையாளூரிலிருந்து சின்னம்மை வந்திருந் தாள். அவள் சிறுமியாக இருக்கும்போதே விசேஷ காலங்களில் இவ்வூருக்கு வந்திருக்கிறாள். அப்போதெல்லாம் வாழிக்கு அவள் ஒரு பொருட்டாக இருந்ததில்லை. தற்போதுதான் அவள் பூப் பெய்தியிருக்கிறாள். சிறுவயதிலேயே சேலை சுற்றிக் கொண்டு நிற்பது சிறிய விக்ரகத்திற்கு சுற்றப்பட்ட பெரிய உடைபோல் புடைத்துக்கொண்டு நின்றது பட்டுப்புடவை. வழவழப்பான முகமும் நீர் தளும்பும் குளிர்ச்சியான கண்களுமாய் பார்த்த வேகத்தில் அவள் பக்கம் பார்வையை இழுத்துக் கொள்ள வைத்துவிடுகிறாள். சின்னம்மை பெரியவருக்குத் தம்பி மகள். தம்பியின் நிலபுலன்களை பிரித்து கொடுத்தும் தவறான சேர்க்கைகளில் அனைத்தையும் இழந்துவிட்டதாகக் கூறி சின்னம்மையை விட்டுச் சென்றார்.

வாழி, காலையில் மாடுகளை அவிழ்த்து ஓட்டிச் செல்லும்போது வெய்யலில் பின்னுருவம் மறையும் நீள கூந்தலை பிரித்துப் போட்டு காய வைத்தபடியும் வயல்காட்டை பார்த்தபடியும் உட்கார்ந்திருக்கும் சின்னம்மையை பார்த்துக்கொண்டே செல்வான். இருட்டியபின் விளக்கேற்றி முன்கட்டுக்கு கொண்டுவருவதும் அவள்தான். அதைப் பார்க்கவே வாழி முகப்புக்கு உதிரிவேலைகளை கொண்டுவந்து போட்டு செய்து கொண்டிருந்தான். அவள் நல்விளக்கை கையில் ஏந்தி தீபம் அணையாமல் காற்றைத் தடுத்து கைகுவித்து வருகையில் முகத்தில் படரும் செம்மை ஒளி அவளை ஒரு தெய்வம் போல் அவனுக்குக் காட்டிக்கொண்டிருந்தது. அவள் ஒரே ஒருநாள் அவன் பெயரைச் சொல்லிக்கூப்பிட்டு ஒருவேலையை ஏவிவிடும் நாளை

வேண்டிக்கொண்டிருந்தான். ஏனெனில் அவளுக்காக அவன் நிறைய வேலைகள் செய்தாலும் அவளால் பாராட்டப்படவோ கூப்பிடப் படவோ இல்லை என்பதுதான் அவனுக்குப் பெருங்குறையாக இருந்தது. அவளுக்காக அளவு செருப்பும் சவுக்காரமும் வாங்கிவரச் சென்றான். அவளது புதிய காலணியை துணிப்பையில் சுருட்டிக் கொண்டு சவுக்காரத்தை முகர்ந்து பார்த்தான். அவன் இதுவரை முகர்ந்திராத வாசனையாக இருந்தது.

அன்றிரவு காவலில் வாழி வாசித்த பாடலின் நெளிவு சுளிவுகள் இடும்பனை ஈர்த்தன. தொடர்ந்து அப்பாடலை இசைத்துக் கொண்டி ருக்கும்படி பணித்து மல்லாந்து படுத்து கண்களை மூடிக்கொண்டான். காற்றில் கம்மங்கருதுகள் மோதிப்பிரிந்து எக்காளமிட்டன. இசையின் போக்கும் பிள்ளைக்கு கூடி வந்துவிட்ட நாதவாகுவும் இடும்பனுக்கு தாளமுடியாத இன்பத்தை வழங்கின. தொடர்ந்து இசைத்த அப் பாடல் அவ்விடத்தில் நிலைகொண்டு சுழன்றது. சாமங்கள் கடந்தும் ஊதிக் கொண்டிருக்கும் பிள்ளையின் இசை செவிப்பறையில் மோத இசைகேட்டுத் தூங்கிவிட்ட இடும்பனை பதற்றமுறச் செய்து எழும்பவைத்தபோது வாழி புல்லாங்குழலை பரணில் செருகிவிட்டு தூங்கிக்கொண்டிருப்பதைப் பார்த்தான். காற்றில் நிலைத்து சுழலும் அப்பாடலின் ரீங்காரத்தைக்கேட்டான். தெய்வத்தின் அருள் பிள் ளைக்கு கிடைத்துவிட்டதாய் ஆகாயத்தைப்பார்த்து கும்பிட்டான். இணைந்து கும்பிடும் அவன் கரங்கள் வானை நோக்கி இருளில் உயர்ந்தன. வாழி பதறி எழுந்தான். காற்றில் அசைந்தாடும் கம்மங் கருதுகளின் சருகொலி பிராந்தியத்தை வளைத்துக்கிடந்தது. நீர் நிறைந்த கண்களுடன் வாழியைப் பார்த்தான் இடும்பன். மறுநாள் அவனுக்கென்று பிரத்யேகமான ஒரு புல்லாங்குழலை நெருப்பில் வாட்டியெடுத்த காட்டு மூங்கிலில் அற்புதமாக செய்து தரப்போவதாக சொன்னான். ஆனால் வாழி தற்போது இசைத்த புல்லாங்குழல்தான் தனக்கு வேண்டுமென்று கேட்டு வாங்கிக் கொண்டான்.

விடிந்து தொழுவத்திற்கு வந்த இடும்பனை பெரியவர் அழைத்து இரவு கேட்ட பாடலை நினைவூட்டி வாசித்துகாட்டும்படி பணித்தார். அவன் தயக்கம் காட்டினான். பிறகு முற்றத்தில் அமர்ந்து வாசிக்கத் தொடங்கினான். வாசிக்கும் இடும்பனை விழுங்கிவிடுவதுபோல் உட்புற மேல்தளத்திலிருந்து பார்த்தபடி கேட்டு ரசித்தாள் சின் னம்மை. கடவுள் உனக்கு அருள் செய்துவிட்டான் என பாராட்டி அனுப்பிவிட்டு பெரியவர் சின்னம்மையின் முகத்தைப் பார்த்தார். அவள் இன்னும் கேட்டுக் கொண்டேயிருக்க வேண்டும் போலிருக் கிறது என்றாள். தினம் தினம் வாசிக்கச் சொல்கிறேன் என்றார். இரவில் அது கேட்கும்போது மிகவும் ரசிப்பதற்குகந்ததாய் இருக்கிறது என்றாள் சின்னம்மை.

ஊரில் உலவும் நாட்டுப்புற காதல் பாடல்களை வாழி இசைக்கும் புல்லாங்குழலின் நாதத்தில் கண்மூடி கேட்டுக் கொண்டிருந்தான்

இடும்பன். ஒரு திடப்பொருளைப்போல் அவனது இசை சென்ற இடமெல்லாம் நிலைத்து நின்று பாடிக்கொண்டிருப்பதை அதிசயித்துக் கேட்டுக் கொண்டிருந்தான் இடும்பன். வாழியின் உதடுகளிலிருந்து சுதந்தரம் பெற்று ஆலாபித்து வெளிவரும் அவன் ஆன்மாவின் சங்கீதம் ஊரை வளைத்து சூடிக்கொண்டது. இருளின் கரிய உருவில் மிதந்துவரும் அவன் இசை இடும்பனின் முக அசைவில் சின்னம்மை முன் பிரகாசித்து நின்றது.

இடும்பனுக்காக மாடிப்புரை சன்னலைத் திறந்து வைத்தாள். வீடெங்கும் வந்தடைந்த புல்லாங்குழலிசை அவளை உருக்கி சுருட்டியது. இடும்பனின் ஆஜானுபாகுவான கரிய உருவமும் அதனுள்ளிருந்து பிறந்து விளையாடும் சிசுவைப்போல் இருக்கும் புல்லாங்குழலிசையும் அவளால் நம்ப இயலாததாய் இருந்தது.

மறுநாளும் பெரியவரின் உத்தரவுப்படி முற்றத்தில் வாசித்துவிட்டுச் சென்ற இடும்பனுக்கு தோட்டத்துப்பக்கம் வரவழைத்து பழச்சாறுகள் கொடுத்தாள் சின்னம்மை. நெல்லரிசிச் சோற்றையும் குழம்பு வகைகளையும் தொழுவத்திற்கு அனுப்பி வைத்தாள். சின்னம்மையின் கனிவு அவளிடத்தில் பெரிய குழைவை இடும்பனுக்கு உருவாக்கியிருந்தது. தெய்வம் போலிருக்கும் அவளுக்காக இறந்துபோகும்வரை வாசிக்க மனம் பெற்றவனாய் உணர்ச்சி மிகுந்து போயிருந்தான்.

தகப்பனுக்கு தொழுவத்தில் வந்துசேரும் பகல் உணவை பார்த்தறியாத வாழி மாடுகளோடு வெய்யலில் கிடந்தான். தன்னுடைய வாசிப்புக்காக சின்னம்மையிடமிருந்து வரும் அளப்பரிய ரசிப்புத் தன்மையின் வெளிப்பாடாய் இருந்தவைகளை இடும்பன் தங்கம்மாளிடம் கூறிக்கொண்டிருந்தபோது வாழிக்கு அதிர்ச்சியும் தகப்பன் மேல் ஆத்திரமும் பொறாமையும் ஏற்பட்டது. தான் வாசிப்பது சின்னம்மைக்கு ஒருநாள் தெரிந்துவிடவேண்டும் என்ற கொதிப்பு அவனை அலைக்கழிக்கத் தொடங்கியது.

வாழி பகலில் வாசிக்கும் இசை வெய்யலை ஊடுருவி வராது வயல்வெளியிலேயே சுற்றிக் கொண்டு நின்றது. தொலைதூரம் அவ்விசையை அனுப்ப உதடுகள் நோக வாசித்துக் கொண்டிருந்தான். இன்று மாலையில் விசாரித்துவிடுவாள் என்றெண்ணி நகரும் நாட்கள் அவனுக்கு வருத்தமாக நகர்ந்தன. துன்பக்காற்றை சுவாசித்தபடி உதிரிவேலைகள் செய்துகொண்டிருந்த அன்று இடும்பனை கூப்பிட்ட சின்னம்மையின் குரல்மேல் தாவியேறி உள்ளே ஓடினான் வாழி. நிறைய தின்பண்டங்கள் அடங்கிய பொட்டலத்தை கையில் வைத்திருந்தபடி இடும்பன் எங்கே என்றாள். இடும்பனைத்தேடி கீழிறங்கிய அவனை அவளே கூப்பிட்டு நிறுத்தி தின்பண்டங்களை தந்து நேற்றிரவு வாசித்த பாடலையே இன்றும் வாசிக்கச்சொல் என்று சொல்லியனுப்பினாள். அன்று மாலை முழுதும் தனது வாசிப்பு சின்னம்மைக்கு பிடித்திருப்பது ஆனந்தத்தையும் அது தகப்பனின் வாசிப்பாக அடையாளப்படுத்தப் பட்டிருப்பதன் துயரமும் மாறி மாறி அலைக்கழித்துக் கொண்டிருந்தது. நான்தான் வாசித்தேன்

என்று ஏன் சொல்லாமல் இருந்தோம் என தன்னைத்தானே நொந்து கொண்டான்.

தின்பண்டங்களை தங்கம்மாளிடம் கொடுத்துவிட்டு தகப்பனின் சூதினை விவரித்துக் கொண்டிருந்தான் வாழி. அவள் கணவனின் நேர்மை எப்போதும் சந்தேகத்திற்கப்பாற்பட்டது என்று கூறி அவனை ஆறுதல் படுத்திக் கொண்டிருந்தாள்.

அன்றிரவு வாழி இசைத்த இசையில் தேங்கி நின்ற துயரம் யாரையும் சூரையாடக்கூடியதுதான் என்பதை இடும்பன் அறிவான். இப்படி இசைக்கும் ஒருவன் உண்மையான துயரத்தைத்தனக்குள் வைத்திருக்கும்பட்சத்தில்தான் இப்படி வாசிக்கமுடியும் என்றெண்ணி பிள்ளையை உற்றுப்பார்த்தான். அவன் விரல்களிலும் மூடிக்கொண்ட கண்களிலும் இசைபடர்ந்து ஒளிர்ந்தது.

மறுநாளும் அழைத்துப்பேசாத துக்கமும் எரிச்சலும் சின்னம்மையின் மேலும் இடும்பனின் மேலும் கோபத்தை வரவழைத்துக் கொண்டிருந்தது வாழிக்கு. தகப்பன் சூதில்லாதவன் என்று தாய் சொல்வதை அவனால் ஏற்றுக் கொள்ள முடியாதிருந்தது.

அன்றிரவு காவலுக்கு இடும்பனுடன் செல்லாமல் வீட்டில் படுத்துக் கொண்டவனை கூப்பிட்டுப்பார்த்து சோர்ந்து சென்ற இடும்பனைப் பார்க்க வாழிக்கு மகிழ்ச்சியாக இருந்தது. ஆனால் இடும்பன் மைய சாமத்தில் இசைத்த பாடல் அவனை கலவரப் படுத்துவதாய் இருந்தது. தன்னை வாசிக்கச் சொல்லிக்கேட்கும் தகப்பனின் இசைத்தேர்ச்சியின் முன் தனது வாசிப்பெல்லாம் மிகவும் சொற்பம் என்று பீதிகொண்டு கிடந்தான். அப்பாடலை முழுதாய் ரசிக்க முடியாமல் பொறாமையின் இடைவெட்டுகள் பாடலைத் துண்டாக்கிப் போட்டன. தங்கம்மாள் அவன் தூங்கு வதாய் நினைத்து அவனை உசுப்பி பாடலைக் கேட்கச் சொன்னாள். இருளில் எழுந்து வேகவேகமாக சென்றவனை தங்கம்மாள் கூப்பிட்ட படி தெரு முனைவரை ஓடி வந்தாள். வீடுகள் தூக்க மயக்கத்திலும் இசை மயக்கத்திலும் அமிழ்ந்து கிடந்தன. வாழியின் நடைவேகம் தங்கம்மாளுக்கு முடியாமல் நின்று அவன் பெயரைச் சொல்லிக் கூப்பிட்டாள். இருளில் நின்று பேசியது அவளது குரல். தங்கம்மாள் முன் அவனின் நடைசப்தம் தேய்ந்தோய்ந்து இருள் எழும்பி நின்றது. திரும்பி வந்துவிட்டாள்.

மறுநாள் தனது வீட்டில் புல்லாங்குழலைத் தேடிக் கொண்டிருந் தான் இடும்பன். தங்கம்மாள் யூகித்துவிட்டிருந்தாலும் சொல்வதற்கு பயமாக இருந்தது. அவளால் முழுமுற்றாக புல்லாங்குழலின் திருட்டை வாழியின்மேல் சுமத்திவிடமுடியாத தவிப்பில் இடும்பனு டன் சேர்ந்து பொய்யாகத் தேடிக் கொண்டிருந்தாள். மீண்டும் இடும்பனால் ஒரு நல்ல மூங்கிலை அறுத்து ஒரு புல்லாங்குழலை செய்துவிட முடியுமென்றாலும் அவனிடம் கடைசியாக தங்கியிருந்த அப்புல்லாங்குழலில்தான் தனது ஆன்மாவை இழைத்து வைத்திருந் தான். துளைகளில் விரல் முகப்புகள் பேசிக்கொண்ட புழக்கத்தில்

ஏற்பட்ட வழவழப்பும் அப்போதிருந்த மனநிலைப்படி வந்துவிழுந்த செய்நேர்த்தியும் அவனைத்துன்பமுறச் செய்து கொண்டிருந்தன. இனி அப்படி ஒரு புல்லாங்குழல் அமையாது கூடப்போகலாம் என்ற எண்ணம் அவனது சுவாசத்தையே இடறும் செயலாக இருந்தது. தேடிச்சலித்த அவன் துக்கம் தாளாது பெரியவர் வீட்டுக்குச் சென்று சாப்பிடாமல் கொள்ளாமல் தொழுவத்தில் படுத்துக் கொண்டான்.

அன்று காவலுக்குச் செல்லும்முன் சின்னம்மையிடம் தனது புல்லாங்குழல் தொலைந்த விஷயத்தை கூறிவிட்டு சென்றிருந்தான் இடும்பன். அது மீண்டும் கிடைத்துவிட நான் கடவுளிடம் பிரார்த்திக் கின்றேன்; அது நிச்சயமாக கிடைத்துவிடும் என்றாள்.

அன்றிரவு எதிர்பாராதபடி மீண்டும் புல்லாங்குழலிசை மிதந்து வருவதைக் கேட்டாள் சின்னம்மை. கடவுள் அவனது புல்லாங் குழலை தேடிக்கொடுத்திருக்க வேண்டும் என்று நினைத்து கடவுளுக்கு நன்றி சொன்னாள். ஒவ்வொரு வாசிப்பிற்கும் இடையில் விழும் மௌனத்தை உற்றுக்கேட்டுக் கொண்டிருந்தாள். அம்மௌனம் அடுத்த இசைத்தொடக்கத்தை தெளிவாய் கேட்பதற்காக இருந்தாலும் வாழ்வின் அர்த்தங்களை அவளிடம் நேரிடையாக பேசிவிடுவதாக பிரம்மித்தாள். இரவும் இசையும் அவனும் ஒருகோட்டில் நின்று கொண்டிருந்தார்கள். அவன் நோகும் உதடுகளைப் பொருட்படுத்தாது அவளை நோக்கி வெள்ளி முளைக்கும் வரை வாசித்துக் கொண்டிருந் தான்.

விடிந்து இடும்பன் வீட்டுக்குவந்தபோது சின்னம்மை ஆவலுடன் அவனிடம் புல்லாங்குழல் கிடைத்துவிட்டதில் மகிழ்ச்சிதானே என்று கேட்டபோது அது தனது மகனின் புல்லாங்குழல் என்றான். அவள் யோசனையாய் பார்த்துவிட்டு பேசுவதற்கு சொற்களை எடுக்குமுன் நேற்றிரவு வாசித்தது வாழிதான் என்றான். அவளுடைய ஆச்சர்யத்தையும் திகைப்பையும் மாற்றிக்கொள்ள முடியவில்லை. மிக அழகாக இருந்தது என்றாள். என்னைவிட நன்றாக வாசிப்பான் என்றான் இடும்பன். அரவம் நழுவிச்செல்வதுபோல் உள்ளே சென்று கதவடைத்துக் கொண்டாள்.

சாயங்காலம் தொழுவத்தில் மாடுகளை அமர்த்திக்கொண்டிருந்த வாழியை சின்னம்மை கூப்பிடுவதாக வேலைக்காரி கூப்பிட்டதும் அவனுக்கு ஆச்சர்யம் எதுவும் வரவில்லை. தான் நினைத்ததுதான் நடப்பதாக எண்ணிக்கொண்டான்.

சின்னம்மை முற்றத்தில் தூணருகே நின்றபடி அவனை குளிர்ச்சி யுடன் பார்த்தாள். நேற்றிரவு வாசித்தது மிக அழகாக இருந்தது என்றாள். இதற்கு முந்தியும் நான்தான் வாசித்தேன் என்றுகூறத் துணிந்தவனை தகப்பனின் முகம் ஏனோ தடுத்து நிறுத்தியது. அவளது பாராட்டை அவன் எதிர் நோக்கியிருந்தாலும் அதைப் பெறும்போது அவனால் மகிழாமல் இருக்கமுடியவில்லை. வெட்கப் பட்டுச் சிரித்தான். அவனை கையசைத்து தன்னைப் பின்தொடரு மாறு செய்துவிட்டு மரப்படி ஏறி மேலே சென்றாள். அவன்

சுற்றிலும் பார்த்துவிட்டு தயக்கமாக மேலேறினான். அவளுக்கு கொடுக்கப்பட்ட அறை சாயங்காலமௌன வெளிச்சத்தில் விசாலமாக திறந்துகிடக்க உள்ளே சென்று பழங்களை எடுத்து வந்து கொடுத்தாள் அவனை அங்கிருந்தே சாப்பிடும்படி பணித்தாள். அவன் பெரியவருக்குப் பயப்படுவதாகக் கூறிக்கொண்டு சந்தோஷத்தில் துள்ளிக்குதித்து பூனைபோல் இறங்கி ஓடினான். தொழுவத்திற்கு வந்தபின் அவளது அறை ஜன்னலை நிமிர்ந்து பார்த்தான். அவள் அவனை விழுங்கிவிடுவதுபோல் பார்த்துக் கொண்டிருந்தாள். அதை உணர்ந்தவன்போல் மாடுகளுக்கு உற்சாகமாக தீனி வைக்கத் தொடங்கினான். அதன்பின் வாழி வாசித்த அத்தனை இசையும் சின்னம்மைக்காகத்தான். காலையிலேயே மாடுகளை ஓட்டிச் செல்ல வரும் அவனுக்கு தின்பண்டங்கள் கொடுத்து அனுப்புவது முதல் சாயங்காலம் வரும்போது அவனுக்கு விசேஷ பண்டங்கள் தருவது வரை இருந்த சின்னம்மையின் கவனம் பல நாட்களுக்குப்பின் கூடிப்போனதின் காரணம் அவனது இசையோடு தன்னுடலை புல்லாங்குழலின் துளைகள்போல் இசையினுள் செலுத்தி வைத்திருந்ததுதான். புல்லாங்குழல் மெல்ல தன் மூச்சை நாதமாக வெளியிடத் தொடங்கும்போதே மீட்டப்பட்ட தந்திக் கருவிபோல் அவளுடல் அதிரத் தொடங்கிவிடுகிறது. இசையால் ஆக்கப்பட்ட அவ்வுடலை நாதம் மூழ்கி எழ அனுமதித்துக் கொண்டிருந்தாள். அதன் தவிப்பு ஒவ்வொரு நாளும் கூடிக்கொண்டே வந்து முதிர்ந்த காய்ச்சலாக தகிக்கத் தொடங்கியிருந்தது. துளைகளை மீட்டும் விரல்களை தன் உடலெங்கும் பரவவிட்டபடியும் காற்றூதும் உதடுகளில் இதயத்தைப் பொருத்தி முத்தமிட்டபடியும் இறந்துவிட எத்தனித்துக் கொண்டிருந்தாள்.

சொல்லிவிட காத்திருக்கும் நாழிகைகள் அவளை குடை சாய்த்து வதைத்துக் கொண்டிருந்தன. பிறகு காத்திருப்பின் ரேகைகளை அழித்துக் கொள்ளத் தொடங்கினாள். அவன் எதிர்பாராத ஒரு நாளின் இரவில் அவனைத் தோட்டத்திற்கு வரச் சொல்லியிருந்தாள். இருளும் வாழியும் பிரிக்கமுடியாதபடி வந்துகொண்டிருந்தார்கள். கணமும் தாமதிக்க முடியாத தவிப்பின் மூர்க்கம் அவள் பாதங்களை பிடித்துக் கொண்டது. அவன் வந்த வேகத்தில் ஓடி அணைத்து கரிய உடலைத்தழுவி உதடுகளை உதடுகளில் பொருத்தித் துவண்டாள். இவையனைத்தையும் எதிர் பார்த்தவன் போல் பிறந்த கன்றை வாரிச் சுருட்டுவதுபோல் அள்ளி எடுத்துக்கொண்டு காட்டுக்குள் சென்று மறைந்தான்.

நாயுருவிக்காட்டின் சுணைப்படுக்கையும் நிலவும் காற்றும் பார்த்திருக்க தேனைப்பருகுவதுபோல் அவளுடலை கூடிப்புசித்தான். அவன் விரல்களை தன்மேல் பொருத்திக் கொண்டு புணர்ச்சி இயக்கத்தில் மெய்மறந்தபடி கடைக்கண்களில் நீர் சரிந்தோட குழலூதும் உதடுகளை கவ்விச் சுவைத்தபடி அவன் தரும் இசையில் தன் ஆன்மாவை போர்த்திக் கொள்ளத்தொடங்கினாள். ஒவ்வொரு

கூடலுக்குப்பின்னும் ஈரம் நிரம்பிய உதடுகள் காதில் உரச அவனைப் புகழ்ந்தாள். மனமும் உடலும் கூடி முயங்கும் களிப்பில் மல்லாந்து நிலவெறிக்கக் கிடந்தார்கள். வெள்ளி முளைக்கும்போது அவன் காதுகளில் உதடு பொருத்தி முத்தச்சப்தம் கேட்கும்படி தொடர்ந்து முத்தமிட்டாள். உடலெங்கும் குறுகுறுப்பும் எழுச்சியும் பீறிட எழுந்து முன்பைவிட மென்மை மறந்த இயக்கத்தை அவளுடலில் செலுத்தத் தொடங்கினான்.

இரவு அவர்களுக்காக காத்திருந்தது. வாழியின் புல்லாங்குழல் வெளியிடும் இசை நுனி கிடைத்தவுடன் ஆடைகளைப் பூட்டிக் கொண்டு தோட்டத்துப்படியிறங்கும் அவள் அவனது இசையை விளக்காய் பிடித்துக்கொண்டு தினமும் காட்டுக்கு வந்து வெள்ளி முளைத்தபின் வீட்டுக்குச் சென்று கொண்டிருந்தாள். ஆணின் ஸ்பரிசத்தில் அவளுடல் மலர்ந்துகொண்டு வந்தது. அவளின் உடல் மலர்ந்து வருவதை வீட்டில் கண்டவர்கள் சின்னம்மை சந்தோஷமாக இருக்கிறாள் என்றார்கள். காட்டுப் பூக்களையும் இரவில் மட்டும் வாசனை திறக்கும் மலர்களையும் அவளுக்காகத் தொடுத்து வைத்திருந்தான் வாழி.

வாழியின் செய்கைகள் அவன் காதல் வசப்பட்டிருப்பதை இடும்பனால் யூகிக்க வைத்திருந்தது. சில நாட்களில் இடும்பன் எதிர்பாராத காய்ச்சலில் வீழ்ந்தான். தெய்வ விக்ரகம் போலிருந்த சின்னம்மையின் முகம் சராசரி பெண்ணின் முகமாக தெரிந்தது. சின்னம்மை பற்றி யார் பேசினாலும் அவளது முகத்திரையை கிழிக்கவேண்டுமென்று நினைப்பதை அடக்கிக் கொண்டான். பெரியவர் அவனைத்தேடிக் கொண்டு கூடுவண்டியில் வந்து பார்த்து விட்டு தெருவாசிகளின் நலம் விசாரித்துவிட்டுச் சென்றார். தங்கம் மாள் சதா சுடுநீரும் கஞ்சியும் வைத்து அவன் உடலைத் தேற்றினாள். தொடர்ந்து கண்வலிக்கிறது என்றான் இடும்பன். கண்ணுக்கு குளுமையான கீரைகளைத் தேடிச்சென்றாள் தங்கம்மாள். உமை யாளூரிலும் ஓடைக்குடியிலும் தானியத்திருட்டு நடந்திருப்பதாக செய்தி வந்திருந்தது. காரியப்பிரதிநிதியாய் வாழியை அனுப்பி வைத்தார் பெரியவர். செல்லும்போது அவனது ஆடையில் நாயுருவிச் செடியின் சுணைகள் ஒட்டியிருப்பதைக் கண்டார். மாடுகள் அவனை நாயுருவிக்காடு வரைக்கும் அலைய விடுகின்றன என நினைத்துக் கொண்டார்.

இடும்பன் அம்மாதம் முழுக்க உடல் தேறாமல் கிடந்து உருமாறி ஒருவாறு பெரிய வீட்டுக்கு வந்து நின்றபோது முகப்பில் நிற்கும் பெரியவரின் உருவத்தைப் பார்த்து மரியாதை எதுவும் செய்யாமல் நின்றவனைப் பார்க்க பெரியவருக்கு வியப்பாக இருந்தது. பின்பு மெதுவாக கனைத்து தன் இருப்பைக் காட்டினார். இடும்பன் சட்டென பதறி துண்டை இடுப்பில் வளைத்து இருகரம் தூக்கிக் கும்பிட்டான். கடவுளே எனக்கு கண் தெரியவில்லை; காட்சிகள் மங்கலாக இருக்கிறது என்றான். அருகில் சென்று விசாரித்த பெரியவர்

வரும் வாரம் வீட்டுக்கு வரும் மருத்துவரிடம் காட்டி சிகிச்சைப் பெற்றுக்கொள்ளச் சொல்லிவிட்டு மாடிக்குச் சென்றார். இடும்பன் துண்டை அவிழ்த்தபடி தொழுவத்துப்பக்கம் சென்று வேலைக்காரி களிடம் பேச்சுக் கொடுத்தான்.

மாடியில் சின்னம்மையின் கழற்றப்பட்ட ஆடைகள் ஆங்காங்கே இறைந்துகிடக்க வேலைக்காரியை கூப்பிடும் நோக்கத்தில் பெரியவர் மேலிருந்து கீழே பார்த்தபோது சின்னம்மை முனகும் ஓசைகேட்டது. உள்ளே எட்டிப்பார்த்தார். அவள் தரையில் படுத்தபடி கவிழ்ந்து கிடந்தாள். முதுகெங்கும் நாயுருவிச்செடி சுணைகள் புல்லாங்குழலின் வடிவத்தில் வரையப்பட்டு இருந்தன. மீண்டும் சிறிது நகர்ந்து பார்த்தபோது வாழியின் இடுப்புக் கவசத்தை சுருட்டி தலைக்கு வைத்திருப்பதையும் சன்னலில் தோலால் செய்யப்பட்ட இடும்பனின் பழைய இடுப்புக் கவசத்தையும் பார்க்க முடிந்தது. குடும்பம் தீராத சிக்கலில் விழுந்து விட்டதாக அதிர்ந்தபடி மெதுவாக கீழிறங்கிச் சென்றார்.

நாயுருவிக் காட்டுக்கு அருகில் ஒழுங்குபடுத்தப்பட்ட களத்தில் தெற்குபுரத்தில் அறுத்த கருதுகளின் மூட்டைகள் அடுக்கிக் கிடந்தன. இடும்பன் வேதனையோடு உட்கார்ந்திருந்தான். பழைய காவலிடத்தில் உடைத்து போடப்பட்ட தனது புல்லாங்குழல் கந்தல் துணியில் சுருட்டி வைக்கப்பட்டு பரணில் செருகி மறைத்து வைக்கப்பட்டிருந்ததை இன்றுதான் அவனால் கண்டுபிடிக்க முடிந்திருந்தது. உடைக்கப்பட்ட பொருள் உடைத்தவனின் எதிர்ப்பையும் குரூரத்தையும் சொல்லிக் கொண்டிருந்தது. இலைவட்டில் கொண்டு வந்திருந்த அழகுக்கள்ளிப்பாலைக் கொண்டு காயத்திற்கு மயிலிறகால் மருந்திடுவதுபோல் சொட்டு சொட்டாய் எடுத்து உடைந்த புல்லாங் குழலை ஒட்ட ஆரம்பித்தான். பெரியவர் வாழியை வேலையை விட்டு நிறுத்திவிட்டப் பின் இடும்பன் தான் போக முடியாத அயலூர்களுக்கு வாழியை காவலுக்கு அனுப்பி வைக்கத் தொடங்கியிருந்தான். பிள்ளை பிறந்தது முதல் இன்று வரையிலான எண்ணவோட்டம் அவனுக்கு பெரிய வருத்தத்தை தருவித்துக் கொண்டிருந்தது. சின்னம்மை வீட்டை விட்டு வெளியே வராதிருந்தாள். அவளுக்கு அதிகப்படியான அறிவுரைகள் பெரியவரால் வழங்கப்பட்டும் பிடிவாதமாய் அவளின் திருமணத்தை தள்ளிப் போட்டுக்கொண்டு வந்தது இடும்பனுக்கும் பிடிக்கவில்லை. மீறி வந்த இரண்டு திருமண ஒப்பந்தத்தை ரகசிய செய்திமூலம் பேசிக் கலைத்து நிறுத்தி வந்தாள். பெரியவரின் அமைதி எல்லோரையும் பயமுறுத்திக் கொண்டிருந்தது. வாழி செய்த காரியத்திற்கு இடும்பனையும் சேர்த்துக் கொன்றுவிடுவார் என்று பேசிக்கொண்டிருந்தார்கள் ஊரில். ஆயிரம் இருந்தாலும் இடும்பனை விட்டுக் கொடுக்க மாட்டார் என்றார்கள்.

ஆத்திநார் பட்டைகளை புல்லாங்குழலின் சுற்றிலும் வைத்து கொண்டுவந்த சீத்திக் கொடிகளை அழகு மயங்கும்படியான

நேர்த்தியில் வைத்துக் கட்டத் தொடங்கினான். பின்பு காற்றில் உலரவைத்தான். சீத்திக் கொடிகளின் நெருக்கமான கட்டமைவு பச்சை தாவரத்தில் உருவாக்கப்பட்ட புல்லாங்குழல் போலவே இருந்தது. பிறகு மெதுவாய் பிறந்த குழந்தையை தூக்கும் பாவத்தில் புல்லாங்குழலை எடுத்து நாதம் கூட்டிப்பார்த்தான். முன்பைவிட நாதம் வெகு நேர்த்தியாய் மேலெழும்பி வருவதாய் உணர்ந்தான். புல்லாங்குழல் சீராகிவிடும் என்ற எண்ணம் நல்ல வாசிப்பு வருவதாய் குழப்புகிறதா என்றெண்ணி மீண்டும் வாசித்தான். உண்மையிலேயே அதன் நாதம் சிறப்பாய் இருப்பதாய் யூகித்தவுடன் பரவசப்பட்டு வாசிக்கத் தொடங்கினான். அவன் இதயம் விம்மி வெளிப்படுத்திய இத்தனைநாள் அழுத்தம் வெள்ளம்போல் பெருக்கெடுத்து துளை களின் வழியே வெளியேறத் தொடங்கியது. இடைப்பட்ட நாட்களில் நேர்ந்துவிட்ட துக்கங்களையும் நெருக்கடிகளையும் ஒரே இரவில் வாசித்து தீர்த்து விடுபவனைப் போல் வாசிக்கத் தொடங்கினான். அவ்விசையெழுச்சி காற்றேறி தழுவிச் சென்றது அதன் விருப்பமான அலைவரிசைகளில். அவனது கண்களில் நீர் சுரந்து கறுத்த கன்னங் களின் வழியே வடிய ஆரம்பித்தது. விரல்கள் நடுக்கம் பெற்றதுபோல் தோன்றியது. விடாமல் வாசிக்கத் தொடங்கினான். கம்மஞ்சருகுகள் சீழ்க்கை ஒலியெழுப்பி ஆடத்தொடங்கின.

தண்டனைபோல் அயலூர்களுக்கு காவலுக்கு அனுப்பப்பட்டு விட்ட வாழி நாள்பட்ட தாகத்தில், எதுவும் நடக்கட்டும் என்பதான எண்ணத்தோடு ஊருக்குள் வந்து இசைக்கின்றான் என்றெண்ணி னாள் சின்னம்மை. இசையின் மயக்கம் அவளை குறுக்கும் நெடுக்கு மாக கோடிட்டு வரைந்து குழப்பியது. அவளனுமதியில்லாமலேயே இசையால் அதிரத் தொடங்கும் அவளுடலை வேதனையோடு பார்த்தாள். ஒரு முடிவுக்கு வந்தவளாய் ஆடை களைந்து குளித்து நிலைக்கண்ணாடியில் தன் நிர்வாணம் பார்த்தாள். இன்னும் சற்று நேரத்தில் அது தழுவப்படப்போகும் விதம்பற்றி யோசித்தாள். மார்பில் விம்மலும் பெருமூச்சும் மேலெழுந்து சுவாசத்தை தாறு மாறாக்கியது.

எத்தனை நேரம் வாசித்தோம் என்றுணராமல் வாசித்துக் கொண்டிருந்தவனை யாரோ கம்மஞ்சருகுகளை உரசிக்கொண்டு நடக்கும் சப்தம் வருவதாய் உணர்ந்தபோது வாசிப்பை நிறுத்தி உற்றுக்கேட்டான் இடும்பன். கருதுகள் ஆடாமல் விறைத்து நின்றன. மீண்டும் வாசிக்கத் தொடங்கினான். மீண்டும் நடைசப்தம் கேட்டது. சிறிது நேரம் கழித்து யாரது என்றான். எந்த பதிலும் இல்லாது போகவே தீப்பந்தத்தை உருவித் தூக்கினான். யாரோ நகர்ந்தோடும் ஓசை கேட்க, விரட்டியபடி உயர்த்திப்பிடித்த பந்தத்துடன் வேக வேகமாக துரத்தி நடக்க ஆரம்பித்தான். உருவம் ஒளிந்து நகர்ந்தோடு வதை நின்று பார்த்து, மீண்டும் யாரது என்றான். சடசடப்புகள் ஒலிக்க நகர்தல் நீண்டுபோய் பதிலெதுவும் வராது போக இடுப்புக் கவசத்திலிருந்து குறுங்கத்தியைத் தூக்கி அம்பு செருகும் வேகத்துட

னும் நுட்பத்துடனும் சப்தம் வந்த திசைநோக்கி வீசினான். உடல் சரிந்து சருகில் விழும் ஓசையும் பெண்ணின் முனகலும் கேட்க சப்தத்தின் திசையில் வேகமாக நடந்து சென்றான். தீப்பந்த ஒளி இருளை விலக்கிக்கொண்டே வந்து நிற்க சின்னம்மை பூட்டிய அலங்காரத்தோடு கத்திக்குத்துடன் சுருட்டிக்கொண்டு கிடப்பதைப் பார்த்தான். “கடவுளே” எனக் கூவியபடி அவளை அள்ளித் தூக்கினான். தீப்பந்தம் நழுவிகாய்ந்த சருகில் விழ எட்டிப்பிடித்தான். நட்சத்திர பொறிபோல் நெருப்புவிழ சட்டென்று பற்றிக்கொண்ட நெருப்பை அணைக்க முடியாத தவிப்புக் கூடியது. சின்னம்மையை இறக்கிக் கிடத்தி வேட்டியால் விசிறிஅடித்து ஏறிமிதித்தான். பிடிக்க முடியாத விலங்கினைப்போல் நெருப்பு காற்றேறிச் செல்ல ஆரம்பித்தது. சிறிது நேரத்தில் எதுவும் செய்யமுடியாது என்றெண்ணம் தோன்றியவுடன் சின்னம்மையைத் தூக்கிக்கொண்டு வரப்பேறி வந்து எரியும் வெளிச்சத்தில் அவளைப் பார்த்தபோது அவள் உடல் முழு கனத்துடன் துவளத் தொடங்கியிருந்தது. பதற்றத்துடன் அழுந்த உற்றுப்பார்த்தான். அவள் கண்களில் காதலின் துயரம் நிலைத்துப் போயிருந்தது. உதடுகளால் அவள் முகத்தை முத்தி அழத்தொடங்கினான்; யானை பிளிறுவதுபோல். அவன் மனதைப் போலவே பற்றியெரியும் கம்மங்காடு இருளை விலக்கி ஊரைக் காட்டத் தொடங்கியது.

விடிந்தபின் கரிந்துபோன காட்டில் இறந்துவிட்ட சின்னம்மைக்காக உயிரைப்போக்கியபடி அழுதான் வாழி. அவனைத் தங்கம்மாளும் சேக்காளிகளும் வீட்டுக்குக் கூட்டிவர சமாதானப்படுத்தினார்கள். பெரியவரின் பேச்சைக்கேட்டு சின்னம்மையைக் கொன்றவன் இருக்கும் வீட்டுக்கு நான் வரமுடியாது என்றழுதான். இடும்பன் தெருவுக்கு வந்து மன்றாடினான். தங்கம்மாள் இருவரையும் பிரித்துவிட்டுவிட்டு அழத்தொடங்கினாள்.

வெள்ளிமுளைத்தும் காவல் குத்தகை விளையாட்டு முடிவுக்கு வர முடியாத சப்தம் ஊரை எட்டிக்கொண்டிருந்தது. விடாது முழங்கும் தமுரின் ஓசை மோதிக்கொள்ளும் வாழிக்காகவும் இடும்பனுக்காகவும் மூர்க்கமாக மாறி மாறி ஒலித்துக்கொண்டிருந்தது. சிறிது நேரத்தில் பெருத்த ஆரவாரமும் ஆரவாரத்திற்கெதிரான அழுகை ஒலியும் ஒரே நேரத்தில் தெருவை எட்டியபோது படுத்திருந்த நாய் ஒன்று எழுந்து மணல்திட்டை நோக்கி ஓடியது.

5